അവളുടെ നാട്
(ചെറുകഥാസമാഹാരം)

മേരി അലക്സ് (മണിയ)

ആമുഖം

എഴുപതുകളിൽ തുടങ്ങിയ സാഹിത്യസപര്യ.ചെറുകഥകളും,കവിതകളുമായി ഇരുനൂറോളം രചനകൾ കോട്ടയത്തുനിന്നിറങ്ങുന്ന എല്ലാ ആനുകാലികങ്ങളിലൂടെയും ഇപ്പോഴത്തെ ഓൺലൈൻ മാധ്യമങ്ങൾ വഴിയായും വെളിച്ചം കണ്ടു. ആയതിനു എല്ലാ പഴയ ആനുകാലിക പ്രസിദ്ധീകരണങ്ങളോടും ഇന്നുള്ള ഓൺലൈൻ മാധ്യമങ്ങളോടും കടപ്പെട്ടിരിക്കുന്നു.

ഒരു നോവൽ മലയാള മനോരമ വീക്കിലിക്കു വേണ്ടി നീണ്ടകഥക്കായി തെരഞ്ഞെടുക്കപ്പെട്ടെ കിലും അന്നത്തെ എഡിറ്റർ ആയിരുന്ന ശ്രീ ഉറൂബ് സാറിന്റെ നിര്യാണം മൂലം അതു വെളിച്ചം കാണാതെ തിരികെ ലഭിച്ചത് ദുഃഖകരമായ ഒരു കാര്യമായി ഭവിച്ചു. രണ്ടു ചെറുകഥകൾ തിരുവനന്തപുരം ഓൾ ഇൻഡ്യാ റേഡിയോയിൽ വായിച്ചവതരിപ്പിക്കുവാനുള്ള സന്ദർഭം ഉണ്ടായി. അതിൽ തികഞ്ഞ ചാരിതാർത്ഥ്യമുണ്ട് .

1986-ലും, 88-ലും കൈരളി ബുക്സിലൂടെയും 89 ൽ എൻ.ബി എസ് വഴിയായും പ്രസിദ്ധീകരിക്കപ്പെട്ട മൂന്നു ചെറുകഥാസമാഹാരങ്ങളുടെ ക്രോഡീകരണമായാണ് ഈ പുസ്തകം ഇപ്പോൾ പുറത്തിറങ്ങുന്നത് ആദ്യമിറങ്ങിയ 'കൂടുവിട്ട കൂട്ടുകാരൻ' എന്ന അഞ്ചു കഥകൾ ഉൾക്കൊണ്ട ബാലസാഹിത്യ കൃതിക്ക് അവതാരിക തന്ന ബഹുമാനപ്പെട്ട പ്രൊഫസ്സർ സി.ജെ.മണ്ണുമ്മൂട് സാർ, രണ്ടാമത്ത ഏഴു കഥക ളുടെ സമാഹാരമായ 'എനിക്കു ഞാൻ മാത്രം' എന്ന പുസ്തകത്തിനു അവതാരിക തന്ന ശ്രീ അമ്പലപ്പുഴ രാമവർമ്മ സാർ, മൂന്നാമത്തെ പത്തു കഥകളുടെ സമാഹാരമായ 'അവളുടെ നാട്' എന്ന പുസ്തകത്തിന് അവതാരിക തന്ന ശ്രീ.ടി കെ ജി നായർ സാർ, ഇവർ മൂവരും കാലയവനികക്കുള്ളിൽ മറഞ്ഞു പോയിട്ട് വർഷങ്ങളായി. മൂവർക്കും പ്രണാമം അർപ്പിച്ചുകൊണ്ട് രണ്ടാമത്തതിന് അവതാരിക തയ്യാറാക്കിതന്ന ശ്രീ രാമവർമ്മ സാറിന്റെ പുത്രനായ ശ്രീ. ശ്രീകുമാർ വർമ്മക്ക് നന്ദിയും സ്നേഹവും നേരുന്നു. ഒപ്പം കൈരളി ബുക്സിനും, എൻ ബി എസ്സിനും.

ഈ മൂന്നുപുസ്തകങ്ങൾക്കും മുൻപായി 'ഈ വസന്തം നിനക്കു മാത്രം' എന്ന ഒരു നോവൽ എം. എം. സി ബുക്സ് കോട്ടയം 1981-ലും ഇതിനു ശേഷം 'എന്റെ കാവ്യാരാമരചനകൾ' എന്ന പേരിൽ ഡി. സി ബുക്സ് കോട്ടയം ഒരു കവിതാസമാഹാരം 2021-ലും 'മനസ്സു പാഞ്ഞ വഴിയിലൂടെ' എന്ന ഒരു ചെറു കഥാസമാഹാരം കെ പി ആമസോൺ പബ്ലിക്കേഷൻസ്/ലിമാ വേൾഡ് ലൈബ്രറി ഗ്രൂപ്പ് 2022-ലും ebook/printed book ആയി പ്രസിദ്ധീകരിച്ചിട്ടുണ്ട്. ഈ മൂന്നു വൻകിട പ്രസ്ഥാനങ്ങൾക്കും മേൽക്കുമേൽ ഭാവുകങ്ങൾ നേർന്നു കൊള്ളുകയാണ്.

പഴയ മൂന്നു പുസ്തകങ്ങളുടെ ക്രോഡീകരണമായ 'അവളുടെ നാട്' എന്ന പുതിയ പ്രിന്റഡ്/ ഇ ബുക്കിനെ ആഗോളതലത്തിൽ പ്രസിദ്ധീകരിക്കുന്ന കെ.പി.ആമസോൺ പബ്ലിക്കേഷൻ/ലിമവേൾഡ് ലൈബ്രറി ഗ്രൂപ്പ് ലോകത്തിന്റെ നാനാഭാഗത്തുമെത്തിക്കുന്നതിൽ എന്റെ അകൈതവമായ സന്തോഷവും നന്ദിയും രേഖപ്പെടുത്തുന്നു. ഇതു പോലെയുള്ള പ്രസ്ഥാനങ്ങൾ വഴിയായി അവനവന്റെ രചനകൾ വലിയ മുതൽ മുടക്കില്ലാതെ എന്നാൽ പരമാവധി പ്രതിഫലം ലഭിച്ച് പ്രസിദ്ധീകരിക്കപ്പെടുന്നതും ലോകമെങ്ങുമുള്ള വായനക്കാർക്ക് ലഭ്യമാകുന്നതും ഏതൊരെഴുത്തുകാരനും ആശ്വാസദായകമാണ് ഒപ്പം സംതൃപ്തിയും. ഇതിന് നേതൃത്വം നൽകുന്ന പ്രമുഖ പ്രവാസി സാഹിത്യ കാരനും 2021-ലെ യു ആർ എഫ് വേൾഡ് റെക്കോർഡ് ജേതാവുമായ ശ്രീ.കാരൂർ സോമൻ സാറിനോടും അദ്ദേഹത്തിന്റെ എല്ലാ എഡിറ്റോറിയൽ അംഗങ്ങളോടും എന്റെ ഹൃദയം നിറഞ്ഞ നന്ദിയും കടപ്പാടും രേഖപ്പെടുത്തിക്കൊ ള്ളുന്നു. ഈ പ്രസ്ഥാനത്തിന് എല്ലാവിധ ആശംസകളും അഭിവൃദ്ധിയും നേർന്നു കൊണ്ട് ഈ പുസ്തകം ഇളം തലമുറയിലെ വായനക്കാർക്ക് മുന്നിൽ സമർപ്പിക്കുന്നു. സ്വീകരിച്ചാലും.

സ്നേഹപൂർവ്വം,

മേരി അലക്സ് (മണിയ)

വായനക്കാർ അറിയുവാൻ,

ജനനം	:1946 ഡിസംബർ 4,
മാതാപിതാക്കൾ	:കോട്ടയം, പാമ്പാടി, ഇലഞ്ഞിത്തറ. ശ്രീ ഇ.റ്റി.കുര്യൻ, (Late) ശ്രീമതി അക്കമ്മ കുര്യൻ,(Late)
സഹോദരങ്ങൾ	:(Late) ശ്രീ തോമസ് കുര്യൻ.ഇലഞ്ഞിത്തറ, ശ്രീ.ഇ.കെ.മാണി, ഇലഞ്ഞിത്തറ, പാമ്പാടി, ശ്രീമതി. അന്നമ്മ ജേക്കബ്, തുമ്പമൺ, ശ്രീമതി. റേച്ചൽ തോമസ്, കാലിഫോർണിയ, ശ്രീമതി. റിബേക്കാ ചെറിയാൻ, വെല്ലൂർ, ശ്രീമതി.സൂസി ബാലു പുന്നൂസ്, ചെന്നൈ, ശ്രീമതി. മോനി സാറാ റോണി,ചെന്നൈ.
വിദ്യാഭ്യാസം സി എം കോളേജ്.കോട്ടയം.	:എം ജി എം ഹൈസ്കൂൾ, പാമ്പാടി, ബി
ഔദ്യോഗിക മേഖല	:1966 – ൽ ഡിഗ്രി സമ്പാദനത്തിനു ശേഷം വെല്ലൂർ ക്രിസ്റ്റ്യൻ മെഡിക്കൽ കോളേജ് ഹോസ്പിറ്റലിന്റെ എൻറോ വൈറസ് റിസേർച്ച് ഡിപ്പാർട്ട് മെന്റിൽ റിസേർച്ച് അസിസ്റ്റന്റ് ആയി ജോലി നോക്കിയിട്ടുണ്ട്. 1968 – ൽ കേരളാ ഗവൺമെന്റിന്റെ എൻ സി സി ഡിപ്പാർട്ട്മെന്റിൽ പി എസ് സി നിയമനം വഴി എൽ ഡി ക്ലർക്കായി ജോലിയിൽ പ്രവേശിച്ച്, 2001 ഡിസംബറിൽ മാനേജർ (ഗസറ്റഡ്) തസ്തികയിൽ വിരമിച്ചു.
കുടുംബം	:ഭർത്താവ്.കോട്ടയം തിരുവഞ്ചൂർ, പുളിക്കപ്പറമ്പിൽ ശ്രീ പി കെ അലക ്സാണ്ടർ, തിരുവഞ്ചൂർ ജുവനൈൽ ഹോം സൂപ്രണ്ട്.(ഗസറ്റഡ്) റിട്ടയർഡ്.

മക്കൾ   :സോണി,ടോണി എന്ന് രണ്ടാൺമക്കളും
റോണി, എന്ന ഒരു പെൺകുട്ടിയും.
മൂവരും വിവാഹിതരായി
കുടുംബസമേതം യഥാക്രമം യു എസ്
എ, യു.കെ, ന്യൂസിലാന്റ്
എന്നിവിടങ്ങളിൽ ഉദ്യോഗസംബന്ധമായി
താമസം.ആറ് കൊച്ചുമക്കൾ.എല്ലാവരും
അതാതു രാജ്യങ്ങളിൽ വിദ്യാഭ്യാസ
മേഖലയിൽ വ്യാപരിക്കുന്നു.

എന്ന്,

സ്നേഹപൂർവ്വം,

മേരി അലക്സ് (മണിയ)

പുളിക്കപ്പറമ്പിൽ വീട് തിരുവഞ്ചൂർ പി.ഒ തിരുവഞ്ചൂർ

കോട്ടയം-686019 മാർച്ച് 2022

ഫോൺ:9495083248

അവതാരിക

കുട്ടികൾക്കു വേണ്ടി എഴുതിയ അഞ്ചു കഥകളുടെ സമാഹാരമാണ് "കൂടു വിട്ട കൂട്ടുകാരൻ." കുട്ടികളുടെ സാഹിത്യത്തിൽ പ്രഥമസ്ഥാനം കഥകൾക്കുതന്നെയാണു. കഥ കേൾക്കുവാനും വായിക്കു വാനും സ്വതേതല്പരരാണു ബാലികാബാലന്മാരും ശിശുക്കളും. കഥാശ്രവണകൗതുകം വിദ്യാഭ്യാസ ത്തിന്റെ അടിത്തറയാണ്.

കുട്ടികളുടെ ഹൃദയം ഗ്രഹിച്ച് അവർക്ക് രസിക്കുന്ന കഥ എഴുതുവാൻ ശിശുമനശ്ശാസ്ത്രം അല്പമെങ്കിലും മനസ്സിലാക്കിയിട്ടുള്ളവർക്കേ സാധിക്കു. കുട്ടികളുടേത് ഒരു പ്രത്യേക ലോകമാണ്, സങ്കല്പയാഥാർത്ഥ്യങ്ങളുടെ അതിർ വരമ്പുകളില്ലാത്ത ലോകം. ആ ലോകത്തിനിണങ്ങുന്നതായിരിക്കണം അവർക്കു വായിക്കുവാനുള്ള കഥകളും കഥകളിൽ സദുപദേശം മുഴച്ചുനില്ക്കണമെന്നില്ല. എന്നാൽ, കഥയുടെ കാതൽ അതായിരിക്കുകയും വേണം .

"നാമിങ്ങറിയുവതല്പം – എല്ലാം ഓമനേ ദൈവസങ്കല്പം"
എന്ന വലിയ ഒരാശയം എത്ര ലളിതമായി കുമാരനാശാൻ പറഞ്ഞിരിക്കുന്നു! അതുപോലെ വലിയ ചിന്തകൾ ലളിതമായി പറയുവാൻ സാധിക്കണം.

ഈ കഥാസമാഹാരത്തിലെ എല്ലാ കഥകളും തന്നെ കുട്ടികളുടെ ലോകത്തിന്റേയും സങ്കല്പത്തിന്റേയും അനുഭവങ്ങളുടെയും ചിത്രീകരണങ്ങളാണ്. പ്രയത്നത്തിന്റെ പ്രാധാന്യവും അന്യരുടെ ചൂഷണവും ആദ്യത്തെ കഥയിൽ ഭംഗിയായി ആഖ്യാനം ചെയ്യുന്നു. കുട്ടികളുടെ

ജന്തുസ്നേഹത്തിന്റെ കഥയാണു രണ്ടാമത്തേത്. മൂന്നിൽ സത്യത്തിന്റെ മഹത്ത്വമാണണുൽഘോഷിക്കുന്നതു്, അങ്ങനെ ഓരോ കഥയും ആദർശസുന്ദരമായ ചിന്തകൾ അങ്കുരിപ്പിക്കുന്നവയാണു്. ലളിതമായ പ്രതിപാദനവും അവയുടെ ആകർഷകത്വം വർദ്ധിപ്പിക്കുന്നു. കഥാകാരിക്കു സകല വിജയങ്ങളും ആശംസിക്കുന്നു.

പ്രൊഫ. സി. ജെ. മണ്ണുമ്മൂട്

അവതാരിക

കഥ മരിക്കുകയാണെന്ന ചിന്ത ആധുനിക കാലഘട്ടത്തിൽ വളരെ കൂടുതൽ വ്യാപിച്ചിട്ടുണ്ട്. യഥാർഥത്തിൽ കഥ മരവിച്ചിരിക്കുകയാണെന്നു പറയാം. കഥാ സാഹിത്യത്തിനു മരണമില്ല. കഥയെന്ന വീക്ഷണത്തിൽ ഉൾക്കൊള്ളിക്കാവുന്ന ഉത്തമമായ എന്തും ലോകസാഹിത്യമുള്ളിടത്തോളം കാലം നിലനില്ക്കും. മലയാളത്തിൽ ചെറുകഥയ്ക്കുണ്ടായ അപചയം വായനക്കാരുടെ ഇഷ്ടാനിഷ്ടങ്ങളിൽ നിക്ഷിപ്തമാണെന്ന ആരോപണത്തിൽ യാതൊരു കഴമ്പുമില്ല 'മുളയിലേ നുള്ളിക്കളയണം' എന്ന ചൊല്ലും മിക്കവാറും സാഹിത്യരംഗത്തും നടപ്പിലാക്കുന്നതിന്റെ ഉത്തരവാദിത്വത്തെപ്പറ്റി പ്രസാധകന്മാരും മാധ്യമങ്ങളും പറയട്ടെ മുളച്ചത് തുളസിയോ ചന്ദനമോ തൊട്ടാവാടിയോ തുമ്പയോ കളയോ എന്നു നോക്കാതെ വേരോടെ പിഴുതുകളയുന്ന ഏർപ്പാടും ഒന്നൊന്നര ദശകങ്ങൾകൊണ്ടു് ഇവിടെ നിത്യസംഭവമായി. പിന്നെ കഥയുടെ കഥയിൽ പരിതപിച്ചിട്ടെന്തു കാര്യം? ഗോത്രവും വർഗ്ഗവും കൊടിയ ടയാളവും വേർതിരിച്ചുള്ള സമ്പ്രദായം എത്രയോ നല്ല കഥകൾക്കു മങ്ങൽ ഏൽപ്പിച്ചിട്ടുണ്ടായിരിക്കണം !

കഥ സാർവ്വലൗകികമാണ്. ലോക സാഹിത്യത്തിൽ ഇത്രയധികം സ്വാധീനം ചെലുത്തിയിട്ടുള്ള മറ്റു സാഹിത്യരൂപങ്ങൾ നന്നേ ചുരുക്കം. മുത്തശ്ശിക്കഥകൾ, യക്ഷിക്കഥകൾ, നാടോടിക്കഥകൾ, പഞ്ചതന്ത്ര കഥകൾ, ഈസോപ്പു കഥകൾ, അറബിക്കഥകൾ എന്നിങ്ങനെ പല രൂപത്തിലുള്ള കഥകൾ പഴങ്കഥകളിൽ (ഠമഹല)പ്പെടുന്നു. എന്നാൽ ആധുനിക കഥകൾക്കു മേൽപ്പറഞ്ഞ കഥകളുമായി യാതൊരു വിധത്തിലുള്ള ജാതക സാമ്യവുമില്ല. സോമർസെറ്റ് മോവിന്റെ അഭിപ്രായത്തിൽ ആധുനിക പത്രപ്രവർത്തനത്തിന്റെ സന്തതിയത്രേ ചെറുകഥ (ടവ്യ്ട ടച്യ്).

ചെറുകഥയുടെ ഭാവരൂപം പരിഷ്കരിച്ച ലക്ഷണമൊത്ത ചെറുകഥകൾ നിർമ്മിച്ച നഥാനിയൽ ഗാത്തോണിന്റെയും എഡ്ഗാർ അല്ലൻപോയുടെയും മാർഗ്ഗത്തിലൂടെ പാശ്ചാത്യ ചെറുകഥാപ്രസ്ഥാനം വികസിച്ചു. മോപ്പസാങ്, ആൻറൺ ചെക്കോവ് തുടങ്ങിയ കരുത്തുറ്റ കഥാകാരന്മാരെ ലോകം കണ്ടു. ഒരു നോവലിന്റെ സൃഷ്ടിക്കു് ദീർഘവും ബൃഹത്തുമായ സംഭവഗതികളാണ് വേണ്ടതെങ്കിൽ ചെറുകഥയ്ക്ക് ജീവിതത്തിലെ ഓരേടോ, രംഗമോ, മുഹൂർത്തമോ മതിയാകും. ഹഡ്സന്റെ വിശകലനത്തിൽ ഒറ്റയിരുപ്പിൽ വായിച്ചു തീർക്കാവുന്ന കഥയാണ് ചെറുകഥ.

"ചെറുകഥയിൽ ഒരു സംഭവമേ കേന്ദ്രീകരിക്കാവൂ. അതും ഋജുവും ഹ്രസ്വവുമായിരിക്കയും വേണം. ഉപകഥകൾക്കു് അവിടെയെങ്ങും സ്ഥാനമില്ല. ചെറുകഥാകാരന്റെ ഹൃദയം വികാരോഷ്മളമാ യിരിക്കണം.

അതേ സമയം അദ്ദേഹത്തിനു് ആത്മസംയമനം വേണം. ആ മാനദണ്ഡം വച്ച് നോക്കുമ്പോൾ കുറേകൂടി കേന്ദ്രീകരണവും ആത്മ നിയന്ത്രണവുമുണ്ടായാൽ ചെറുകഥ ഒരു ഭാവഗീതമായി പരിണമിക്കുന്നതാണ് പത്തു പേരെകൊണ്ടു നോവൽ എഴുതുവാൻ സാധിക്കും. അവരിൽ ഒരാൾക്കു പോലും ഒരു നല്ല ചെറുകഥ എഴുതുവാൻ പ്രയാസമുണ്ടു്, കഥാ സാഹിത്യത്തെക്കുറിച്ച് കേരള സാഹിത്യ ചരിത്രകാരനായ മഹാകവി ഉള്ളൂരിന്റെ അഭിപ്രായമാണിത് ഇന്നത്തെ പശ്ചാത്തലത്തിലും ഈ നിഗമന ത്തിനു തന്നെയാണ് മൂല്യം; പലരും മാനിക്കുന്നില്ലെങ്കിലും .

മലയാള സാഹിത്യചരിത്രത്തിൽ ചെറുകഥയ്ക്ക് അമേയമായ സ്ഥാനമുണ്ടു്. ചെറുകഥാ പ്രസ്ഥാന ത്തിന്റെ അരുണോദയത്തിലെ വക്താക്കളായിരുന്ന വേങ്ങയിൽ കുഞ്ഞിരാമൻ നായരും ഒടുവിൽ കുഞ്ഞിക്കൃഷ്ണ മേനോനും അമ്പാടി നാരായണപൊതുവാളും എം.ആർ.കെ.സി.യും.എം.രാമുണ്ണിനായരും (സഞ്ജയൻ) ഇ. വി. കൃഷ്ണപിള്ളയും മലബാർ കെ.സുകുമാരനും എന്നു് ഉള്ളൂർ വ്യക്തമാക്കിയിട്ടുണ്ടു്. എം.പി പോളിന്റെ ചെറുകഥാ പ്രസ്ഥാനത്തെ സംബന്ധിച്ച ഉപന്യാസങ്ങളിൽ വിഷയഭേദത്തെ ആസ്പദ മാക്കി പ്രവൃത്തി, സ്വഭാവം, വസ്തുസ്ഥിതി എന്നിങ്ങനെ മൂന്നിനങ്ങളിലായി ചെറുകഥയെ വ്യവഛേദി ക്കുന്നു നിരൂപണം ഗുണദോഷവശങ്ങളെ സമർത്ഥിക്കുമെങ്കിലും പുതിയ സൃഷ്ടികൾക്കു് കാരണമാകു ന്നില്ലല്ലോ സാഹിത്യശാഖകളെ സംബന്ധിച്ച് കളരികൾ നടത്തുമ്പോലെ.

യഥാർത്ഥത്തിൽ മലയാള ചെറുകഥയുടെ സുവർണ്ണഘട്ടമെന്നു വിശേഷിക്കപ്പെടാവുന്നത് രണ്ടാം തലമുറ യുടെ ആവിർ ഭാവത്തോടെയാണ്, കേശവദേവ്, തകഴി, പൊൻകുന്നം വർക്കി, എസ് കെ പൊറ്റക്കാടു്, വെട്ടൂർ രാമൻ നായർ, ലളിതാംബിക അന്തർജനം, ഉറൂബ്, തികച്ചും ഒറ്റയാനായ കാരൂർ എന്നിവരെല്ലാം രണ്ടാം തലമുറയിലെ പ്രണേ താക്കളാണെന്നു സി.പി ശ്രീധരൻ പറയുന്നുണ്ടെങ്കിലും (ഇന്നത്തെ സാഹിത്യകാരന്മാർ) അവർക്കു് തുല്യമായിത്തന്നെ നില്ക്കുന്ന പ്രതിഭകൾ തന്നെയാണ് മലയാറ്റൂർ രാമകൃഷ്ണനും, എ.ടി.വാസുദേവൻ നായരും , പാറപ്പുറവും, പുതൂർ ഉണ്ണികൃഷ്ണനും, നന്ദ നാറും മറ്റും. ടൈറ്റിലിനും എഴുത്തുകാർക്കും 'മുഖവില' കല്പിക്കാതിരിക്കുകയാണെങ്കിൽ സർഗവൈഭ വമുള്ള ലക്ഷണമൊത്ത കുറേപ്പേർ കൂടിയുണ്ടു്.

മൂന്നാം തലമുറയെ പുരസ്കരിക്കുമ്പോൾ പൊതുവേ ഗ്ലാനി മൂടിയ അരങ്ങാണ്, അനുഭവവേദ്യ ത്തിന്റെ കുറവോ അലസമനോഭാവമോ ശൈലിയുടെ ദുർഗ്രാഹ്യതയോ എന്തോ ഇടക്കാലത്ത് അത്യന്താ ധുനികതയുടെ ചുടുകാട്ടിൽ കുരുതി കഴിക്കേണ്ടിവന്ന ഗതികേടാണ് ചെറുകഥയ്ക്കുണ്ടായത്. നോവ ലിന്റെ കൂലം കുത്തിയുള്ള ഒഴുക്കിൽ

ചെറുകഥയുടെ നെടുംതൂണുകൾക്കും ശൈഥില്യം ഭവിക്കും. കേരളത്തിന്റെ എല്ലാപരിതഃസ്ഥിതികളെയും കണക്കിലെടുത്താൽ ഇവിടെ വിഷയങ്ങൾക്കോ അനുഭവ ങ്ങൾക്കോ ദാരിദ്ര്യമുണ്ടോ? പിന്നെവിടെയാണ് തകരാറ്?

കഥാകാരി എന്ന നിലയിൽ ഇതിനകം പ്രശസ്തയായ മണിയ എഴുതിയ ഏഴു ചെറുകഥകളാണ് ഈ കഥാസമാഹാരത്തിൽ . ആകപ്പാടെ മനോവ്യാപാരബദ്ധമാണെങ്കിലും സ്വതഃസിദ്ധമായ ശൈലികൊണ്ട് ഒരോ കഥയും വ്യത്യസ്തത പുലർത്തുന്നു. അമ്മായിയമ്മയുടെ മുൻവിധികൾ (ജ്വല ഈീരലുശേീ) അടിസ്ഥാനരഹിതമാണെന്നു സ്വയം മനസ്സിലാക്കുന്ന കഥയാണ് 'നിറമുള്ള നിമിഷങ്ങൾ', കാലദൈർഘ്യ ത്തിനു വേണ്ടി 'അങ്ങനെ എത്രയോ പകലുകൾ എത്രയോ രാവുകൾ' എന്നിങ്ങനെയുള്ള പ്രതിപാദനം തുടക്കത്തെയും ഒടുക്കത്തെയും തമ്മിൽ ഘടിപ്പിക്കുവാനുള്ള ചതുരതകൂടിയാണ്. ഒരു ബൊമ്മയുടെ ചിന്തകളാണ് 'എനിക്കു ഞാൻ മാത്രം' എന്ന കഥ കന്യകയുടെ പ്രതീകമായ ബൊമ്മ നിത്യജീവിതത്തിൽ സ്പർശിക്കുന്ന രൂപം തന്നെ. അടുത്തത് ഒരു കാക്കപ്പുള്ളിയുടെ പ്രശ്നത്തിൽ നീറിപ്പുകഞ്ഞു അവ സാനം തണുക്കുന്ന സംഭവാവിഷ്കരണം ഒരു പക്ഷെ എല്ലാക്കാലത്തും തുടർന്നുപോരുന്നതായിരിക്കാം 'നിഴലുകൾ വർണ്ണങ്ങളിൽ' സുഷമയുടെ കൗമാര സ്വപ്നങ്ങൾ ചെറുപ്പക്കാരന്റെ നിഴലിൽ വർണ്ണം പകരുന്നവയായി. അതിന്റെ ഭീകര ചിത്രം മൂടിവെച്ചത് എന്തിനെന്നു സംശയിക്കാമെങ്കിലും ആപത്തില്ലല്ലോ എന്നസന്തുഷ്ടി അനു വാചകനിലുളവാകും. ചില്ലറ സൗന്ദര്യപ്പിണക്കത്തിന്റെ പേരിൽ ഭർത്താവിൽ നിന്നും അകലേണ്ടിവന്ന ഭാര്യയുടെ നഷ്ട വസന്തങ്ങൾ, സഹോദര പുത്രിക്കു വിവാഹാശംസ നേരുമ്പോൾ ഓർമ്മയുടെ പുഷ്പകാലം വിടർത്തുന്നു. അഹംഭാവം നിമിത്തം മുറച്ചെറുക്കനുൾപ്പെടെ പലരെയും നിരാകരിക്കുന്ന മാലിനിക്ക് കടിഞ്ഞാണില്ലാത്ത മനസ്സാണ്. അവളെ കൊണ്ടെത്തിച്ചത് ഇടത്തരം ജീവിത ത്തിലേക്ക് അന്ധത ഇവിടെ സമമായി പങ്കുവെക്കപ്പെടുന്നു. അവളുടെ മനസ്സിനും ഭർത്താവിന്റെ കണ്ണിനും. ആവേശഭരിതയായ ഒരു പെൺമൂർഖന്റെ ജീവിത സാഫല്യത്തിന്റെ ദംശനകഥയാണ് അവ സാനം. മാനസികാപഗ്രഥന സിദ്ധാന്തമനുസരിച്ചുള്ള പ്രത്യേകതയും ഇതിൽ ദർശിക്കാവുന്നതാണ്.

ഒരോ കഥയുടെയും കേന്ദ്രബിന്ദുക്കൾ വ്യത്യസ്തങ്ങളാകയാൽ കഥാചിത്രീകരണത്തിന് സ്വഭാവികത നഷ്ടപ്പെടുന്നില്ല പാരായണ ക്ഷമതയുണ്ടുതാനും. എങ്കിലും സംഘർഷവും വൈരുദ്ധ്യവും നിറഞ്ഞ ജീവിതഗന്ധിയായ മറ്റനേകം ചുറ്റുപാടുകൾ ഉണ്ടായിരിക്കെ, അവയിലും കഥാനുഗായികയ്ക്കു കണ്ണോടിക്കാമല്ലോ?. അവസരങ്ങൾ ഇ നിയുമുണ്ടെന്ന പ്രതീക്ഷ അസ്ഥാനത്താവില്ല.

ചെറുകഥയ്ക്കു നല്ലൊരുത്തരായനം സമാഗമമാകുമെന്ന ശുഭാപ്തിവിശ്വാസമെനിക്കുണ്ടു്. കാലദോഷത്തിനു പരിഹാരം കാണേണ്ട ബാധ്യത വരുംതലമുറയ്ക്കാണ്. മണിയയുടെ ഈ കഥാസമാ ഹാരം സ്നേഹാദരപൂർവ്വം സഹൃദയ സന്നിധിയിൽ നിവേദിക്കട്ടെ.

1163 വൃശ്ചികം 14

കോട്ടയം

ആർ. ശ്രീകുമാർ വർമ്മ

അവതാരിക

തനിക്ക് പരിചിതമായ ജീവിത മേഖലകളിലെ മനുഷ്യ ബന്ധങ്ങളും, സംഘർഷങ്ങളും, മോഹങ്ങളും, വേദനകളും സന്തോഷവുമൊക്കെയാണ് മണിയയുടെ കരുക്കൾ. പറയാനൊരു കഥയുണ്ടാവുകയും അത് പറയേണ്ട വിധം പറയുകയും ചെയ്യുന്ന, ആധുനിക സാഹിത്യശൈലിക്ക് നിരക്കാത്തതാണെന്ന ധാരണയൊന്നും മണിയക്കില്ല. അനു വാചക ഹൃദയങ്ങളിൽ അനുഭവത്തിന്റെ അനുരണനമുണ്ടാക്കുന്ന തിലാണ് സാഹിത്യ സൃഷ്ടിയുടെ മേന്മ സ്ഥിതി ചെയ്യുന്നതെന്നു വിശ്വസിക്കുന്ന ഒരെഴുത്തുകാരിയുടെ മുദ്ര 'അവളുടെ നാട് ' എന്ന ഈ സമാഹാരത്തിലെ ഓരോ കഥയിലും പതിഞ്ഞതായിക്കാണാം,

സമൂഹത്തിനു ദ്രോഹം ചെയ്യാത്ത വിധം, എന്തു വേഷം കെട്ടിയും ഉപജീവനം നടത്തുന്ന പാവ പ്പെട്ടവരുടെ ലോകത്തിലേക്കാണ് 'അവളുടെ നാട് ' എന്ന കഥ വായനക്കാരെ കൈപിടിച്ചു കൂട്ടി ക്കൊണ്ടു പോവുന്നത്. രാമയ്യൻ എന്ന തമിഴ് കൂലിവേലക്കാരൻ, അവശനായപ്പോൾ രാമൻ എന്ന കുര ങ്ങിനെ നിരത്തിൽ നടത്തി കളിപ്പിച്ച് തന്റെയും രണ്ടു പെൺമക്കളുടെയും ഉദരപൂരണം നടത്താൻ ശ്രമിച്ചു. ആ സംരംഭം വിജയിക്കില്ലെന്നു കണ്ടപ്പോൾ,യൗവനത്തി ലേക്കു കാലൂന്നുന്ന അന്നത്തായിയെയും ചിന്നത്തായിയെയും, ആട്ടക്കാരികളായും, രാമന്റെ കൂടെ നിരത്തിലിറക്കി. ഒടുവിൽ തെരുവുഗുണ്ടകളുടെ ചതിയിൽ കുടുങ്ങി ആ ജീവിതങ്ങൾ നശിച്ചു.

യുവത്വത്തിന്റേയും, ദാമ്പത്യത്തിന്റേയും സ്വപ്നങ്ങൾ വിധിയുടെ ഒളിയമ്പേറ്റു വീഴുന്നതാണ്, 'സ്റ്റെല്ല മേരി ഡിക്രൂസ്', 'മോഹം മോഹഭംഗം' എന്നീ കഥകളുടെ പ്രമേയം. പ്രലോഭനങ്ങൾക്കടിമപ്പെട്ടു കടമ മറന്ന വീട്ടു മൃഗത്തെ 'കാമിനിയുടെ കണ്ണുനീരിൽ' ചിത്രീകരിക്കുന്നു. അതു കർത്തവ്യത്തിന്റെ പാത വിട്ടു നീങ്ങുന്ന മനുഷ്യന്റെ കഥയു മാവാം.

പൊങ്ങച്ചങ്ങളേയും വ്യാമോഹങ്ങളിലൂന്നിയ ഊഞ്ഞാലാട്ടങ്ങളെയും കളിയാക്കാനും, വെറും നർമ്മബോധത്തിന്റെ അലകളിളക്കിവിടാനും മണിയയുടെ തൂലികക്ക് സാധിക്കുമെന്നും തെളിയിക്കുന്ന വയാണ് ഈ സമാഹാരത്തിലെ മറ്റു കഥകൾ.

ഒരിടത്തും കടും ചായമുപയോഗിക്കാതെ അതിഭാവുകത്വത്തിലേക്കെടുത്തു ചാടാതെ ജീവിത ത്തിന്റെ ഇളം ചൂടും നറുമണവുമുള്ള കഥകൾ കൊണ്ട് വായനക്കാരുടെ അനുഭൂതി മണ്ഡലത്തെ ധന്യമാ ക്കുന്നതിൽ വലിയൊരളവു വിജയം നേടിയ എഴുതിത്തെളിഞ്ഞ കഥാകൃത്തെന്ന സ്ഥാനം മണിയയ്ക്ക് അവകാശപ്പെട്ടതാണ്. അതു തെളിയിക്കുന്ന ഈ ചെറുകഥാസമാഹാരം

സഹൃദയ സമക്ഷം അവതരിപ്പിക്കാൻ എനിക്കു് അഭിമാനമുണ്ട്. ഈ രംഗത്ത് ഇനിയു മിനിയും നേട്ടങ്ങളുണ്ടാക്കാനും അംഗീകാരം നേടാനും മണിയയ്ക്കു കഴിയുമാറാകട്ടെ എന്നു് ഞാൻ ഹൃദയപൂർവ്വം ആശംസിക്കുന്നു.

ടി.കെ. ജി. നായർ

താളുകൾ മറിക്കുമ്പോൾ

Contents

1.പുള്ളിപ്പിടയുടെ നെൽകൃഷി

രാജുമോനു് പുള്ളിപ്പിടയോടാണു് കൂടുതലിഷ്ടം, അവളുടെ കുണുങ്ങിക്കുണുങ്ങിയുള്ള നട ത്തവും തല ചരിച്ച നോട്ടവും ചുണ്ടിന്റെ ചുവപ്പും എല്ലാം അവനെ ആകർഷിച്ചിട്ടുള്ള സംഗതികളാണ്. ചിലപ്പോഴൊക്കെ അവൻ നെല്ലോ, അരിയോ, ഗോതമ്പോ ഒക്കെ വാരിവാരി കൊടുക്കും. ഒരു ദിവസം രാജുമോൻ അവൾക്കു ഒരുപിടി നെല്ല് വാരിക്കൊടുത്തു. അമ്മ കണ്ടാൽ തല്ലും. അളന്നു പത്തായത്തിലാ ക്കാൻ വേണ്ടി കൊയ്തു മെതിച്ച് ഉണക്കിയിട്ടിരിക്കുന്ന നെല്ല്,

പുള്ളിപ്പിട ഓർത്തു: 'ഇപ്പോഴെനിക്കിതാവശ്യമില്ല. എന്റെ വയർ നിറഞ്ഞിരിക്കുകയാണ്. ഇവിടെ ക്കിടന്നാൽ മററു കോഴികൾ കൊത്തിപ്പെറുക്കിത്തിന്നും. അവർ കാണാതെ വല്ലത്തും ഒളിച്ചുവെച്ചാൽ നാളെ ഉപയോഗിക്കാം.' അവൾ മററാരും കാണാതെ കുറേശെക്കുറേശ്ശേ കൊത്തിക്കൊണ്ടുചെന്നു് അധിക മാരും കടന്നുചെല്ലാത്ത ഒരു മറവിൽ മണ്ണു ചികഞ്ഞു ഒളിച്ചുവെച്ചു.

പുള്ളിപ്പിട അവൾ ഒളിച്ചുവെച്ച നെല്ലിന്റെ കാര്യം മറന്നുപോയി. മഴ കാരണം രണ്ടു ദിവസം പുറ ത്തിറങ്ങാനും കഴിഞ്ഞില്ല. മൂന്നാം ദിവസം രാവിലെ രാജുമോന്റെ അമ്മ എറിഞ്ഞുകൊടുത്ത പതിർ കണ്ട പ്പോഴാണു പുള്ളിപ്പിട നെല്ലിന്റെ കഥ ഓർത്തതു. അപ്പോൾത്തനെ അവൾ അങ്ങോട്ടോടി. കണ്ടപ്പോൾ അന്തം വിട്ടുപോയി. നെല്ല് മുഴുവൻ കിളിർത്തിരിക്കുന്നു. നാമ്പെടുത്തുവരുന്ന ഞാറുകൾ, ഒട്ടുനേരം അവൾ ചിന്തിച്ചുനിന്നു. ഇതു വളർന്നാൽ കതിർ വയ്ക്കും, കതിർ വിളഞ്ഞാൽ കൊയ്തെടുക്കാം. അവൾ ആഹ്ലാദം കൊണ്ടു തുള്ളിച്ചാടി. ദിവസം ഒരു നേരമെങ്കിലും അവൾ നെല്ലിനടുത്തെത്തും. കൃഷിക്കാർ വയലിൽ നിലമിളക്കുന്നതും വളം ചേർക്കുന്നതും അവൾ കണ്ടിട്ടുണ്ട്. പുള്ളിപ്പിടയും കുഞ്ഞുങ്ങളും നെല്ലിനിട കൊക്കുകൊണ്ടും നഖം കൊണ്ടും ചികഞ്ഞിളക്കി. ചപ്പു ചവറുകളും ചാണകവും മറ്റും വളമിട്ടു.

പുള്ളിപ്പിടയുടെ നെല്ല് നാൾക്കുനാൾ തഴച്ചുവളർന്നു. അവരുടെ സന്തോഷം പറഞ്ഞറിയിക്കാൻ വയ്യ. അവൾ നെൽച്ചെടികൾക്കു ചുറ്റും നൃത്തം ചവുട്ടി,

അങ്ങനെയിരിക്കെ രാജുമോന്റെ വീട്ടിലെ ആടു പെറ്റു. ഓമനയായ ഒരു വെളുത്ത ആട്ടിൻ കുട്ടി. അതു അ ല്പനേരം തള്ളയുടെ പാൽ നുകരും

, പിന്നെ അങ്ങോട്ടുമിങ്ങോട്ടും ഓടിനടക്കും. അതു ചെന്നുപെടാത്ത സ്ഥലമില്ല എല്ലാ മുക്കിലും മൂലയിലും അതു ചെന്നത്തും .

ഒരു ദിവസം നെല്ലിനടുത്തിയപ്പോൾ കണ്ട കാഴ്ച, പുള്ളിപ്പിടയെ നടുക്കി, ആട്ടിൻകുട്ടി അവളുടെ നെല്ലിന്റെ ഇളം തളിരുകൾ നുണഞ്ഞിറക്കാൻ ശ്രമിക്കുന്നു. അവൾ തടഞ്ഞു .

ആട്ടിൻകുട്ടി തിരിഞ്ഞുനോക്കി, കലികൊണ്ടു നില്ക്കുന്ന പുള്ളിപ്പിട. അവൻ ഓടാൻ ഭാവിച്ചു. പുള്ളിപ്പിട പറഞ്ഞു:

ആട്ടിൻകുട്ടി ! നീയവിടെ നിൽക്കൂ. ഞാനൊരു കാര്യം പറയട്ടെ.

ആട്ടിൻകുട്ടി ചെവി രണ്ടും പൊക്കിപ്പിടിച്ചുനിന്നു. പുള്ളിപ്പിട തുടർന്നു:

"നോക്കൂ, ഈ നെല്ലില്ലേ, നീയിപ്പോൾ തിന്നാൻ തുടങ്ങിയതു്. അതു ഞാൻ വളർത്തിയതാണു , നീ മാത്രമേ ഇതു കണ്ടിട്ടുള്ളു, ഇന്നു മുതൽ നീയും ഞാനും ചങ്ങാതികളാണു്, നീ കുറെ ക്ഷമ കാണിച്ചാൽ നമുക്കു രണ്ടു പേർക്കും ഇത് ഉപകാര പ്രദമാക്കാം, ഇപ്പോൾ നെല്ല് വളർന്നിരിക്കുന്നു. കുറെ കഴിയു മ്പോൾ പൂക്കും, കതിർവെക്കും പിന്നെ അത് വിളയും. കതിർ വിളഞ്ഞാൽ നെല്മണി എനിക്കു തിന്നാം, വൈക്കോൽ നിനക്കുമാകും, എന്താ?"

ആട്ടിൻകുട്ടി സമ്മതിച്ചു. അവർ ചങ്ങാതികളായി. ദിവസവും ഒരു നേരമെങ്കിലും രണ്ടുപേരു മൊത്തു നെൽ ചെടികൾക്കടുത്തു വരും, നെല്ലിന്നിടയിലെ കളകൾ പറിച്ചു കളയും. നെല്ലിലിരിക്കുന്ന പുഴുക്കളെ നശിപ്പിക്കും, നോക്കി നോക്കിയിരിക്കെ ഒരു ദിവസം അവർ കണ്ടു, നെല്ല് പുത്തിരിക്കുന്നു. ആഹ്ലാദംകൊണ്ടു് അവർ തുള്ളിച്ചാടി. ഓടിച്ചെന്നു് കൂട്ടുകാരെ വിളിച്ചുകൊണ്ടുവന്നു കാണിച്ചാലോ? ഒരുനിമിഷം, പുള്ളിപ്പിട ആലോചിച്ചു. വേണ്ട. താൻ പണിയെടുത്തുണ്ടാക്കുന്നതിനു് അവകാശികൾ മറ്റാരുമല്ല. താൻ തന്നെ, അങ്ങനെ നെല്ലിനു കതിർവന്നു.

പുള്ളിപ്പിട കുഞ്ഞുങ്ങളോട് പറഞ്ഞു

"കുഞ്ഞുങ്ങളെ, എല്ലു മുറിയെ പണിതാൽ പല്ല് മുറിയെ തിന്നാം,വല്ലവരുടേയും ഔദാര്യത്തിനു കാത്തു നിൽക്കാതെ സ്വന്തമായി വേലയെടുത്തു ജീവിച്ചാൽ സുഖമായി വല്ലതും കഴിക്കാം"

നെല്ല് വിളഞ്ഞു. ആട്ടിൻകുട്ടിയും പുള്ളിപ്പിടയും തീരുമാനിച്ചു. "ഇന്നിപ്പോൾ വയർ നിറഞ്ഞിരിക്ക യല്ലേ, നാളെ മുതൽ നമുക്കു വന്നു തിന്നുതുടങ്ങാം. എനിക്കു നെന്മണി, നിനക്കു വൈക്കോൽ." അവർ പിരിഞ്ഞു.

രാജു മോനും കൂട്ടുകാരും മുററത്തു പന്തു കളിക്കുകയായിരുന്നു. രാജുമോൻ ഒറെറഅടി, പന്തു കാട്ടിനുള്ളിലേക്കു ചീറിപ്പാഞ്ഞു. പന്തന്വേഷിച്ച് പുറകെ എത്തിയ രാജുമോന്റെ കണ്ണുകൾ പുള്ളിപ്പിട യുടെ നെൽക്കൂട്ടത്തിലെത്തി. അവൻ വിളിച്ചു പറഞ്ഞു :

'അമ്മേ! ഇങ്ങോട്ടു നോക്കൂ വെളിമ്പറമ്പിൽ നെല്ല് വിളഞ്ഞുകിടക്കുന്നു.'

അമ്മ വിശ്വസിച്ചില്ല. 'നീ നുണ പറയുന്നു. അവിടെ എങ്ങനെ നെല്ലു വിളയും ?

"അമ്മ ഇങ്ങോട്ടു വരൂ. ഞാൻ പറഞ്ഞത് നുണയാണോന്നു നോക്കൂ."

"എങ്കിൽ നീ അതു കൊയ്തുകൊണ്ടുവരൂ. നാലു മണിക്കു് അവലിടിച്ചുതരാം. വൈക്കോലു പശുവിന്റെ മുന്നിലിട്ടേക്കു"

അമ്മ പറഞ്ഞതു കേൾക്കേണ്ട താമസം രാജുമോൻ കത്തിക്കു വേണ്ടി ഓടി.

പിറേന്നു നെല്ലിനടുത്തെത്തിയ പുള്ളിപ്പിടയും ആട്ടിൻ കുട്ടിയും സ്തംഭിച്ചുനിന്നു. അവർ പാടുപെട്ടു വളർത്തിയ നെല്ല് ആരോ കൊയ്തെടുത്തിരിക്കുന്നു.

2.കൂടു വിട്ട കൂട്ടുകാരൻ

പുസ്തകസഞ്ചി വലിച്ചെറിഞ്ഞു് അകത്തേക്കോടി. ഹൊ! എത്ര ദിവസമായി മണിക്കുട്ടനെ ഒന്നു കൈയിലെടുത്തിട്ട്. നശിച്ച പരീക്ഷ. ഈ പരീക്ഷ എന്നൊന്നില്ലായിരുന്നെങ്കിൽ! അല്പസമയം മണിക്കു ട്ടന്റെ അടുത്തൊ ന്നിരുന്നാൽ അമ്മ തുടങ്ങും :

"മോനേ സുരേഷ്! വർഷാവസാനപ്പരീക്ഷയല്ലേ വരുന്നതു, പോയി പഠിക്ക്. നല്ല മാർക്കു വാങ്ങണ്ടേ?"

അച്ഛനാണെങ്കിൽ ചോദിക്കുകയും വേണ്ട. അച്ഛനു് മണിക്കുട്ടനെ എടുക്കുന്നതും ലാളിക്കുന്നതും ഒന്നും ഇഷ്ടമില്ല. കണ്ടാലുടൻ തുടങ്ങും,

'സുരേഷ് ! വാട്ട് യു ആർ ഡൂയിംഗ് ദേർ' (സുരേഷ് ! നീ അവിടെ എന്തു ചെയ്യുന്നു.) 'യു മസ്റ്റ് റിമംബർ യു ആർ ആൻ ഇംഗ്ലീഷ് മീഡിയം സ്റ്റുഡന്റ് യു ഹാവ് ററു വർക്ക് ഹാർഡ്.' (നീ ഒരു ഇംഗ്ലീഷ് മീഡിയം കുട്ടിയാണെന്നു ഓർമ്മവേണം. നല്ലതുപോലെ പരിശ്രമിക്കണം.)

പരിശ്രമം! കുന്തം. ഇംഗ്ലീഷ് മീഡിയത്തിൽ ചേരേണ്ടതില്ലായിരുന്നു. സയൻസും സോഷ്യൽ സ്റ്റഡീസും കണക്കും എല്ലാം ഇംഗ്ലീഷിലൊന്നു പറഞ്ഞുഫലിപ്പിക്കണമെങ്കിൽ എന്തൊരു പാടാണു് ? മലയാളം മതിയായിരുന്നു, മാതൃത്വത്തിന്റെ മാധുര്യമൂറുന്ന ഭാഷ. ഹൃദയത്തിന്റെ അടിത്തട്ടിൽ തിങ്ങിത്തുളു മ്പുന്ന ആശയങ്ങൾ അപ്പാടെ പകർത്താൻ മാതൃഭാഷയ്ക്കു കഴിയുന്നതുപോലെ മറ്റേതിനു കഴിയും. എത്ര സുന്ദരമായ പദങ്ങൾ, കേൾക്കാൻ ഇമ്പമുള്ള, പറയാൻ സുഖമുള്ള പദങ്ങൾ, എന്തുചെയ്യാം അച്ഛനു നിർബന്ധമല്ലേ മകൻ ഐ എ എസ്സൊ, ഐ പി എസ്സൊ ഒക്കെ ആകണമെന്നു,

'അമ്മേ! മണിക്കുട്ടനെവിടെ!'

'ഓാ !മോൻ വന്നോ? ചോദ്യക്കടലാസെവിടെ'

ഓ, ഇനി അതായി. കണക്കായതുകൊണ്ടു് എല്ലാം പറഞ്ഞു ചെയ്യിപ്പിച്ചിട്ടേ ഇനി അമ്മ വിടുള്ളു:

'അമ്മേ! ഞാനിങ്ങു വന്നതല്ലേയുള്ളു. കുറച്ച് കഴിയട്ടെ, മണിക്കുട്ടനെ ഒന്നു നേരാംവണ്ണം കണ്ടിട്ട് എത്ര ദിവസമായി. അവനെവിടെ അമ്മേ ? '

'അവൻ അവിടെവിടെയെങ്കിലും കാണും. വാ, വന്നു കാപ്പി കുടിച്ചിട്ടു പോയാൽ മതി.'

'അമ്മ കാപ്പി എടുത്തോളൂ. ദാ, ഞാനിപ്പത്തന്നെ വന്നേക്കാം.'

സുഖമായ ഉറക്കം. ശ്വാസോച്ഛ്വാസത്തിന്റെ താളാത്മകമായ ശബ്ദം, ക്ഷമ നശിക്കുന്നു. വാരിക്കോരി യെടുത്തു. ഉറക്കത്തിലൊന്നു പതറിയെങ്കിലും തന്റെ മുഖം കണ്ടപ്പോൾ അവനു സന്തോഷമായി. മണിക്കു ട്ടനെ കൈയിലെടുത്തു പിടിച്ച് നിന്നനിൽപ്പിൽ കാപ്പി കുടിച്ചെന്നുവരുത്തി ഒറ്റ ഓട്ടം, ചെന്നുനിന്നതു തൊടിയിലാണു. പാടത്തിന്റെ കരയിലെ തൊടിയിലൂടെ മണിക്കുട്ടനൊരുമിച്ച് നടക്കാനെന്തൊരു ശേലു്.

ഒന്നൊന്നരയാഴ്ചയായി എടുക്കാത്തതിന്റെയും കളിപ്പിക്കാത്തതിന്റെയും പരിഭവമൊക്കെ അവനു തീർന്നെന്നു തോന്നി, അവന്റെ സന്തോഷപ്രകടനങ്ങൾ കണ്ടപ്പോൾ, കവിളിൽ കവിളുരുമ്മുന്നു. മുത്തം വയ്ക്കുന്നു.കഷ്ടം! സംസാരിക്കാൻ കൂടി കഴിഞ്ഞിരുന്നെങ്കിൽ. എങ്കിലവൻ ഏതെല്ലാം വാക്കുകളിൽ അവന്റെ സ്നേഹം പ്രകടമാക്കിയേനെ, സന്തോഷം വിളിച്ചറിയിച്ചേനെ.

മണിക്കുട്ടനെ തോളത്തു വെച്ച് തൊടിയിലൂടെ തുള്ളിച്ചാടി നടക്കുമ്പോൾ മുറ്റത്തു കാർ വന്നു നിൽക്കുന്ന ശബ്ദം കേട്ടു. അച്ഛനായിരിക്കും, എങ്കിലിപ്പോൾ വിളി തുടങ്ങും, കാർ വരാൻ കാത്തുനിൽ ക്കാത്തതിനു ശകാരിക്കും മണിക്കുട്ടനെ കാണാനുള്ള ധൃതിയിൽ ഓടിപ്പോന്നതാണു്. അജിത് കൂട്ടിനുണ്ടാ യിരുന്നതുകൊണ്ടു് ഓടിപ്പോന്നു. പത്തു മിനിട്ടെടുത്തുകാണില്ല വീട്ടിലെത്തി. എന്തിന് കാർ നോക്കി നിൽക്കണം. ഈ അച്ഛന്റെ ഒരു ചിട്ട.

'മോനേ സുരേഷ്! ഇതാരാണു വന്നിരിക്കുന്നതെന്നു നോക്കു്.'

അമ്മയുടെ ശബ്ദം കേട്ടു.

ഓ! തിരുവനന്തപുരത്തെ അങ്കിളും ആന്റിയും കൂട്ടത്തിൽ ആ കുഴഞ്ഞാട്ടക്കാരി പെണ്ണും. എന്താ അതിന്റെ പേരു് ? നീതുവെന്നോ, ഗീതുവെന്നോ? ഓ ! നീതു തന്നെ. ഒരു നല്ല, പേരിടാൻ പററിയില്ലല്ലോ അവർക്കു്, നീതു മലയാളവും ഹിന്ദിയും ഒരുമിച്ച് പറയുന്നതുപോലെ, ഹിന്ദിയിലെ ഏതോ ഒരു നടിയുടെ പേരാണത്രേ.

മര്യാദയ്ക്കു വേണ്ടി അടുത്തു ചെന്നപ്പോൾ കണ്ടു. അച്ഛനും എത്തിയിരിക്കുന്നു. അച്ഛൻ തന്റെ പരീക്ഷയുടെ കാര്യം മറന്നതുപോലെ

തോന്നുന്നു. കാപ്പികുടിക്കിടയിൽ എന്തോ ഗൗരവമുള്ള കാര്യമാണു ചർച്ചചെയ്യുന്നതു. സൈനിക സ്കൂളെന്നു കേട്ടപ്പോൾ ഉള്ളിൽ ഒരു വെള്ളിടി വെട്ടി. കുറച്ചു ദിവസം മുമ്പു് അങ്കിളിന്റെ കത്തു വന്നപ്പോൾ അമ്മയുമായി ആലോചിക്കുന്നതു കേട്ടതാണ്. തന്നെ ഇനി തിരുവനന്തപുരത്തെ സൈനികസ്കൂളിൽ ചേർത്തു പഠിപ്പിക്കണമെന്നു. തന്നെ കൂട്ടിക്കൊണ്ടുപോകാൻ വന്നതാ ണവർ. എന്തൊഴികഴിവു പറയും? മണിക്കുട്ടനെ പിരിഞ്ഞെങ്ങനെ പോകും? മണിക്കുട്ടന് തന്നെ കാണാതെ ഇരിക്കാൻ പറ്റുമോ? താൻ പോയാൽ അവനു കളിക്കൂട്ടാരാണ് ?

അച്ഛനിച്ഛിച്ചതും വൈദ്യൻ കല്പിച്ചതും പാലെന്ന മട്ടിൽ അമ്മ പറഞ്ഞതു കേട്ടപ്പോൾ സന്തോഷിച്ചു.

'സ്കൂൾ അടച്ചതല്ലേയുള്ളു. തുറക്കാറാകുമ്പോൾ കൊണ്ടു പോയാൽ പോരെ?

അച്ഛൻ വിടുന്ന മട്ടില്ല:

'നോ നോ. വാട്ട് ആർ യു സെയിംഗ് (പററില്ല. നീ എന്താണീ പറയുന്നതു്?) അവിടെ ചേരണമെങ്കിൽ ഒരു പരീക്ഷ പാസ്സായിരിക്കണമെന്നറിഞ്ഞുകൂടെ? അതിനു് അവനു വല്ല ട്യൂഷനും കൊടുക്കേണ്ടേ? അവിടെ അതിനു പററിയ ആൾക്കാരുണ്ട്. '

'നീ എന്തിനാണു വിഷമിക്കുന്നത്. അവനവിടെ ഒരു ബുദ്ധിമുട്ടും വരില്ല. നീതുവില്ലേ അവനു കൂട്ടു്.'

അങ്കിൾ അമ്മയെ സമാധാനിപ്പിക്കുകയാണു്.

പററിയ കൂട്ട് തന്നെ, മദാമ്മയെപ്പോലെ ഉടുപ്പും ഇട്ടു് ഇംഗ്ലീഷ് മാത്രം സംസാരിക്കുന്ന ഈ പെൺ കുട്ടിയോടൊത്ത് അവിടെ എങ്ങനെ കഴിഞ്ഞുകൂടും?

'മോനേ സുരേഷ് തിരുവനന്തപുരത്തു് എന്തൊക്കെ കാണാനുണ്ടെന്നോ? ഇവിടെ നിന്നാൽ അതു വല്ലതും കാണാൻ പറ്റുമോ?'

ആന്റിയുടെ വീതം . തന്നെ പ്രോത്സാഹിപ്പിക്കുകയാണു്.

'മ്യൂസിയം, അക്വേറിയം, ബീച്ച്, തുമ്പ, കോവളം , കേപ്പ '

നീതു അമ്മയെ സഹായിക്കുകയാണ്. അമ്പടി, അവളുടെ ഒരു കേപ്പ്. കന്യാകുമാരി എന്നങ്ങു പറഞ്ഞാലെന്താ? കണ്ടിട്ടില്ലെങ്കിലും ഇതെല്ലാം തിരുവനന്തപുരത്തുണ്ടെന്നു തനിക്കറിയാം. താനും സോഷ്യൽസ്റ്റഡീസ് പഠിക്കുന്നവനാണ്.

കാഴ്ചബംഗ്ലാവിന്റേയും കടലിന്റേയും ഒക്കെ കാര്യങ്ങളോർത്തപ്പോൾ പോയാൽ കൊള്ളാമെന്നു തോന്നി. മണിക്കുട്ടനെക്കൂടി കൊണ്ടുപോയാലോ?

'പതുക്കെ അമ്മയുടെ പുറകെ കൂടി:'

'അമ്മേ ! ഞാൻ മണിക്കുട്ടനെക്കൂടി കൊണ്ടു പോകട്ടെ. ഞാൻ പോയാൽ അവനു കൂട്ടാരാണു ?'

'അയ്യോ, സുരേഷ് മോനെ, നീ എന്തു വിഡ്ഡിത്തമാണീ പറയുന്നത്. മണിക്കുട്ടനെ കൊണ്ടുപോ യാൽ നീ സ്കൂളിൽ പോകുമ്പോഴെന്തു ചെയ്യും ? അങ്കിളും ആന്റിയും ജോലിക്കു പോകും. നീതുവും നീയും സ്കൂളിലും. പിന്നെ ആരു നോക്കും അവനെ? '

ശരിയാണ്. മനസ്സില്ലാമനസ്സോടെ ഒരുങ്ങിയിറങ്ങി. അമ്മ കെട്ടിപ്പിടിച്ചുമ്മ തന്നതും അമ്മയുടെ കണ്ണു നിറഞ്ഞൊഴുകുന്നതും കണക്കിലെടുത്തില്ല. മനസ്സ് നിറയെ മണിക്കുട്ടനായിരുന്നു . ഇറങ്ങുമ്പോഴും അമ്മയെ ഓർമ്മിപ്പിച്ചു:

'അമ്മേ, മണിക്കുട്ടനെ നല്ലതുപോലെ നോക്കിക്കൊള്ളണേ '

കാറിലിരിക്കുമ്പോഴും മണിക്കുട്ടന്റെ കാര്യമോർത്ത് വിഷമിച്ചു

'സില്ലി ബോയ് '

നീതു കളിയാക്കി.

ഒരാട്ടു വെച്ചുകൊടുക്കാനാണു തോന്നിയതു. പക്ഷേ, ചെയ്തില്ല. അവളുടെ മമ്മിയും ഡാഡിയു മാണ് ഫ്രണ്ട് സീററിൽ.

അങ്കിളിന്റെ ബംഗ്ലാവിനു തുല്യമായ വീടു കണ്ടിട്ട് ഒരു താല്പര്യവും തോന്നിയില്ല. അടുത്ത ടുത്തു വീടുകൾ. അല്പം സ്ഥലം. മുററമില്ല, തൊടിയില്ല, പാടമില്ല. ഇവർക്കു കുറച്ചു പൂച്ചട്ടികളെങ്കിലും വാങ്ങി

വെച്ചുകൂടേ? ആകെ ക്കൂടി ഒരസ്വസ്ഥത. വിശാലമായ തൊടിയിലൂടെ ഓടി നടക്കാൻ, മണിക്കു ട്ടനെ ഒന്നു കാണാൻ, കൊതി തോന്നി.

രണ്ടു ദിവസത്തിനുള്ളിൽ കിട്ടിയ അമ്മയുടെ കത്തിലെ ഭാഗം വായിച്ചപ്പോൾ കരഞ്ഞുപോകു മെന്നു തോന്നി:

'സുരേഷ് മോനേ ! നീ ഇവിടെ ഇല്ലാത്തതുകൊണ്ടായിരിക്കും മണിക്കുട്ടനും വലിയ മൗനമാണു്. കളിയില്ല, ചിരിയില്ല, പാൽ കുടിക്കുന്നില്ല, യാതൊന്നും കഴിക്കുന്നുമില്ല.'

നീതു അടുത്തു നിന്നു ചിരിക്കുകയാണു:

'നാണമില്ലേ ഈ കുട്ടിക്കു്. ആണാണെന്നു പറഞ്ഞു നടക്കുന്നു. മണിക്കുട്ടൻ പാൽ കുടിക്കുന്നി ല്ലെങ്കിൽ കുട്ടിക്കെന്തൊ?'

ഒരക്ഷരം തിരിച്ചു പറഞ്ഞില്ല. അരിശം വന്നതു കടിച്ചൊതുക്കി. എന്തോ, മണിക്കുട്ടന്റെ ദയനീയ മുഖം കൂടെകൂടെ തെളിഞ്ഞുവരുന്നു. എന്തെങ്കിലും കഴിക്കണമെന്നു തോന്നിയില്ല. കയറിക്കിടന്നു. നീതു വന്നു വിളിക്കുമ്പോൾ ഉറക്കം വരുന്നുവെന്നു പറഞ്ഞു തിരിഞ്ഞുകിടന്നു. മയങ്ങിയപ്പോൾ കണ്ടു മണിക്കുട്ടൻ അങ്ങകലെ പറന്നു പറന്നു പോകുന്നു. ഞെട്ടിയുണർന്നു. പിന്നെ ഇരുളിലേക്കു കണ്ണും നട്ടു കിടന്നു .

രാവിലെ ഉണർന്നു വരുമ്പോഴേ അങ്കിളിനോടു പറഞ്ഞു:

'അങ്കിൾ, എനിക്കു വീട്ടിൽ പോകണം. '

മണിക്കുട്ടനെ സ്വപ്നം കണ്ട കാര്യം മനഃപൂർവം ഒളിച്ചു വെച്ചു. പറഞ്ഞാൽ മൂന്നു പേരും ചേർന്നു കളിയാക്കുമെന്നറിയാം. അങ്കിളിന്റെയും ആന്റിയുടെയും സഹിക്കാം. ആ പത്രാസ്സുകാരിപ്പെ ണ്ണിന്റെ വാക്കുകളാണു സഹിക്കാൻ പാടില്ലാത്തതു്.

നിർബന്ധിച്ചു പറഞ്ഞപ്പോൾ അങ്കിൾ ഡ്രൈവറെക്കൂട്ടി വിട്ടു. കാറിനു സ്പീഡു തീരെയില്ലെന്നു തോന്നി. കയറിച്ചെല്ലുമ്പോൾ അമ്മ അതിശയിക്കും. അച്ഛൻ ശകാരിക്കും. എങ്കിലും മണിക്കുട്ടന്റെ കുരുന്നു മുഖം സന്തോഷം കൊണ്ട് വികസിക്കുമെന്നോർത്തപ്പോൾ അച്ഛന്റെ ശകാരം സാരമാക്കാനില്ല എന്നു കരുതി.

വീട്ടിലെത്തുമ്പോൾ ഭാഗ്യം, അച്ഛൻ ഓഫീസിൽ പോയിക്കഴിഞ്ഞിരിക്കുന്നു. അമ്മ അടുക്കളയിലും. ശബ്ദമു ണ്ടാക്കാതെ. മണിക്കുട്ടന്റെ അടുത്തു ചെന്നു. ഉറക്കമാണോ?

''എന്താ മണിക്കുട്ടാ, നീ പാൽ കുടിക്കാത്തതു ? എനിക്കു പഠിക്കണ്ടേ? ഞാൻ അടുത്തുണ്ടെ ങ്കിലേ നിനക്കു പാൽ കുടിക്കാവോ? ഇനി ഇങ്ങനെ കുറുമ്പു കാട്ടരുതു കേട്ടോ. ഇതാ, ഈ പാൽ കുടിക്കൂ ''

പാവം അമ്മ പാൽ അടുത്തുതന്നെ കരുതിവെച്ചിട്ടുണ്ടു്. സ്പൂണിൽ പാൽ കോരി വായിലടുപ്പിച്ചു. എന്താ മണിക്കുട്ടൻ വായ് തുറക്കാത്തത്? കൈയിലെടുത്തു വായ് തുറപ്പിക്കാൻ ശ്രമിച്ചു. എന്താണിതു? തണുത്തു മരവിച്ചിരിക്കുന്നല്ലോ.

ശബ്ദം കേട്ട് അമ്മ അടുത്തേക്കു വന്നു. ഞാ! മോനെത്തിയോ എന്നു ചോദിച്ചുകൊണ്ടു്.

പക്ഷേ, അതവൻ കേട്ടില്ല. അവന്റെ ശ്രദ്ധ തികച്ചും അവന്റെ മണിക്കുട്ടനിലായിരുന്നു.

'അമ്മേ ! ഇങ്ങോട്ടു നോക്കു, മണിക്കുട്ടൻ വാ തുറക്കുന്നതേയില്ല. തണുത്തു മരവിച്ചിരിക്കുന്നു '

ഓമനപ്പുത്രന്റെ കൈയ്ക്കുള്ളിലിരിക്കുന്ന അണ്ണാൻകുഞ്ഞിന്റെ കുരുന്നു ശരീരത്തിലേക്കും അതിന്റെ കളിക്കൂട്ടായിരുന്ന മകന്റെ ദയനീയമുഖത്തേക്കും മാറിമാറി നോക്കി എന്തു പറയണമെന്നറി യാതെ കുഴങ്ങിനിന്നു ആ അമ്മ.

3.പാരിതോഷികം

നാളെ ആനിവേഴ്സറിയാണ്. യൂണിഫോം വേണ്ടാത്ത ഒരേ ഒരു ദിവസം. ഉള്ളതിൽ വിലപിടിപ്പുള്ള വർണ്ണശബളമായ വസ്ത്രങ്ങളണിഞ്ഞു് എല്ലാവരും സ്കൂളിലെത്തുന്ന ദിവസം. പള്ളിപ്പെരുന്നാളും ഉത്സവവും പോലെ കുട്ടികൾക്കു സന്തോഷമുള്ള മറെറാരു ദിവസം.

പക്ഷേ, തനിക്കു മാത്രമെന്തേ ഒരുന്മേഷവും തോന്നാത്തത് ? ഉടുപ്പുകളില്ലാഞ്ഞിട്ടല്ല. എത്ര നല്ല ഉടുപ്പുകൾ! ഫോറിൻ തരങ്ങൾ തന്നെ എത്ര? ഇങ്ങനെയുള്ള സന്ദർഭങ്ങളിൽ ഏതു തെരഞ്ഞെടുക്കണം എന്നതാണു വിഷമിപ്പിക്കുന്ന കാര്യം.

അതൊന്നുമല്ല ഇല്ലാത്തതു്. ആനിവേഴ്സറിയിൽ സംബന്ധിക്കാനുള്ള മനസ്സാണു, പോകാതിരി ക്കാൻ വയ്യ, പോകാനും വയ്യ. മമ്മി ചോദിക്കും :

'മിനി പോകുന്നില്ലേ? '

പോകുന്നില്ലെന്നു പറഞ്ഞാൽ തക്ക കാരണം പറയേണ്ടി വരും. എന്തെങ്കിലും അസുഖമാണെന്നു പറഞ്ഞാൽ മമ്മിക്ക് വെപ്രാളമായി. ഡാഡിയെ അറിയിക്കും. പിന്നെ ഡോക്ടറെ കാണാനുള്ള തിടുക്ക മാവും. ഡോക്ടറുടെ അടുത്തു ചെല്ലുമ്പോൾ എന്തു പറയും ?

മിനി കട്ടിലിൽ തിരിഞ്ഞും മറിഞ്ഞും കിടന്നു. എത്ര ശ്രമിച്ചിട്ടും അവൾക്കുറങ്ങാൻ കഴിഞ്ഞില്ല.

'മിനി ഉറങ്ങിയിട്ടില്ലെന്നു തോന്നുന്നു.'

അടുത്ത മുറിയിൽ മമ്മിയുടെ ശബ്ദം,

'നീ ചെന്നു നോക്കിയിട്ടു വരൂ.'

ഡാഡിയുടെ വാക്കുകൾ.

'മിനിമോളേ, എന്താ ഉറക്കം വരുന്നില്ലേ?'

അരികിൽ മമ്മിയുടെ സ്വരം.

'ഇല്ല മമ്മി.'

മോളിന്നു കുരിശു വരയ്ക്കാതെയാണോ കിടന്നത്?:

ഒന്നും മിണ്ടിയില്ല. സാധാരണ ഒരു തവണയാണു കുരിശു വരയ്ക്കുക. ഇന്നു കിടക്കുന്നതിനു മുമ്പു് ഒമ്പതു തവണയാണു കുരിശു വരച്ചതു്.

തന്റെ മനസ്സിന്റെ വിഷമം മമ്മി എങ്ങനെയറിയാൻ ? മമ്മിയോടെങ്ങനെ പറയാൻ? ചിലപ്പോ ഴൊക്കെ മമ്മിയും ഡാഡിയും തമാശ പറയാറുള്ളതോർത്തു. ഡാഡി കിടന്നാലുടൻ ഉറങ്ങുന്ന പ്രകൃത മാണു്. മമ്മി അങ്ങനെയല്ല. മമ്മി ഡാഡിയോടു അസൂയപ്പെടും. ഡാഡി പറയും :

'എടി, ഉള്ളു ശുദ്ധമായവർക്കേ അങ്ങനെ ഉറങ്ങാൻ പറ്റു. നിന്റെ ഉള്ളിലെ കുശുമ്പും കുന്നായ്മേം കൊണ്ടു പോയി കള. എന്നിട്ടു കിടന്നുറങ്ങ്, അപ്പോക്കാണാം എന്നെക്കാൾ മുമ്പേ നീയുറങ്ങുന്നത്,'

'ഓ, ഒരു പരിശുദ്ധൻ, എന്നാ ഉടലോടെ സ്വർഗ്ഗത്തിപ്പോകും.'

മമ്മി കളിയാക്കും.

പക്ഷേ, ഡാഡി പറഞ്ഞതു് എത്ര ശരിയാണു്. തന്റെ ഉള്ളു ശുദ്ധമായിരുന്നെങ്കിൽ തനിക്കും അതുപോലെ ഉറക്കം വരുമായിരുന്നു.

മലയാളം ക്ലാസ്സിൽ പിഷാരടിസാർ പറഞ്ഞു :

'തെററു പറയരുതു്, തെററു പ്രവർത്തിക്കരുത്, തെററിനു കൂട്ടുനിൽക്കരുതു് '

അദ്ദേഹം അതു പറഞ്ഞപ്പോൾ മുതൽ ഒരേ വിചാരമാണു മനസ്സിൽ, താൻ തെറ്റു പ്രവർത്തിച്ചു. തെററിനു കൂട്ടുനിന്നു. ഇപ്പോഴും കൂട്ടുനില്ക്കുന്നു.

മനസ്സിൽ സ്കൂൾ പ്ലേഗ്രൗണ്ട് തെളിഞ്ഞുവന്നു. ഉച്ചഭാഷിണിയിലൂടെ ഡ്രിൽമാസ്റ്ററുടെ ശബ്ദം :

'ഇപ്പോൾ നടന്നുകൊണ്ടിരിക്കുന്നതു് ബോയ്സ് സബ്ജൂനീയേഴ്സിന്റെ ഫിഫ്റ്റി മീറ്റേഴ്സ്, അടുത്ത യിനം ഗേൾസ് സബ്

ജൂനിയേഴ്സിന്റെ മിഠായിപെറുക്കൽ. പേരു വിളിക്കുന്ന കുട്ടികൾ കോർട്ടിന്റെ വലത്തേ അറ്റത്തു വരണം.

' അനു വി. കെ, അന്നമ്മ കെ.ജെ, ബിന്ദു. പി.നായർ, എലിസബത്ത്, ഗ്രേസി ഉമ്മൻ, ഇന്ദിര, ലീലാമ്മ കോശി, മിനി.സി. ചെറിയാൻ, ഓമനക്കുട്ടി, പൊന്നമ്മ, ശാന്തമ്മ. ...'

പേരു വിളിക്കാത്ത താമസം ഓടിച്ചെന്നു. കുമ്മായം കൊണ്ടു നിർമിച്ച വൃത്തത്തിനു ചുറ്റും ഒരു വലയമായി പെൺകുട്ടികൾ അണിനിരന്നു. മുപ്പതോളം പെൺകുട്ടികൾ. താനും അതിലൊരു ബിന്ദുവായി അലിഞ്ഞുചേർന്നു. വൃത്തത്തിനു മധ്യത്തിൽ നിന്ന അധ്യാപകൻ കൈയിലിരുന്ന പൊതിക്കെട്ടിൽ നിന്ന് എന്തോ ഒന്നു വലയത്തിനുള്ളിൽ വാരിവിതറി. മിഠായിക്കു പകരം ചെറുപയറ് മിഠായിപെറുക്കൽ എന്നു പേരും .

കൈയിലിരുന്ന പൊതിയിൽ ഒന്നുമവശേഷിക്കാതെയായപ്പോൾ അദ്ദേഹം നിർദേശിച്ചു:

'മൂന്നു വിസിലടിക്കും. മൂന്നാമത്തെ വിസിൽ കേൾക്കുമ്പോൾ പെറുക്കാനാരംഭിച്ചുകൊള്ളണം. വാരിയെടു ക്കരുത്. മറ്റുള്ളവരെ തള്ളിയിടരുത്. നാലാമത്തെ വിസിലടിക്കുമ്പോൾ പെറുക്കൽ നിർത്തണം,'

വിസിലടിച്ചു. മൂന്നാമത്തെ വിസിലിന് എല്ലാവരും ചെയ്തതു പോലെ താനും ചെയ്തു. വാശി യോടെ, തനിക്കു കൂടുതൽ പെറുക്കണം. തന്റെ എണ്ണമായിരിക്കണം കൂടുതൽ എന്ന ചിന്ത ഓരോരു ത്തർക്കും ഉണ്ടായിരുന്നു. ചില കുട്ടികൾ അടുത്തിരുന്നു പെറുക്കുന്ന കുട്ടികളെ തട്ടിയിട്ടുകൊണ്ടാണു പെറുക്കിയത്. ചിലർ വാരിയെടുത്തു. അവരെയെല്ലാം 'ഫൗൾ' എന്നു പറഞ്ഞു പുറന്തള്ളി, പിന്നെ ശേഷിച്ചത് പത്തുപതിനഞ്ചു കുട്ടികൾ മാത്രം. അതിൽ താനും, നാലാമത്തെ വിസിൽ കേട്ടു. എല്ലാവരും മതി യാക്കി എഴുന്നേററു. പിന്നെയും പെറുക്കാൻ തുനിഞ്ഞവരെ ചുറ്റും നോക്കിനിന്ന അധ്യാപകർ പിൻതി രിപ്പിച്ചു.

മൂന്നു പേരാണ് എണ്ണാനുണ്ടായിരുന്നത്. ആദ്യം എണ്ണിയത് താൻ പെറുക്കിയതായിരുന്നു. മുപ്പത്തി നാലെണ്ണം എണ്ണിയതിനു ശേഷം ടീച്ചർ പയറുമണികൾ കുട്ടികളുടെ കൈയിൽത്തന്നെ തിരികെക്കൊ ടുത്തു. പയർമണികൾക്കു പകരം മിഠായി ആയിരുന്നെങ്കിൽ . . . .

'എണ്ണിയവർ എണ്ണിയവർ മാറിനിന്നോളൂ, '

ദൈവമേ ഇതായിരിക്കുമോ ഏറ്റവും കൂടുതൽ എന്ന ചിന്തയോടെ പയറുമണികളിൽ കണ്ണുനട്ടു നില്ക്കുമ്പോൾ ചെവിയിൽ ഒരുവിളി:

'മിനീ' !

ഇന്ദിരയാണ്.

എന്താ കുട്ടി എന്ന അർത്ഥത്തിൽ നോക്കി.

'മിനീ, ഏതായാലും കുട്ടിക്കു സമ്മാനം കിട്ടില്ല. കുട്ടി പെറുക്കിയതിൽ കുറച്ചിങ്ങു തന്നാൽ നമ്മുടെ ഗ്രൂപ്പിനു കിട്ടും അഞ്ച് പോയിന്റ് സമ്മാനം കിട്ടുമ്പോ ഞാൻ കുട്ടിക്ക് മിഠായി വാങ്ങിത്തരാം.

പതുക്കെ വളരെ നേർത്ത സ്വരത്തിലാണു സംസാരം.

സ്കൂളിലെ ആൺകുട്ടികളെയും പെൺകുട്ടികളെയും പേരു കേട്ട നേതാക്കന്മാരുടെ പേരു കൊടുത്ത് ഓരോ വിഭാഗങ്ങളായി തിരിച്ചിരുന്നു. അതിൽ ഒരേ ഗ്രൂപ്പിലാണ് ഇന്ദിരയും മിനിയും. മാത്രമല്ല, ഒരേ ക്ലാസ്സിൽ ഒരേ ബഞ്ചിലിരുന്നു പഠിക്കുന്നവരും,

മറ്റൊന്നും ആലോചിച്ചില്ല. ആരും കാണാതെ ഇന്ദിരയുടെ കൈയിലേക്കു പകുതിയോളം പയർ മണികൾ ഇട്ടുകൊടുത്തു. ഇന്ദിരയ്ക്കു സമ്മാനം കിട്ടുമെന്നതായിരുന്നില്ല മനസ്സിൽ. താനുൾപ്പെട്ട ഗ്രൂപ്പിന് അഞ്ച് പോയിന്റുകൾകൂടി ലഭിക്കുമല്ലോ എന്ന ചാരിതാർത്ഥ്യമായിരുന്നു.

അനൗൺസ് ചെയ്തപ്പോൾ അതുതന്നെ സംഭവിക്കുകയും ചെയ്തു. മിഠായിപെറുക്കൽ, ഫസ്റ്റ് ഇന്ദിര.ബി. സെക്കൻഡ് പൊന്നമ്മ എസ്. തേർഡ് ശാന്തമ്മ. നേടിയ പോയിന്റുകൾ. ജാൻസിഭവൻ അഞ്ച്, കമലാഭവൻ മൂന്ന്, ഇന്ദിര ഒന്ന്,

കേട്ടപ്പോൾ കോരിത്തരിച്ചു. പക്ഷേ, വിക്ടറി സ്റ്റാൻഡിൽ ഇന്ദിര ചാടിക്കയറി ഒന്നാമതു നില്ക്കു ന്നതു കണ്ടപ്പോൾ എന്തോ ഒരു വല്ലായ്മ തോന്നി. അർഹതയില്ലാത്തത് അർഹിക്കാത്തിടത്തു ചേർന്ന ഒരു പ്രതീതി.

അന്നു മുതൽ മനസ്സിൽ ആ വിങ്ങലുമായി നടക്കുകയാണ്. നാളയും അതുതന്നെ സംഭവിക്കും. പേരു വിളിക്കുന്നതിനനുസരിച്ച്.

അധ്യക്ഷൻ സമ്മാനങ്ങൾ ഓരോന്നായി അർഹതയുള്ളവർക്ക് ദാനം ചെയ്യും, അപ്പോഴും, മിഠായി പെറുക്കൽ ഫസ്റ്റ് ഇന്ദിര. ബി. എന്നു വിളിക്കും. അർഹതയില്ലാത്തയാൾ ചാടി കയറി അർഹിക്കാത്ത സമ്മാനം വാങ്ങും അർഹതയുള്ള പാവം കുട്ടി അടുത്ത വിളിക്കായി നോക്കിയി രിക്കും.

ഹൊ, എന്തൊരു വഞ്ചനയാണ് താൻ കാട്ടിയത്. മുപ്പതു വെള്ളിക്കാശിനു വേണ്ടി യൂദാസ് ക്രിസ്തുവിനെ ഒറ്റിക്കൊടുത്തതു പോലെ അഞ്ചാറു മിഠായിക്കുവേണ്ടി താനും വഞ്ചന കാണിച്ചിരി ക്കുന്നു. പൊന്നമ്മയും തന്റെ കൂട്ടുകാരിയാണ്. ഒരേ ക്ലാസ്സിൽ ഒരുമിച്ചു പഠിക്കുന്നവർ. താനാ തെറ്റു പ്രവർത്തിച്ചിരുന്നില്ലെങ്കിൽ തീർച്ചയായും പൊന്നമ്മയ്ക്കു ഫസ്റ്റു കിട്ടമായിരുന്നു. ഇല്ല, ഇല്ല. ഒരിക്കലും അനുവദിക്കരുത്. ആരെന്തു പറഞ്ഞു കളിയാക്കിയാലും, എന്തു സംഭവിച്ചാലും വേണ്ടില്ല നാളെ താൻ തന്നെ ഇതു തുറന്നു കാട്ടണം

മിനി ദൃഢനിശ്ചയത്തോടെ തിരിഞ്ഞു കിടന്നു. മനസ്സ് സ്വസ്ഥമായപ്പോൾ അകന്നു മാറിനിന്ന നിദ്രാദേവി എങ്ങു നിന്നോ വന്നു അവളെ തഴുകി.

പിറേറന്നു പതിവില്ലാത്ത സന്തോഷഭാവമായിരുന്നു മിനിയുടെ മുഖത്ത്. മമ്മി എടുത്തുകൊടുത്ത ഏറ്റവും നല്ല ഉടുപ്പ് ധരിച്ച് അവൾ സ ്കൂളിലെത്തി,

ഹെഡ്മാസ്റ്ററുടെ മുറിയുടെ മുന്നിൽ നിൽക്കുമ്പോൾ മിനിയുടെ പാദങ്ങൾ വിറച്ചു. മുട്ടുകൾ തമ്മിൽ കൂട്ടി യിടിച്ചു.

'എന്താ കുട്ടി അവിടെ നിൽക്കുന്നത്? എന്നെ കാണാൻ വന്നതാണോ? കയറിവരൂ. എന്താ പേര്?'

കൊമ്പൻമീശ പിരിക്കുന്ന പ്രധാനാധ്യാപകന്റെ ഗാംഭീര്യമുള്ള സ്വരം കേട്ടപ്പോൾ മിനിയുടെ ഉള്ള് പിടഞ്ഞു. എങ്കിലും അവൾ ധൈര്യമവലംബിച്ച് ഹെഡ്മാസ്റ്ററുടെ മുന്നിലേക്കു ചെന്നു വിക്കിവിക്കി ഉള്ളിലുള്ളതു മുഴുവൻ തുറന്നു പറഞ്ഞു. ചെയ്തുപോയ തെറ്റിനു മാപ്പു ചോദിക്കുമ്പോൾ അവളുടെ കണ്ഠമിടറി, കണ്ണുകൾ ഈറനായി. ഹെഡ്മാസ്റ്റർ അവളുടെ പുറത്തു തട്ടി ആശ്വസിപ്പിച്ചു:

'ഞാ! സാരമില്ല കുട്ടി. തെറ്റു മനസ്സിലാക്കി തുറന്നു പറഞ്ഞല്ലോ. അതുതന്നെ നല്ല കാര്യം . വിഷമി ക്കേണ്ട, പോയി കളിച്ചുകൊള്ളൂ.

മുറിക്കു പുറത്തിറങ്ങുമ്പോൾ മനസ്സിനു ലാഘവത്വം തോന്നി. വലിയ ഒരു ഭാരം ഇറക്കിവച്ചതു പോലെ. ഉച്ചഭാഷിണിയിലൂടെ ഒഴുകിയ സിനിമാഗാനങ്ങളുടെ താളം ശ്രദ്ധിച്ച് അവൾ ഒരു മൂലയിലിരുന്നു.

'മീറ്റിംഗ്' ആരംഭിക്കാൻ പോകുന്നു. എല്ലാവരും ഓഡിറ്റോറിയത്തിൽ കടന്നിരിക്കണം. സമ്മാനാർ ഹരായിട്ടുള്ളവർ അവർക്കായി പ്രത്യേകം ഏർപ്പെടുത്തിയിട്ടുള്ള സ്ഥലത്തിരിക്കണം.'

പാട്ടു പകുതിവെച്ച് നിർത്തി മൈക്കിലൂടെ ഹെഡ്മാസ്റ്ററുടെ ശബ്ദം മുഴങ്ങിയപ്പോൾ അവൾ എഴുന്നേറ്റു. എല്ലാവരും ഓഡിറ്റോറിയത്തിൽ കടന്നു സൗകര്യമുള്ള സീറ്റുകൾ നോക്കി പരക്കം പായു കയാണു. ചിലർ ഇഷ്ടപ്പെട്ട കൂട്ടുകാരുടെ അടുത്തിരിക്കാനുള്ള ബദ്ധപ്പാടിലും. മിനി ഒരു സ്ഥലത്ത് ഒതു ങ്ങിയിരുന്നു. തിരക്കിനിടയിൽ ഇന്ദിര സമ്മാനം വാങ്ങാനുള്ള കുട്ടികൾക്കിടയിൽ തിക്കിത്തിരക്കി ഇരി ക്കാൻ ബദ്ധപ്പെടുന്നതവൾ കണ്ടു.

മീറ്റിംഗ് ആരംഭിച്ചു. കാര്യപരിപാടികൾ ഒന്നൊന്നായി നടന്നു. അദ്ധ്യക്ഷന്റെ പ്രസംഗവും കഴിഞ്ഞു. അടുത്തയിനം സമ്മാനദാനമാണ്. മൈക്ക് അനൗൺസ് ചെയ്തു. ബോയ്സ് സീനിയർ വിഭാഗം, ഗേൾസ് സീനിയർ വിഭാഗം, ബോയ്സ് ജൂനിയേഴ്സ്, ഗേൾസ് ജൂനിയേഴ്സ്, ബോയ്സ് സബ് ജൂനി യേഴ്സ്....എല്ലാ വിഭാഗത്തിലേയും കുട്ടികൾക്കുള്ള സമ്മാനങ്ങൾ പേരു വിളിച്ചു വിതരണം ചെയ്തു കഴിഞ്ഞു. അടുത്തത് ഗേൾസ് സബ് ജൂനിയേഴ്സ് മിഠായി പെറുക്കൽ.

മൈക്കിലൂടെ ഹെഡ്മാസ്റ്ററുടെ സ്വരം കാതിൽ വന്നലച്ചപ്പോൾ മിനിയുടെ സപ്തനാഡികളും തളരുമെന്നു തോന്നി. ഇപ്പോൾ വിളിക്കും ഫസ്റ്റ് ഇന്ദിര. ബി. അതു കേൾക്കാനുള്ള ശക്തി തനിക്കില്ല. ചൂണ്ടുവിരലുകളിട്ടു രണ്ടു കാതുകളും അടച്ചിരുന്നാലോ എന്നു മിനിക്കു തോന്നി, പാടില്ല. അങ്ങനെയിരു ന്നാൽ ചുറ്റുമിരിക്കുന്നവർ തന്നെ ശ്രദ്ധിക്കും . എന്തുമാകട്ടെ എന്നു കരുതി മുഖം കുനിച്ചിരുന്നു. ഇന്ദിര ചെന്നു സമ്മാനം വാങ്ങുന്നതു കാണാനാവില്ല. 'ഫസ്റ്റ് പ്രൈസ് പൊന്നമ്മ. സ്റ്റാൻഡേർഡ് സിക്സ്. ബി. കമലാഭവൻ, സെക്കന്റ് ശാന്തമ്മ.'

ഉച്ചഭാഷിണിയിലൂടെ പുറത്തു വന്ന പേരു കേട്ടു മിനിക്കു സ്വന്തം കർണങ്ങളെ വിശ്വസിക്കാൻ തോന്നിയില്ല. ഹാ ! അപ്പോൾ വൈകിയ വേളയിലാണെങ്കിലും താൻ ചെയ്തതു ശരിയായി. അർഹതപ്പെട്ട വർക്ക് അഭിമാനത്തോടെ സമ്മാനം വാങ്ങാൻ സാധിച്ചു. താനത് ഹെഡ്മാസ്റ്ററോടു തുറന്നു പറയാതിരു ന്നെങ്കിൽ എക്കാലവും തന്റെയുള്ളിൽ ആ കുറ്റം ഒരു കടന്നൽക്കുത്തു പോലെ നൊമ്പരപ്പെടുത്തു മായിരുന്നു,

വീണ്ടും ആരുടെയൊക്കെയോ പേരു വിളിച്ചു. ആരൊക്കെയോ സമ്മാനങ്ങൾ വാങ്ങി. ഒന്നും ശ്രദ്ധിച്ചില്ലതെറ്റു തിരുത്തിയതിലുള്ള ചാരിതാർത്ഥ്യത്തിൽ ലയിച്ചിരിക്കയായിരുന്നു മനസ്സ്. അപ്പോഴാണ് മൈക്കിലൂടെ ഹെഡ്മാസ്റ്ററുടെ സ്വരം വീണ്ടും ഉയർന്നു കേട്ടത്.

'ഈ വർഷം ഇവിടെ പഠിക്കുന്ന ഒരു കൊച്ചുകുട്ടിക്ക് ഒരു പ്രത്യേക സമ്മാനം നൽകാൻ തീരുമാ നിച്ചിരിക്കുന്നു. സത്യസന്ധതയ്ക്കുള്ളതാണ് ആ സമ്മാനം. ആ സമ്മാനത്തിനർഹയായിരിക്കുന്നത് സ്റ്റാൻ ഡേർഡ് സിക്സ്. ബി. യിൽ പഠിക്കുന്ന മിനി സി. ചെറിയാനാണ് '.

ഹാളിൽ നിശ്ശബ്ദത. പരിചയമുള്ള എല്ലാവരും തന്നെത്തന്നെ ഉറ്റുനോക്കുന്നു. ഹെഡ്മാസ്റ്റർ ആ സംഭവം വിവരിക്കുന്നു:

'രണ്ടു കൊച്ചുകുട്ടികളുടെ അറിവില്ലായ്മയാണ്. അതിലൊരാൾ തെറ്റു മനസ്സിലാക്കി തുറന്നു പറഞ്ഞതുകൊണ്ട് ഈ സമ്മാനം നൽകുന്നു. മിനി സി. ചെറിയാൻ സ്റ്റേജിലേക്കു വന്ന് അദ്ധ്യക്ഷനിൽ നിന്നും സമ്മാനം ഏററുവാങ്ങണം'

വിറയ്ക്കുന്ന കാലടികളോടെ സ്റ്റേജിൽ കയറി അദ്ധ്യക്ഷനിൽനിന്നു സമ്മാനം ഏററുവാങ്ങുമ്പോൾ അദ്ദേഹം പുറത്തു തട്ടി അഭിനന്ദനം രേഖപ്പെടുത്തി.

'ഇതെന്റെ വക പ്രത്യേക സമ്മാനമാണ്, മോൾ സത്യം പറഞ്ഞതിനുള്ള പാരിതോഷികം.'

അദ്ദേഹവും അവൾക്കൊരു പാരിതോഷികം നൽകി.

സമ്മാനങ്ങളുമായി തിരിച്ചിറങ്ങുമ്പോൾ മുൻനിരയിൽ ഇന്ദിരയുടെ ജാള്യവും പരിഭവവും കലർന്ന മുഖം കണ്ടില്ലെന്നു നടിച്ച് മുന്നോട്ടു പോകാൻ മിനിക്കു കഴിഞ്ഞില്ല.

4.ഉപ്പുമാവ്

ഒരു കൈയിൽ സഞ്ചിയും മറേ കൈയ്യിൽ ചട്ടുകവും തലയിൽ ചെമ്പുമായി സ്കൂൾ വരാന്തയി ലൂടെ വാസുപിള്ള ചേട്ടൻ നടന്നുനീങ്ങുന്നതു കണ്ടപ്പോൾ ബൈജുമോന്റെ വായിൽ വെള്ളമൂറി.

വാസുപിള്ളയുടെ ആ നടപ്പ് കുട്ടികൾക്കു രസമുള്ള കാഴ്ചയാണ്. പ്രത്യേകിച്ച് ഒന്നാം സ്റ്റാൻഡേർ ഡുകാർക്ക് തലയിൽ കമഴ്ത്തിയ ചെമ്പ് കഴുത്തുവരെ മറഞ്ഞിരിക്കുന്നതു കൊണ്ട് ആദ്യ കാഴ്ചയിൽ തലയില്ലാത്ത ഒരു മനുഷ്യൻ നടന്നു നീങ്ങുകയാണെന്നേ തോന്നു.

സ്കൂളിലെ ഉപ്പുമാവു വിതരണത്തിന്റെ ചുമതലക്കാരനാണ് അയാൾ. ദിവസവും പത്തുപതി നൊന്നു മണിയാകുമ്പോൾ വാസുപിള്ള സ ്കൂളിലെത്തും , ഹെഡ്മാസ്റ്ററുടെ അടുത്തുനിന്നു താക്കോൽ വാങ്ങി സ്റ്റോർ തുറന്ന് ചെമ്പും ചട്ടുകവും മറ്റും എടുത്തു പാചകപ്പുരയിലേക്കു നീങ്ങുകയായി. പന്ത്രണ്ട രയ്ക്കു ബെല്ലടിക്കുമ്പോഴേക്ക് ഉപ്പുമാവ് തയ്യാറായിരിക്കണം. ബെല്ലടിച്ചാൽ ഉപ്പുമാവിനർഹരായ കുട്ടികൾ തങ്ങൾ കൊണ്ടുവരുന്ന ഇലകൾ മുന്നിൽ നിരത്തി വരാന്തയിലും മുററത്തുമായി നിരന്നിരിക്കും.

പത്മനാഭൻമാസ്റ്ററുടെ നേതൃത്വത്തിലാണു ഉപ്പുമാവു വിതരണം. മാസ്റ്റർ ഓരോരുത്തരുടെ പേരു വിളിച്ച് ലിസ്റ്റു തിട്ടപ്പെടുത്തിക്കഴിയുമ്പോൾ വാസുപിള്ളതന്നെ ഉപ്പുമാവ് വിളമ്പുകയായി. വിതരണം കഴിഞ്ഞാലുടൻ ചെമ്പും മററു പാത്രങ്ങളും കഴുകി വെടിപ്പാക്കി സ്റ്റോറിൽ തിരികെ വച്ച് സ്റ്റോർ പൂട്ടി താക്കോൽ ഹെഡ്മാസ്ററെ ഏൽപ്പിച്ചിട്ടു വേണം അയാൾക്കു പോകാൻ .

അന്നും വാസുപിള്ളച്ചേട്ടനെക്കണ്ട് കുട്ടികൾ ആർത്തു ചിരിച്ചു. പക്ഷേ, ബൈജുമോൻ മാത്രം ചിരിയിൽ പങ്കെടുത്തില്ല. വാസുപിള്ള ഉണ്ടാക്കുന്ന ഉപ്പുമാവിനെക്കുറിച്ചുള്ള ചിന്തയിലായിരുന്നു അവൻ.

സാർ എന്താണു തന്റെ പേരുമാത്രം ഉപ്പുമാവിനു ചേർക്കാതിരുന്നത്? എല്ലാവരും എഴുന്നേറുനിന്ന കൂട്ടത്തിൽ താനും എഴുന്നേറ്റുനിന്നതാണു. പക്ഷേ, സാർ തന്നെ അടിമുടിയൊന്നു നോക്കിയിട്ടു പറഞ്ഞു:

'ബൈജുമോൻ ഇന്നു വീട്ടിൽ പോയി പപ്പായോടോ, മമ്മിയോടോ ചോദിച്ചിട്ടു വരണം. അവർ പറഞ്ഞാൽ ഉപ്പുമാവിനു പേരു ചേർക്കാം .

അന്നുതന്നെ മമ്മിയോടു ചോദിക്കുകയും ചെയ്തു .

'മോന് ഉപ്പുമാവു തിന്നാനിത്ര കൊതിയാണോ? മമ്മി ഉണ്ടാക്കിത്തരാം കേട്ടോ, '

മമ്മി അടുക്കളക്കാരിയെ വിളിച്ചു നിർദ്ദേശം കൊടുക്കുകയും ചെയ്തു :

'കല്യാണി ! ഇന്നു നാലുമണിക്കു മോൻ സ്കൂൾ വിട്ട് വരുമ്പം മോന് ഉപ്പുമാവുണ്ടാക്കി കൊടു ക്കണം, കേട്ടോ? നെയ്യിൽ ഉണ്ടാക്കിയാൽ മതി.'

പറഞ്ഞതുപോലെതന്നെ കല്യാണി പ്രവർത്തിച്ചു പക്ഷേ ഒരു വാപോലും തിന്നാൻ കഴിഞ്ഞില്ല. വേറിട്ടുനിൽക്കുന്ന നെയ്യിന്റെ ചുവ. വായിൽ വക്കാൻ പററാത്ത എരിവു മാവിനേക്കാളേറെ ഉപ്പും ഇതാ ണോ ഉപ്പുമാവ്?

സ്കൂളിലെ ഉപ്പുമാവിനും ഈ രുചിയായിരിക്കുമോ? ഒരിക്കലും ആയിരിക്കില്ല. അങ്ങനെയാണെ ങ്കിൽ ഉപ്പുമാവിനു വേണ്ടി രണ്ടാമതും മുറവിളി കൂട്ടുമോ? എത്ര തവണ കണ്ടിരിക്കുന്നു രാജപ്പനും സോമനും, കൊച്ചുമോളിയുമൊക്കെ രണ്ടാമത് ഇലവെച്ചു നീട്ടുന്നത്. കിട്ടാത്തപ്പോൾ അവരുടെ മുഖം ഒന്നു കാണേണ്ടതുതന്നെയാണ്. കണ്ണ് നിറയും. മുഖം മങ്ങും. പക്ഷേ, വാസുപിള്ളച്ചേട്ടന്റെ അറുത്തു മുറിച്ച വാക്കുകൾ കേൾക്കു മ്പോൾ കുട്ടികൾ പിൻവാങ്ങും .

എന്തായാലും ഇന്ന് വാസുപിള്ളച്ചേട്ടനുണ്ടാക്കുന്ന ഉപ്പുമാവിന്റെ രുചിയൊന്നറിയണം. ബൈജു മോൻ മനസ്സിൽ ചില കണക്കുകൂട്ടലുകളൊക്കെ ചെയ്തു.

മൂന്നാമത്തെ പിരിയഡ് കഴിഞ്ഞു. മാസ്റററ് ക്ലാസ്സ്മുറിക്കു പുറത്തു കടന്നപ്പോൾ ബൈജുമോൻ പതുക്കെ എഴുന്നേററു.

ഇറങ്ങി നേരെ ചെന്നതു മൂത്രപ്പര ഇരിക്കുന്ന ഭാഗത്തേക്കാണ്. ആരു കണ്ടാലും മൂത്രമൊഴിക്കാൻ പോകുന്നതായേ തോന്നൂ. കുറച്ചുസമയം അവിടെയൊക്കെ ചുറ്റിപ്പററിനിന്നു, ആരും പിറകെ വരുന്നി ല്ലെന്നു കണ്ടപ്പോൾ ബൈജു പാചകപ്പുരയിലേക്കു നടന്നു.

വാസുപിള്ളച്ചേട്ടനോടു കുറച്ചു ഉപ്പുമാവു ചോദിച്ചുവാങ്ങണം. ചോദിച്ചാൽ തരാതിരിക്കുമോ? തന്നില്ലെങ്കിൽ എന്തു ചെയ്യും ?

വാസുപിള്ളച്ചേട്ടനില്ലാത്ത തക്കം നോക്കി കുറച്ചെടുത്തു വായിലിടണം. വാസുപിള്ളച്ചേട്ടൻ അവിടെ നിന്നിറങ്ങിപ്പോയില്ലെങ്കിൽ എന്തുചെയ്യും?

ബൈജുമോൻ പാചകപ്പുരയോടടുക്കുമ്പോൾ കാണാം വാസുപിള്ള തലയിൽ ഒരു കുട്ടയുമായി തലങ്ങും വിലങ്ങും കണ്ണോടിച്ചു പാചകപ്പുരയുടെ പുറകുവശത്തുള്ള കുറ്റിക്കാട്ടിലേക്കു നടക്കുന്നു. ഇതുതന്ന തക്കം. പെട്ടെന്ന് അവൻ തിരുത്തി. വേണ്ട. ആദ്യം ചോദിച്ചു നോക്കാം. ഫലിച്ചില്ലെങ്കിൽ പോരെ കളവ്.

ബൈജുമോൻ നേരെ വാസുപിള്ളയുടെ അടുത്തേക്കു ചെന്നു . ആ സമയത്ത് വാസുപിള്ള തലയിലിരുന്ന കുട്ട കുറ്റക്കാട്ടിനിടയിൽ വച്ചിട്ട് കൈവശമിരുന്ന വാഴയിലകൊണ്ടു അതു മൂടാനുള്ള ശ്രമത്തിലായിരുന്നു.

പൊടുന്നനെ ബൈജുമോന്റെ കണ്ണുകൾ കുട്ടയിലായി. നിറയെ ഉപ്പുമാവ്. ബൈജു മോനെ മുന്നിൽക്കണ്ട വാസുപിള്ള പകച്ചുപോയി. കളവു കണ്ടുപിടിക്കപ്പെട്ട കള്ളനെപ്പോലെ അയാൾ നിന്നു പുളഞ്ഞു. എങ്കിലും മാന്യനെ പോലെ ബൈജുമോനോട് കുശലമന്വേഷിച്ചു:

'എന്താ കുഞ്ഞെ കുഞ്ഞിവിടെ? കുഞ്ഞിന്റെ ക്ലാസ്സിൽ ടീച്ചറില്ലേ?'

'ടീച്ചറൊക്കെയുണ്ട് വാസുപിള്ളച്ചേട്ടാ. '

'പിന്നെന്താ കുഞ്ഞു ക്ലാസ്സിൽ കേറാത്തേ?'

'എനിക്കു.... '

'എന്താ കുഞ്ഞിനു?:'

'എനിക്കു കുറച്ചു ഉപ്പുമാവു തരുമോ?'

'അയ്യോ, ഇത്രേ ഉള്ളോ കാര്യം......'

'എന്റെ കുഞ്ഞിനു വയറു നിറച്ചു തരാമല്ലോ. '

വാസുപിള്ള കൈയിലിരുന്ന വാഴയില കീറി കുട്ടയിൽ നിന്നു കുറച്ചു ഉപ്പുമാവ് കോരി ബൈജുവിന്റെ കൈയിൽ കൊടുത്തു.

'മോൻ ഇഷ്ടം പോലെ തിന്നു, ഇനീം വേണെങ്കിൽ തരാം . കേട്ടോ.'

ബൈജുമോൻ ഉപ്പുമാവത്രയും സംതൃപ്തിയോടെ ഭക്ഷിച്ചു. ബെല്ലടിക്കാൻ ഇനിയും സമയമുണ്ട്. പക്ഷേ, ക്ലാസ്സിൽ എങ്ങനെ കയറും? ടീച്ചറിനോടെന്തു പറയും? മൂത്രമൊഴിക്കാൻ പോയതാണെന്നു പറയാം . നന്ദി വഴിയുന്ന നേത്രങ്ങളോടെ വാസുപിള്ളച്ചേട്ടനോടു വിടപറഞ്ഞ് ബൈജു ക്ലാസ്സിലേക്കു പോകാൻ തുനിഞ്ഞു. പക്ഷേ, തൂക്കു പാത്രത്തിൽ അവനുള്ള ചോറുമായി കല്യാണി സ്കൂൾ ഗേററു കടന്നുവരുന്നതു കണ്ടപ്പോൾ അവൻ ആകെ അസ്ഥാലിച്ചു. തന്റെ കളവ് കല്യാണി കണ്ടുപിടിക്കുമോ? അവൻ പരുങ്ങി. ണിം ..... ണിം. . . . ണിം .

ബെല്ലടിച്ചത് ബൈജുവിന്റെ ഭാഗ്യം. ആർത്തട്ടഹസിച്ചു പുറത്തേക്കു ചാടിയ കുട്ടികൾക്കിടയിൽ ഒരു ബിന്ദുവായി അലിഞ്ഞുചേർന്ന ബൈജുവിനെ കല്യാണി എങ്ങനെ സംശയിക്കാൻ ?

ബൈജുമോന്റെ മുന്നിൽ പാത്രം തുറന്നുവച്ച് കല്യാണി എല്ലാം വിളമ്പിനിരത്തി. മീൻ വറുത്തതും പച്ചടിയും മോരു കറിയും മുട്ട പൊരിച്ചതും. പക്ഷേ, എങ്ങനെ ചെല്ലാൻ. വയർ നിറയെ ഉപ്പുമാവാണ്.

' മോനിരുന്നുണ്ണ്. ഞാനിപ്പോ വരാം.' കല്യാണി പുറത്തേക്കിറങ്ങി. കല്യാണി എങ്ങോട്ടാണു പോയതെന്നറിയാം സ്കൂൾ വരാന്തയിൽ നിരന്നിരുന്ന് ഉപ്പുമാവു തിന്നുന്ന കുട്ടികളുടെ അടുത്തേക്ക്. ചിലപ്പോൾ വാസുപിള്ളച്ചേട്ടനും പത്മനാഭൻസാറുമൊക്കെയായി വർത്തമാനം പറഞ്ഞു നില്ക്കുന്നതും കണ്ടിട്ടുണ്ട്.

'എന്താ കുഞ്ഞേ ചോറുണ്ണാത്തേ? നല്ല മീൻ വറുത്തതും മോരു കറീമൊക്കെയില്ലേ? കല്യാണി വാരിത്തരട്ടെ?'

ഹൊ! കല്യാണി ഇങ്ങെത്തിയോ? മറേറതു സമയത്തായിരുന്നെങ്കിലും വാരിത്തരട്ടെ എന്നു കേൾ ക്കുമ്പോൾ ബൈജുമോന് സന്തോഷമാകുമായിരുന്നു. കാരണം കൈകൊണ്ട് കുഴച്ചു വാരിത്തിന്നുന്നത് അത്രയ്ക്ക് ബുദ്ധിമുട്ടുള്ള കാര്യമാണവന്.

'വേണ്ട കല്യാണീ, എനിക്കു ചോറു മതി.'

'എനിക്കറിയാം കുഞ്ഞിനിന്നു ചോറു വേണ്ടാത്തതെന്താണെന്ന് കുഞ്ഞിന്ന് ഇവിടത്തെ ഉപ്പുമാവു തിന്നല്യോ?

ബൈജുമോന്റെ കണ്ണിൽ അത്ഭുതം, ആശ്ചര്യം, കോപം, താപം, ഭയം തുടങ്ങി എല്ലാ വികാരങ്ങളും ഒരുമിച്ചു മിന്നി,

കല്യാണി ഇതെങ്ങനെ അറിഞ്ഞു? വാസുപിള്ളച്ചേട്ടൻ പറഞ്ഞറിഞ്ഞിരിക്കും . വാസുപിള്ളച്ചേട്ടന് എങ്ങനെ അറിയാം കല്യാണി തനിക്കാണ് ചോറു കൊണ്ടുവരുന്നതെന്ന്? കല്യാണി വീട്ടിൽ ചെന്നു പറ യുമോ? എങ്കിൽ ഇന്നു മമ്മി തല്ലിക്കൊല്ലും, പോരാഞ്ഞു ഇന്നു പപ്പ വരുന്ന ദിവസവും. എല്ലാം സഹി ക്കാം, ചേട്ടന്റേം ചേച്ചീടേം കളിയാക്കലോ?

'സാരമില്ല മോനേ, കല്യാണി വീട്ടിൽ പറയത്തില്ല. മോൻ കൈകഴുകി മിടുക്കനായി ക്ലാസ്സിൽ പൊയ്ക്കോ '

കല്യാണിയുടെ സാന്ത്വനവചനങ്ങൾ ബൈജുമോനെ തെല്ലൊന്നു സമാശ്വസിപ്പിച്ചു.

നാലുമണി വിട്ട് ചെന്നപ്പോൾ വീട്ടിലേക്ക് കയറാൻ ഭയമായിരുന്നു. കല്യാണി പറഞ്ഞുകാണുമോ?

വീട്ടിലെ അന്തരീക്ഷം കണ്ടപ്പോൾ അവന്റെ ഉള്ള് തണുത്തു.

ഓഫീസ് മുറിയിൽ പപ്പ. പപ്പായുടെ തൊട്ടടുത്തു മമ്മി. എന്തോ കാര്യമായി സംസാരിക്കുകയാണ്. ഒരാഴ്ച കൂടി വരുന്നതല്ലേ? ഒത്തിരി കാര്യങ്ങൾ പറഞ്ഞു കേൾപ്പിക്കാനുണ്ടാകും .

മടിച്ച് മടിച്ച് ബൈജു പപ്പായുടെ അടുത്തു ചെന്നു. ആ പിതാവ് പുത്രനെ വാരിയെടുത്ത് മടിയിലിരുത്തി ഉമ്മകൾ കൊണ്ടു മുടി

ഹൊ രക്ഷപ്പെട്ടു. കല്യാണി ഒന്നും പറഞ്ഞിട്ടില്ല . പറഞ്ഞിരുന്നെങ്കിൽ മമ്മിയെങ്കിലും അതേ ക്കുറിച്ച് ചോദിച്ചേനെ. ബൈജുവിന്റെ മനസ്സിൽ നിന്ന് ഭയം പമ്പകടന്നു.

പിറേറന്നു ഉച്ചയൂണിനുശേഷമുള്ള ഉറക്കം കഴിഞ്ഞെഴുന്നേൽക്കുമ്പോൾ പപ്പായും മമ്മിയും ചേട്ടനും ചേച്ചിയുമൊക്കെ നാലുമണിക്കാപ്പിക്ക് മുന്നിലിരിക്കുന്നു. ബൈജുവും വേഗം ചെന്ന് അവരോടു ചേർന്നു. കാപ്പികുടി ക്കിടയിൽ പപ്പാ മമ്മിയോടു പറഞ്ഞു:

'ഷീലേ ബൈജുവിനെ വേഗമൊന്നു കുളിപ്പിച്ചൊരുക്കു. ഞങ്ങളൊന്നു പുറത്തിറങ്ങിയിട്ടു വരാം.'

കേട്ടപ്പോൾ ബൈജുമോനു തുള്ളിച്ചാടണമെന്ന് തോന്നി. പപ്പായോടൊപ്പം സ്കൂട്ടറിൽ ഒരു ചുറ്റിക്കറക്കം. ഏതു കുട്ടിയാണതിഷ്ടപ്പെടാത്തത്.

മമ്മി അണിയിച്ചൊരുക്കാൻ താമസിച്ചപ്പോൾ ബൈജുവിന് ദേഷ്യം വന്നു, പപ്പാ സ്കൂട്ടറുമായി ഗേറ്റുങ്കൽ കാത്തു നിൽക്കുന്നത് കണ്ടപ്പോൾ അവന്റെ ദേഷ്യം പമ്പകടന്നു.

അവന്റെ സ്കൂളും കഴിഞ്ഞ് കുറെ വഴി ചെന്നപ്പോൾ പപ്പാ സ ്കൂട്ടർ നിർത്തി:

'വാ മോനെ, നമുക്കൊന്നു നടന്നിട്ടു വരാം.'

പപ്പാ കൈയിൽപ്പിടിച്ച് മുന്നോട്ടു നടന്നപ്പോൾ അവന് യാതൊന്നും പറയാൻ കഴിഞ്ഞില്ല. പക്ഷേ, അവന് പപ്പായുടെ ആ പ്രവർത്തിയിൽ അമർഷം തോന്നി.

വേറെ എത്ര നല്ല സ്ഥലങ്ങളുണ്ട്. അവിടൊന്നും പോകാതെ ഇതേതു സ്ഥലമായിരിക്കും? വഴിക്ക് ഇരുപുറവും തൊട്ട് തൊട്ട് ഓലപ്പുരകൾ, എല്ലാത്തിന്റേയും വാതിൽക്കൽ ചട്ടിയും കലങ്ങളും കമഴ്ത്തി വെച്ചിരിക്കുന്നു. ഉടുപ്പും നിക്കറുമൊന്നും ഇടാത്ത കൊച്ചുകുട്ടികൾ തമ്മിൽത്തല്ലുന്നു, വഴക്കടിക്കുന്നു. എല്ലും തോലും തിരിഞ്ഞ കൊടിച്ചി പട്ടികൾ വാലു മടക്കി ചുരുണ്ടുകൂടിക്കിടക്കുന്നു. പെണ്ണുങ്ങൾ കുത്തിയിരുന്നു പേൻ കൊല്ലുന്നു, കൂട്ടത്തിൽ കലപിലാ വർത്തമാനവും. ഇതിലൊക്കെ ആളുകൾ താമസി ക്കുന്നതാണോ? ഓരോന്നിനും കോഴിക്കൂടിന്റത്ര വലിപ്പമേയുള്ളു ഒരു വൃത്തിയുമില്ല. അപ്പടി നാറ്റവും.

'അമ്മേ എനിക്കു വിശക്കുന്നു. വല്ലോം താ.'

ഒരു കുടിലിനകത്തു നിന്നു കേട്ട ശബ്ദം അവനെ പിടിച്ചു നിർത്തി. അവന്റെ ക്ളാസ്സിൽ അവനെ തൊട്ടിരിക്കുന്ന കൊച്ചുമോളീടെ ശബ്ദം പോലിരിക്കുന്നു.

'ഞാനെന്തെടുത്തു തരാനാ കൊച്ചുമോളീ. വൈകിട്ട് അപ്പൻ പണികഴിഞ്ഞു വരുമ്പം വല്ലോം കൊണ്ടുവന്നാൽ അതെടുത്തിട്ടു വച്ചുപെറുക്കിത്തരാം .

അതേ, കൊച്ചുമോളിതന്നെ. പിറകെ വന്ന സ്ത്രീശബ്ദം അതവളുടെ അമ്മയുടെ ആയിരിക്കും.

'ഹൊ എന്റെ ദൈവമെ ! ഇന്നു പള്ളിക്കൂടമൊണ്ടാരുന്നേല് ഉപ്പുമാവേലും തിന്നാരുന്നു. വെശ ന്നിട്ടു ജീവൻ പോണു. '

പാവം കൊച്ചുമോളി. അവൾക്കു വിശന്നിട്ടു വയ്യാരിക്കും.

അടുത്ത കുടിലിന്റെ മുന്നിലായപ്പോൾ രണ്ടു കഷണം കപ്പ ബൈജുവിന്റെ മുന്നിൽ വന്നു വീണു. പിറകെ രണ്ട് മൂന്നു വാക്കുകളും :

'വെശന്നിട്ടു കണ്ണുകാണാമ്മേലാണ്ടായി. അപ്പോഴാ രണ്ട് കീറ കപ്പ. അതെന്റെ എവിടെ കൊള്ളാനാ?'

'ഞാഹാ ! നീ അത്രയ്ക്കായോ? അന്നത്തിനെ നീ നിരാകരിക്കുമല്ലേടാ എടുക്കെടാ ചെന്ന്. അല്ലെങ്കിലിന്നു നിന്റെ തൊടേലെ തൊലി ഞാനെടുക്കും.'

എല്ലും തോലും മാത്രമായ രണ്ട് രൂപങ്ങൾ ഉരുട്ടിപ്പിടിച്ചു മുററത്തേക്കു ചാടിയപ്പോഴാണു അവൻ ശ്രദ്ധിച്ചത്. അതിലൊന്ന് അവന്റെ കൂടെ പഠിക്കുന്ന സോമനാണെന്ന്. മറേറത് അവന്റെ അമ്മയായിരിക്കും.

'അമ്പതു പൈസേംകൊണ്ടു ചെന്നാ വല്ലോരും അരി തരുവോടാ? കിട്ടിയത് അരക്കിലോ കപ്പയാ. അതു വെച്ച് വിളമ്പിത്തരാമെന്നു വച്ചപ്പോ.. . . അവന്റെയൊരഹമ്മതി.'

സോമന്റെ അമ്മ നിന്നു കലിതുള്ളി. പിന്നെ അതൊരു പരിദേവനമായി മാറി:

'എന്റീശ്വരാ, ഒരിക്കലും ഈ ശനീം ഞായറും ഒണ്ടാകാതിരുന്നെങ്കിൽ. ഒരു നേരമെങ്കിലും പിള്ളാർക്ക് വയറു നിറച്ചു ഉപ്പുമാവു കിട്ടിയേനെ. '

മുന്നോട്ടു നടക്കുമ്പോൾ വീണ്ടും കേട്ടു. എല്ലാ കുടിലുകളിൽനിന്നും വിശപ്പിന്റെ വിളികൾ. അതിന്റെ കാഠിന്യ

ത്തിലമർന്ന കുട്ടികളുടെ അലമുറകൾ. അവരുടെ തള്ളമാരുടെ ശകാരവർഷങ്ങൾ,

'ബൈജുമോൻ കേട്ടോ അവരു പറഞ്ഞതൊക്കെ?'

എല്ലാം കണ്ടും കേട്ടും മിണ്ടാതെ ഒപ്പം നടന്ന പുത്രനോടു ബൈജുവിന്റെ പപ്പാ തിരക്കി.

' കേട്ടു പപ്പാ, എന്താ പപ്പാ, ഇവർക്കൊക്കെ ഒന്നും കഴിക്കാനില്ലാത്തെ ?'

കുരുന്നു മനസ്സിൽ നിന്നുതിർന്ന നിഷ്കളങ്കമായ ചോദ്യം എന്തുത്തരം കൊടുക്കേണ്ടു എന്ന ചിന്താക്കുഴപ്പത്തിലായി ബൈജുവിന്റെ പപ്പാ, എങ്കിലും ആ പിതാവു പറഞ്ഞു:

'മോനേ ! അതേയ്, ആ പിള്ളാരുടെ പപ്പാമാർക്ക് മോന്റെ പപ്പായെപ്പോലെ ഭേദപ്പെട്ട ജോലിയൊ ന്നുമില്ല. ജോലി ചെയ്താല്ലേ ശമ്പളം കിട്ടൂ. ശമ്പളം കിട്ടിയാലല്ലേ വല്ലോമൊക്കെ വാങ്ങിക്കാൻ പറ്റൂ. അവര് പാവങ്ങളാ. അങ്ങനെയുള്ള കുഞ്ഞുങ്ങൾക്ക് വേണ്ടിയാ പള്ളിക്കുടത്തീന്ന് ഉപ്പുമാവ് കൊടുക്കു ന്നത് . മോന്റെ പള്ളിക്കൂടത്തിലും കൊടുക്കുന്നില്ലേ?

'ഉവ്വ് പപ്പാ.....'

മോൻ ഇനി സ്കൂളിൽനിന്ന് ഉപ്പുമാവ് കഴിക്കരുതെന്നോ, കഴിച്ചത് വലിയ തെറ്റായിപ്പോയെന്നോ ആ പിതാവ് പറഞ്ഞില്ല, എങ്കിലും ബൈജുമോനു താൻ ചെയ്തത് വലിയ തെററായിത്തോന്നി. അവൻ ഉറച്ച തീരുമാനമെടുത്തു. ഇനി ഒരിക്കലും പാവപ്പെട്ട കുഞ്ഞുങ്ങൾക്ക് വേണ്ടിയുള്ള ഉപ്പുമാവിന്റെ പങ്കു പറ്റുകയില്ല.

സൂര്യൻ പടിഞ്ഞാറുവശത്തേക്കു ചാഞ്ഞുതുടങ്ങിയപ്പോൾ ബൈജുവും പപ്പായും വീട്ടിലേക്ക് മടങ്ങി. മടക്കയാത്രയിലും ഉറങ്ങാൻ കിടക്കുമ്പോഴും പിറേറന്നു പള്ളിയിൽ പോകുമ്പോഴുമൊക്കെ ചില സംശയങ്ങൾ ആ കുരുന്നു മനസ്സിൽ പോറലേല്പിച്ചുകൊണ്ടിരുന്നു.

'ബൈജുമോനെ ഹെഡ്മാസ്റററ് സാറിന്റെ മുറിയിലേക്കു കൂട്ടിക്കൊണ്ടു ചെല്ലാൻ പറഞ്ഞു.'

പിറേറന്നു ഉച്ചകഴിഞ്ഞ് ബെല്ലടിച്ച് അല്പസമയം കഴിഞ്ഞപ്പോൾ വാതിൽക്കലെത്തിയ സ്കൂളിലെ പ്യൂണിന്റെ വാക്കുകൾ കേട്ട് ബൈജുവിന്റെ ഉള്ള് പിടഞ്ഞു. വാസുപിള്ളച്ചേട്ടനോട് ഉപ്പുമാവ് വാങ്ങി തിന്നിട്ടായിരിക്കും ഇപ്പോൾ ഹെഡ്മാസ്ററര് വിളിക്കുന്നതു്. അല്ലാതെ ഒരു

തെറ്റും ചെയ്തിട്ടില്ല. എന്റീശോയേ... ഇനി എന്തുചെയ്യും? ഇന്ന് ഹെഡ്മാസ്റ്റർ സാർ തല്ലിച്ചതയ്ക്കും. കഷ്ടം ! ആ ഉപ്പുമാവ് തിന്നണ്ടായിരുന്നു.

വിറയ്ക്കുന്ന പാദങ്ങളോടെ, പതറുന്ന മനസ്സോടെ, തുളുമ്പാൻ തുടങ്ങുന്ന മിഴികളോടെ ഹെഡ്മാസ്റ്ററുടെ മുറിയിലേക്കു കയറിച്ചെന്ന ബൈജുമോൻ കണ്ടത്, ഹെഡ്മാസ്റ്റർക്കഭിമുഖമായി ചിരിച്ചു തകർത്ത് വർത്തമാനം പറഞ്ഞിരിക്കുന്ന, അവൻ വല്യപ്പാ എന്നു വിളിക്കുന്ന അവന്റെ വല്യപ്പച്ചനെ യാണ്, കൊച്ചുമകനെ കാണാനും അവനെയും കൊണ്ട് ടൗണിലൊന്നു ചുറ്റിക്കറങ്ങാനും ഉദ്ദേശിച്ചിറങ്ങി യിരിക്കയാണാ വല്യപ്പച്ചൻ.സ്കൂളിലെത്തുമ്പോഴാണ് അറിയുന്നത് അവന്റെ ഹെഡ്മാസ്റ്റർ തന്റെയൊരു സുഹൃത്താണെന്ന്.

അത്മുതപ്പെട്ടുനിന്ന ബൈജുമോനെ അടുത്തേക്ക് ചേർത്തുനിർത്തി അവന്റെ വല്യപ്പാ പറഞ്ഞു:

'മോൻ ചെന്നു മോന്റെ സഞ്ചിയും കുടയുമൊക്കെ എടുത്ത് കൊണ്ടു ഗേറ്റിങ്കലേക്കു പോര്.നമുക്ക് ടൗണിൽ വരെ ഒന്നു പോകാം.'

സഞ്ചിയും കുടയുമെടുത്ത് ബൈജുമോൻ ഗേറ്റിങ്കലെത്തിയപ്പോൾ ഹെഡ്മാസ്റ്ററും അവന്റെ വല്യപ്പായോടാപ്പം കാറിൽ കടന്നിരിക്കുന്നത് കണ്ട് അവൻ അത്മുപ്പെട്ടു.

ഹെഡ്മാസ്റ്ററും വല്യപ്പച്ചനും വാതോരാതെ വലിയ വലിയ കാര്യങ്ങൾ സംസാരിച്ചുകൊണ്ടിരുന്ന പ്പോൾ ബൈജുമോൻ പുറത്തേക്കു നോക്കി ഓടിക്കൊണ്ടിരുന്ന പ്രകൃതിസൗന്ദര്യം ആസ്വദിക്കുകയാ യിരുന്നു. കാർ വളവു തിരിഞ്ഞ് ടൗണിന്റെ പ്രാന്തപ്രദേശങ്ങളിലേക്ക് കടക്കുമ്പോൾ തലയിൽ കുട്ടയു മായി കൈലിയുടുത്ത് മുറിക്കയ്യൻ ഷർട്ടിട്ട ഒരു മനുഷ്യൻ മുമ്പേ നടക്കുന്നത് അവന്റെ ശ്രദ്ധയിൽപ്പെട്ടു.

'വല്യപ്പാ, അതു ഞങ്ങടെ സ്കൂളിലെ വാസുപിള്ളച്ചേട്ടനാ. നമുക്ക് വാസുപിള്ളച്ചേട്ടനെക്കൂടെ കാറേൽക്കയറ്റാം.'

'ശരിയാ തോമ്മാച്ചാ. അയാളെക്കൂടെ കയറ്റാം , പാവം.'

ഹെഡ്മാസ്റ്റർ ശരിവെച്ചപ്പോൾ പിന്നെ താമസമുണ്ടായില്ല. വാസുപിള്ള കുനിഞ്ഞു കാറിലേക്കു കയറുമ്പോൾ ഡോർ തട്ടി കുട്ട മൂടിയിരുന്ന ഇല ഒരു വശത്തേക്ക് തെന്നി മാറി. ഹെഡ്മാസ്റ്ററുടെ കണ്ണു കൾ കുട്ടയ്ക്കുള്ളിലെ വസ്തുവിൽ ഉടക്കി.

'ഉപ്പുമാവോ? എന്താ വാസുപിള്ളേ ഇത് '

ഹെഡ്മാസ്റ്ററുടെ സ്വരത്തിലെ കാർക്കശ്യം വാസുപിള്ളയെ വിവശനാക്കി:

'മിച്ചം വന്നതാ സാറേ. '

അറച്ചറച്ചാണ് വാസുപിള്ള പറഞ്ഞുനിർത്തിയത് .

'എന്നിട്ടെന്താ വാസുപിള്ളച്ചേട്ടൻ കൊച്ചുമോളിക്കും സോമനുമൊക്കെ രണ്ടാമത് ഉപ്പുമാവ് കൊടു ക്കാത്തെ? ഞാനിന്നും കണ്ടല്ലോ അവരു ചോദിച്ചപ്പോ ഇനി ഇല്ലെന്നു പറയുന്നെ. ഇതൊണ്ടാക്കിയപ്പോഴേ എടുത്തു മാറ്റിവച്ചതല്ലേ വാസുപിള്ളച്ചേട്ടാ? '

ബൈജുവിന്റെ ചോദ്യശരങ്ങൾ വാസുപിള്ളയെ കുഴക്കി. അയാൾ എന്തുത്തരം നൽകേണ്ടു എന്ന റിയാതെ കാറിൽ ചടഞ്ഞിരുന്നു.

കാപട്യമെന്തെന്നറിയാത്ത ആ കൊച്ചുബാലന്റെ വാക്കുകൾ ഹെഡ്മാസ്റ്ററുടെ മാനസഭിത്തിയിൽ ഒരു ചിത്രം വരച്ചു.

ഒരു നേരത്തെ ആഹാരത്തിനു വകയില്ലാത്ത വീടുകളിലെ കുഞ്ഞുങ്ങൾക്ക് ഒരു നേരമെങ്കിലും വയറു നിറയ്ക്കാൻ പണിപ്പെടുന്ന സർക്കാർ. ആ കുരുന്നുവയറുകളിൽ ആഞ്ഞടിക്കുന്ന ചൂഷണത്തിന്റെ കൊടുങ്കാറ്റ്. അവരെ കൊള്ളയടിച്ചു കൂട്ടയിലാക്കുന്ന ഉപ്പുമാവു നഗരത്തിലെ ഏതെങ്കിലും ഹോട്ടലു കളിലോ, ചായക്കടകളിലോ നിരക്കുന്ന നാലു മണിപ്പലഹാരം. അതിന്റെ വിലയായി വാസുപിള്ളയുടെ പോക്കറ്റിൽ നാണയങ്ങളുടെ കിലുകിലുക്കം ഹൊ ! എന്തൊരു വഞ്ചന. നാലുപേരറിഞ്ഞാൽ ഈ വഞ്ച നയ്ക്കു താനും കൂട്ടുനിൽക്കുന്നുവെന്നല്ലേ ധരിക്കൂ. ഇപ്പോൾത്തന്നെ അങ്ങനെ ധരിച്ചിട്ടില്ലെന്ന് എങ്ങനെ വിശ്വസിക്കാം ?

'വാസുപിള്ളേ !'

ഹെഡ്മാസ്റ്ററുടെ ഇടിമുഴക്കം പോലുള്ള വിളികേട്ട് കാറോടിക്കുന്നതിൽ ബദ്ധശ്രദ്ധനായിരുന്ന ബൈജുമോന്റെ വല്യപ്പാ പോലും നടുങ്ങി.

'എന്താണ് ഇതിന്റെയൊക്കെ അർത്ഥം ?'

ʻഒരു കൈപ്പിഴ വന്നു പോയി സാറേ. ക്ഷമിക്കണം.ʻ

ʻചെയ്തിടത്തോളം ചെയ്തു. ഇനി ഇതാവർത്തിച്ചാൽ .... അന്നു ഞാൻ തന്റെ പണി നിർത്തും , മനസ്സിലായോ?ʻ

വിവശനായി വിളറിവെളുത്തിരിക്കുന്ന വാസുപിള്ളയേയും ഗംഭീരനായി മീശ വിറപ്പിച്ചിരിക്കുന്ന ഹെഡ്മാസ്റ്ററേയും മാറിമാറി നോക്കി ബൈജുമോൻ അന്ധാളിച്ചിരുന്നു, അവന്റെ നിഷ്കളങ്കമായ വാക്കു കൾ സാധിച്ചെടുത്ത വലിയ കാര്യത്തിന്റെ ഗൗരവം അറിയാതെ.

5.ബാബു

അമ്മ എടുത്തുകൊടുത്ത അലക്കിത്തേച്ച ഷർട്ടും നിക്കറും കൈയിൽ വാങ്ങുമ്പോൾ ബാബു സുമതിക്കുട്ടി റ്റീച്ചറിനെ ഓർത്തു. സുമതിക്കുട്ടിറ്റീച്ചറാണു തന്നെ കഴിഞ്ഞ മത്സരങ്ങൾക്ക് കൊണ്ടു പോയത്. പോകാൻ ഒരുങ്ങി നിൽക്കുന്ന കുട്ടികളുടെ കൂട്ടത്തിൽ നിന്നു തന്നെ വിളിച്ചു മാറ്റിനിർത്തി സുമതിക്കുട്ടി റ്റീച്ചർ ചോദിച്ചു:

'ബാബുവിനു വേറെ ഉടുപ്പും നിക്കറുമില്ലേ? '

ബാക്കി എല്ലാവരും നല്ല ഷർട്ടും നിക്കറുമാണിട്ടിരിക്കുന്നത്. തനിക്കു മാത്രം... തനിക്ക് ഈ ഒരു ഷർട്ടും നിക്കറും മാത്രമേ ഉള്ളുവെന്നു റ്റീച്ചറിനോടെങ്ങനെ പറയും. ചില ദിവസങ്ങളിൽ ഉണങ്ങാത്ത ഷർട്ടും നിക്കറുമിട്ടു സ്കൂളിൽ വരുന്ന തനിക്ക് അടുത്തിരിക്കുന്ന രമണന്റെയും വർഗീസിന്റേയും കുത്തുവാക്കുകൾ എത്ര സഹിക്കേണ്ടിവന്നിട്ടുണ്ട്. അതു എങ്ങനെയും സഹിക്കാം. നനഞ്ഞ നിക്കർ ദേഹത്തു കിടക്കുമ്പോഴുണ്ടാകുന്ന ഈർച്ചയും വയറുവേദനയും !അതാണു സഹിക്കാൻ പറ്റാത്തത് . അമ്മയോടു താനെത്ര പറഞ്ഞു ഒരു ഷർട്ടും നിക്കറും കൂടി തയ്പിച്ചു തരാൻ. 'പൈസായുണ്ടാകട്ടെ. ' അതാണെപ്പോഴുമുള്ള പല്ലവി. അച്ഛനുണ്ടായിരുന്നെങ്കിൽ ....

'വേറെയില്ലല്ലേ. സാരമില്ല.'

അത്രമാത്രമേ റ്റീച്ചർ പറഞ്ഞുള്ളു.. ബസ്സ് വന്നപ്പോൾ എല്ലാവരും കയറിയ കൂട്ടത്തിൽ താനും കയറി,

പിറേന്നു രാവിലെ സ്കൂളിലേക്ക് കടന്നുചെല്ലുമ്പോൾ സുമതിക്കുട്ടിറ്റീച്ചർ വരാന്തയിൽ നിൽക്കുന്നു. തന്നെ കൈകൊണ്ടു മാടിവിളിച്ചു. അടുത്തു ചെന്നപ്പോൾ ഒരു പൊതി കൈയിൽ തന്നു.

'ഒരു ഷർട്ടും നിക്കറുമുണ്ട്. ഇട്ടുനോക്ക്, നിനക്കു പാകമാണോന്ന്.

റ്റീച്ചറിന്റെ മകൻ തന്റെ പ്രായമായിരുന്നുവെന്നും തന്റെ വീടിനടുത്തുള്ള ഇംഗ്ലീഷ് മീഡിയം സ്കൂളിലായിരുന്നു പഠിച്ചിരുന്നതെന്നും ഭർത്താവും മകനും സ്കൂട്ടർ ആക്സിഡന്റിൽ മരിച്ചുപോയതാ ണെന്നും മറ്റു കുട്ടികൾ പറഞ്ഞറിഞ്ഞിരുന്നു.

തന്റെ വീടിനടുത്താണാ സ്കൂൾ താനെപ്പോഴും കടന്നു വരാറുള്ള വഴിയരികിലുള്ള സ്കൂൾ. എത്ര പ്രാവശ്യം ആഗ്രഹിച്ചിട്ടുണ്ട് ആ ഗേററിനകത്തൊന്നു കടന്ന് അതിനകമൊക്കെ ഒന്നു ചുറ്റിക്കാണാൻ, അവിടെ പഠിക്കാൻ ആഗ്രഹമില്ലാഞ്ഞിട്ടല്ല തന്നെ അവിടെ ചേർക്കാത്തത് നടപ്പില്ലാഞ്ഞിട്ടാണ് പണക്കാ രുടെ മക്കൾക്കു മാത്രമേ അവിടെ പഠിക്കാൻ പറ്റത്തുള്ളു പോലും. അവിടത്തെ ചിട്ടയും മട്ടും അങ്ങ നെയാണ്.

വീട്ടിലെത്താൻ ധൃതിയായിരുന്നു. പൊതി ആരും കാണാതെ മറച്ചുവെച്ചു. എന്നിട്ടും രമണനും വർഗീസും അതു കണ്ടു പിടിച്ചു. വേണ്ടുവോളം പരിഹാസം ഏൽക്കേണ്ടിവരികയും ചെയ്തു. എത്ര കിഴിച്ചു ചോദിച്ചിട്ടും ആരു തന്നെന്നോ , എവിടെനിന്നു കിട്ടിയെന്നോ പറഞ്ഞില്ല. എന്തിനു വെറുതെ റീച്ചറിനു കൂടി മാനക്കേടു വരുത്തണം.

പിറേന്നു ആ ഉടുപ്പും നിക്കറുമിട്ടാണു സ്കൂളിൽ പോയത്. ചോദ്യത്തിനുത്തരം കൊടുക്കാനെ ഴുന്നേറ്റു നിൽക്കുമ്പോൾ ക്ളാസ്റ്റീച്ചർ തന്നെ അടിമുടി സൂക്ഷിച്ചു നോക്കുന്നതു കണ്ടു മുഖം കുനിച്ചു. സുമതിക്കുട്ടിറീച്ചർ പറഞ്ഞിരിക്കും.

അസംബ്ളിയിൽ വിജയികളായവരുടെ പേരു വിളിച്ച കൂട്ടത്തിൽ തന്റെ പേരും ഉണ്ടായിരുന്നു. പാട്ടിനും ശാസ്ത്രീയ സംഗീതത്തിനും പദ്യപാരായണത്തിനും ഫസ്റ്. മനസ്സ് സന്തോഷം കൊണ്ടു തുടി കൊട്ടി. ആദ്യമായുണ്ടായ അനുഭവം.

വരാന്തയിൽ നിരന്നു നിൽക്കുന്ന സാറന്മാരുടെ കൂട്ടത്തിൽ സുമതിക്കുട്ടിറീച്ചർ. നോക്കുമ്പോൾ തന്നെത്തന്നെ നോക്കിക്കൊണ്ടു നിൽക്കുന്നു,

സുമതിക്കുട്ടിററീച്ചറാണു തന്നെ നിർബന്ധിച്ച് പാട്ട് പാടിച്ചത്, ക്ളാസ്സിൽ റ്റീച്ചറില്ലാത്ത ഒരു പീരിയ ഡിൽ അമ്മ പഠിപ്പിച്ച ഒരു സിനിമാപ്പാട്ടാണു പാടിയത്, റീച്ചറിന്റെ അടുത്തു ചെന്നുനിന്നു പാടിത്തുട ങ്ങുമ്പോൾ ആദ്യം വിറച്ചിരുന്നു. പിന്നെ അതങ്ങു മാറി. പാടി തീർന്നപ്പോൾ റീച്ചർ തോളിൽത്തട്ടി അഭി നന്ദിച്ചു.

രണ്ടുമാസം കഴിഞ്ഞുകാണും ഒരു ദിവസം ഹെഡ്മാസ്റ്റർ ഇരിക്കുന്ന മുറിയിലേക്കു ചെല്ലാൻ പ്യൂൺ വന്നു പറഞ്ഞു. പേടിച്ചു പേടിച്ചാണവിടെ ചെന്നത്. എന്തിനായിരിക്കും വിളിപ്പിച്ചത്. താൻ കുസൃതി വല്ലതും കാട്ടിയത് ആരെങ്കിലും കണ്ടു പറഞ്ഞുകൊടുത്തിരിക്കുമേ? അതോ, ഉച്ചയ്ക്കുപ്പുമാവ് രണ്ടാമതു ചോദിച്ചു വാങ്ങിയതിനാണോ?

വാതിൽക്കൽ അറച്ചറച്ചുനിന്ന തന്നെ സുമതിക്കുട്ടിറിച്ചർ അകത്തേക്കു വിളിച്ചു:

'ബാബു കയറി വരൂ.'

അകത്തു ഹെഡ്മാസ്റ്റർ. തന്നെ അടുത്തേക്കു വിളിച്ചു. ഹെഡ്മാസ്റ്റർ പറഞ്ഞു:

'ബാബുവിനെ സുമതിക്കുട്ടിയമ്മ ഒരു പദ്യം പഠിപ്പിക്കും. ബാബൂന് നല്ല ശബ്ദവും ഈണവുമു ണ്ടെന്ന് സുമതിക്കുട്ടിയമ്മ പറഞ്ഞു: '

തന്നെയും കൂട്ടി സുമതിക്കുട്ടിറിച്ചർ റ്റീച്ചേഴ്സ് റൂമിലേക്കു പോയി. അവിടെ മാറ്റാരും ഉണ്ടായി രുന്നില്ല. എല്ലാവരും ക്ലാസ്മുറികളിൽ പോയിരിക്കും. അലമാരിക്കുള്ളിൽ നിന്നും സുമതിക്കുട്ടിറ്റീച്ചർ ഒരു പുസ്തകമെടുത്ത് ഈണത്തിൽ പാടി കേൾപ്പിച്ചു, പിന്നെ തന്നോട് ഏറ്റുപാടാൻ പറഞ്ഞു.

പിന്നെ രണ്ടുമൂന്നു ദിവസം തുടർച്ചയായി റ്റീച്ചർ പാഠം പഠിപ്പിക്കുന്നതു പോലെ പദ്യം ചൊല്ലി പഠിപ്പിച്ചു മറ്റൊരു പാട്ടും, നാലാം ദിവസം പറഞ്ഞു പിറ്റേന്നു മത്സരത്തിനു പോകാനൊരുങ്ങിച്ചെല്ല ണമെന്ന്. അന്നു പാടിയ സിനിമാപ്പാട്ടും റ്റീച്ചർ പഠിപ്പിച്ചതും ചൊല്ലണമെന്ന്.

മനസ്സിനാകെ അങ്കലാപ്പായിരുന്നു. ഇനിയും വീട്ടിൽ ചെന്നു ഷർട്ടും നിക്കറും നനച്ചിട്ടാൽ ഉണങ്ങി യെടുത്തു കൊണ്ടുപോകാൻ പറ്റുമോ? ഉണങ്ങിയെന്നും ഇല്ലെന്നും വരുത്തിയാണ് ഇട്ടുകൊണ്ടു പോയത്,

ഒരാഴ്ച, കഴിഞ്ഞില്ല. ഒരു ദിവസം റ്റീച്ചർ തന്നെ വിളിച്ചു വീണ്ടും ഒരു പൊതി ഏൽപ്പിച്ചു:

'ഇതു ബാബുവിന് എന്റെ സമ്മാനം. സംഗീതത്തിനും പദ്യപാരായണത്തിനുമൊക്കെ ഫസ്റ്റ് വാങ്ങി യതിന്. അടുത്ത മത്സരത്തിനു പോകുമ്പോൾ ബാബു, ഇതിട്ടു വേണം പോകാൻ.

റ്റീച്ചറാണു തന്നെ പാട്ടു പഠിപ്പിച്ചത്. എന്നിട്ടും തനിക്കു റിച്ചറിന്റെ വക സമ്മാനം. കിട്ടിയ സമ്മാനങ്ങൾക്കു പുറമെ.

സന്തോഷത്തോടെ കൈ നീട്ടി വാങ്ങുമ്പോൾ റ്റീച്ചറിന്റെ മുഖത്തേക്കുനോക്കി.

ആ മിഴികൾ നിറഞ്ഞു തുളുമ്പിനിൽക്കുന്നു.

' മോന്റെ യുണിഫോമാണ് ഇതിടാനുള്ള യോഗം അവനുണ്ടായില്ല. ബാബുവിന് അവന്റെ ഉടുപ്പ് ചേരുമല്ലോ'

റ്റീച്ചർ തന്ന സമ്മാനത്തെക്കുറിച്ച് അമ്മയോടു പറയണം. പൊതിക്കുള്ളിലെ ഉടുപ്പും നിക്കറു മൊന്നു കാണണം. ധൃതിയിലാണു പടികടന്നത്. വീടിന്റെ മുറ്റത്തു രണ്ടപരിചിതർ. അമ്മ ഉമ്മറത്ത്. അല്പ നേരം അറച്ചുനിന്നു.

'മോനിങ്ങു വരൂ, ഇതാരൊക്കെയാണെന്നു മോനറിയാമോ? നമ്മുടെ കിഴക്കേ സ്കൂളിന്റെ മാനേജരും ഹെഡ്മാസ്റ്ററും. മോനെ അവരുടെ സ്കൂളിലാക്കണമെന്ന് പറയാൻ വന്നതാ.

'അതിനു നമ്മക്കു പണമില്ലെന്നല്ലേ അമ്മ പറഞ്ഞിട്ടുള്ളത്.

'പണമൊന്നും വേണ്ട മോനേ, നിന്നെ ഞങ്ങളുടെ സ്കൂളിൽ ചേർക്കാൻ എത്ര പണം വേണമെ ങ്കിലും അങ്ങോട്ടു തരാം.

അപരിചിതരിലൊരാൾ പറഞ്ഞതു മുഴുവൻ മനസ്സിലായില്ല. എങ്കിലും ചോദിച്ചു:

'അതിനു ഞാൻ ഇംഗ്ലീഷ് മീഡിയത്തിലല്ലല്ലോ പഠിക്കുന്നത്. മലയാളം മീഡിയമാ'

'അതൊന്നും ഓർത്ത് ബാബു വിഷമിക്കണ്ട, ബാബുവിനെ ഇംഗ്ലീഷ് മീഡിയത്തിൽത്തന്നെ പത്താം തരം പാസ്സാക്കുന്ന കാര്യം ഞങ്ങളേറ്റു.'

പിന്നൊന്നും മിണ്ടാതെ നിന്നപ്പോൾ മറ്റെയാൾ ചോദിച്ചു:

'ബാബുവിന്റെ കൈയിലെ പൊതിയിലെന്താ?'

അവരുടെ മുന്നിൽ വെച്ച് അതഴിക്കാൻ ജാള്യത തോന്നി: വിക്കി വിക്കി വിവരം പറയുമ്പോൾ അമ്മയോടായി അയാൾ പറഞ്ഞു:

'നാളെത്തന്നെ റ്റി.സി. വാങ്ങിക്കൊള്ളു. ഒന്നും വിഷമിക്കണ്ട. മോന്റെ പത്താംതരം വരെയുള്ള എല്ലാ കാര്യങ്ങളും ഞങ്ങളേറ്റു.'

പിറ്റേന്ന് അമ്മയുമായി ഹെഡ്മാസ്റ്റർസാറിന്റെ മുന്നിൽ നിന്നപ്പോഴാണു കാര്യത്തിന്റെ കിടപ്പു പിടികിട്ടിയത്, ഹെഡ്മാസ്റ്റർ മറ്റു സാറന്മാരുമായി സംസാരിക്കുന്നതു കേട്ടപ്പോൾ,

തന്നെ ആ സ്കൂളിൽ ചേർത്താൽ പത്താംതരം വരെ താൻ നേടിക്കൊടുക്കാൻ സാധ്യതയുള്ള പോയിന്റിലാണ് അവരുടെ കണ്ണ്, മത്സരത്തിന്റെ അന്ന് ആ സ്കൂളിന്റെ ഹെഡ്മാസ്റ്റർ ഹെഡ്മാസ്റ്റർ സാറിന്റെ അടുത്താണിരുന്നത്. തന്നെക്കുറിച്ച് പല വിവരങ്ങളും ചോദിച്ചറിഞ്ഞുപോലും, ഹെഡ്മാസ്റ്റർ റെ.സി.എഴുതിത്തന്നു തന്നെ തലയിൽ കൈ വെച്ച് അനുഗ്രഹിച്ച് അമ്മയോടായി പറഞ്ഞു:

'ബാബു ഈ സ്കൂളിൽ നിന്നാൽ ഞങ്ങൾക്ക് ഇതൊക്കെയേ ചെയ്യാൻ പറ്റു. ഗവണ്മെന്റിന്റെ പരിധിക്കുള്ളിൽ നിന്നുകൊണ്ടേ ഞങ്ങൾക്കെന്തും ചെയ്യാനാവു അവരാണെങ്കിൽ ബാബുവിന്റെ കഴിവു കളെ വികസിപ്പിക്കും. അവർക്കതിനു തക്ക പണമുണ്ട്. പരിധികളുമില്ല, അവനു നല്ലതു വരും,

ക്ലാസ്സിൽ ചെന്ന് എല്ലാവരോടും യാത്ര പറഞ്ഞു പുറത്തു കടക്കു മ്പോൾ വരാന്തയിൽ സുമതിക്കുട്ടിറ്റീച്ചർ 'ബാബു ഈ സ്കൂളിൽനിന്നു പോവാണല്ലേ? ഞാൻ അറിഞ്ഞു.'

അമ്മ പറഞ്ഞതുകൊണ്ടാണ് ക്ലാസ്മുറിയിലേക്കു പോയത്, ആദ്യം സുമതിക്കുട്ടിററീച്ചറിന്റെ അടുത്തു പോകേണ്ടതായിരുന്നു.

'എവിടെയായാലും പഠിത്തം ഉഴപ്പരുത്. ഉള്ള കഴിവുകളും കളയരുതു കേട്ടോ,'

തോളിൽ തട്ടിറ്റീച്ചർ പറഞ്ഞതു ശരിവെച്ചു മുന്നോട്ടു നടക്കുമ്പോൾ റ്റീച്ചർ വീണ്ടും പറഞ്ഞു

'ഇനിയത്തെ മത്സരത്തിനു ബാബു ആ സ്കൂളിൽ നിന്നാണല്ലോ വരുന്നത്. അപ്പോൾ കാണാം.'

ഇന്ന് മത്സരമാണ്, ജില്ലാ തലത്തിലുള്ള മത്സരം. റ്റീച്ചർ തന്ന ഉടുപ്പും നിക്കറുമാണ്, റ്റീച്ചറിനെ കാണാൻ പറ്റുമോ?

സ്കൂളിന്റെ പേരുള്ള വണ്ടിയിൽ മറ്റു കുട്ടികളോടൊപ്പം ഇരിക്കുമ്പോഴും ബാബുവിന്റെ ചിന്ത അതായിരുന്നു. നഗരത്തിലെ

പേരുകേട്ടൊരു സ്കൂളിന്റെ മുറ്റത്തു വണ്ടി നിർത്തി അതിൽനിന്നിറ ങ്ങുമ്പോൾ ബാബുവിന്റെ മിഴികൾ തിരഞ്ഞത് അവൻ ആദ്യം പഠിച്ച സ്കൂളിലെ കുട്ടികളേയും അവ രോടൊപ്പം വരാനിടയുള്ള സുമതിക്കുട്ടി റ്റീച്ചറിനയുമാണ്. അവന്റെ അന്വേഷണം വ്യഥാവിലായില്ല. അവനോടൊപ്പം കഴിഞ്ഞ മത്സരങ്ങൾക്ക് എത്തിയ രമേശനേയും കൂട്ടരേയും കണ്ടപ്പോൾ അവൻ മതി മറന്ന് അവരുടെ അടുത്തേക്കോടിച്ചെന്നു.

'സുമതിക്കുട്ടിറ്റീച്ചറെവിടെ രമേശാ?'

റ്റീച്ചറിനെ അവരോടൊപ്പം കാണാത്തതുകൊണ്ടു മാത്രമാണ് അവനതു ചോദിക്കാമെന്നുവച്ചത് '

സുമതിക്കുട്ടിറ്റീച്ചർ അവിടന്നു പോയി ബാബു. റ്റീച്ചറിന്റെ വീടിനടുത്തൊരു സ്കൂളിലേക്കു സ്ഥലം മാറ്റം വാങ്ങി.'

മറ്റൊന്നും കേൾക്കാനുള്ള ശക്തി ബാബുവിനുണ്ടായില്ല. അവൻ കാണാൻ കൊതിച്ചുവന്ന ആൾ അവിടെയെത്തിയിട്ടില്ല. പിന്നെ ആരെയും അവനു കാണണമെന്നുമില്ല.

കുട്ടികൾ ആരൊക്കെയോ അവനോടു കുശലം പറഞ്ഞു. അതിനൊന്നും ശരിയായ രീതിയിൽ പ്രതികരിക്കാൻ അവനു കഴിഞ്ഞില്ല.

'ബാബു ഇവിടെ വരൂ,'

കൂട്ടം പിരിഞ്ഞു നടന്നുതുടങ്ങിയിരുന്ന അവനെ അവന്റെ പുതിയ സ്കൂളിൽ നിന്ന് അവരോടൊപ്പം എത്തിയ റ്റീച്ചർ വിളിച്ചു ഇരിക്കാനുള്ള സ്ഥലം ചൂണ്ടിക്കാട്ടി അവർ പറഞ്ഞു:

'ഓരോരുത്തരും അവരവരുടെ ഐറ്റം ഒരിക്കൽക്കൂടി പ്രാക്ടീസ് ചെയ്തോളൂ. മത്സരങ്ങൾ തുട ങ്ങാറായി വരുന്നതേയുള്ളു.'

എത്ര ശ്രമിച്ചിട്ടും ബാബുവിന് അവനു പാടാനുള്ള പാട്ടു മുഴുവൻ പാടിത്തീർക്കാനായില്ല. പുതിയ സ്കൂളിൽ പുതിയ ഒരു പാട്ടാണ് അവ നോടു പഠിക്കാൻ നിർദേശിച്ചിരുന്നത്. രണ്ടോ മൂന്നോവരി പാടു മ്പോഴേക്കും അവന്റെ ഓർമ്മ സുമതിക്കുട്ടിറ്റീച്ചറിനെ ചുറ്റിപ്പറ്റിയാവും, അവനെ പാട്ടു പഠിപ്പിച്ചിരുന്ന നാളു കളിൽ അവർ അവനിൽ വർഷിച്ചിരുന്ന സ്നേഹവാത്സ ല്യങ്ങളിലും അവന് നൽകിയിരുന്ന മധുര പലഹാരങ്ങളിലും അവന്റെ മനസ്സ്

ഉടക്കിനിന്നു. അവരെ കാണാനുള്ള ആഗ്രഹം സഫലമാകാത്തതിൽ അവന്റെ മനസ്സ് വേദനിച്ചു.

റ്റീച്ചർ നിർബന്ധിച്ചതുകൊണ്ടുമാത്രം ബാബു സ്റ്റേജിൽ കയറി, എത്ര പരിശ്രമിച്ചിട്ടും അവന് പുതിയ പാട്ടിന്റെ ആദ്യവരി പോലും ഓർമയിൽ വരുത്താനായില്ല. പകരം അവന്റെ നാവിൻ തുമ്പിൽ തങ്ങിനിന്നത് അവന്റെ പ്രിയപ്പെട്ട സുമതിറ്റീച്ചർ അവനെ പഠിപ്പിച്ച. പാട്ടുകളിൽ ഒന്നാണ്. ഒരു ശോക ഗാനം, ഒട്ടും അമാന്തിച്ചില്ല അവൻ ആ പാട്ടാണ് പാടിത്തുടങ്ങിയത്. സുമതിക്കുട്ടിറ്റീച്ചർ അവന്റെ അടു ത്തിരുന്ന് അവന്റെ ഈണത്തിനും താളത്തിന്നും നിർദ്ദേശം നൽകുന്നുവെന്ന് തോന്നി. ശോകസാന്ദ്രമായ അവന്റെ മാനസികനിലയും ശോകനിർഭരമായ ഗാനത്തിന്റെ ഈരടികളും ഒത്തുചേർന്നപ്പോൾ അവന്റെ ഗാനം കരളലിയിക്കുന്നതായി, ശ്രുതി മധുരമായി.

ബാബുവിന്റെ ഗാനമാധുരിയിൽ ലയിച്ച സദസ്സ് സൂചി നിലത്തു വീണാൽ കേൾക്കുന്നത്ര നിശ്ശ ബ്ദമായി. ആ ഇനത്തിലെ ഒന്നാം സമ്മാനം ബാബുവിനു തന്നെ എന്ന കാര്യത്തിൽ ആർക്കും സംശയമില്ലാ യിരുന്നു അവന്റെ പുതിയ സ്കൂളിലെ അവനെ പാട്ട് പഠിപ്പിച്ച സാറിനുപോലും താൻ പഠിപ്പിച്ച പാട്ടു പാടിയിരുന്നെങ്കിൽ ഇതിന്റെ പകുതി പോലും നന്നായി പാടാൻ അവനു കഴിയുമായിരുന്നില്ല എന്നാണ് തോന്നിയത്.

ആ പാട്ടു പാടാത്തതിന് സാർ തന്നെ വഴക്കു പറയുമോ എന്നു ഭയന്ന് സ്വപ്നാടനക്കാരനെ പോലെ നടന്നടുത്ത ബാബുവിനെ അദ്ദേഹം തന്റെ ശരീരത്തോടു ചേർത്തുപിടിച്ച് മൂർദ്ധാവിൽ ചുംബിച്ച് അഭിനന്ദനങ്ങൾകൊണ്ടു മൂടി.

തന്നെ അണച്ചുപിടിച്ചിരിക്കുന്നത് തന്റെ പ്രിയപ്പെട്ട സുമതിക്കുട്ടിറ്റീച്ചർ ആയിരുന്നെങ്കിൽ എന്നാ ശിച്ച് ഒതുങ്ങി ക്കൂടിനിന്നിരുന്ന ബാബു ആരോ തന്നെ പേരെടുത്തു വിളിക്കുന്നതും അഭിനന്ദിക്കുന്നതും കേട്ട് തലയുയർത്തി. അവന് അവന്റെ മിഴികളെ വിശ്വസിക്കാനായില്ല. അത് അവൻ കാണാൻ കൊതി ച്ചുവന്ന സുമതിക്കുട്ടിററീച്ചർ തന്നെയായിരുന്നു. പുതിയ സ്കൂളിൽനിന്നുള്ള കുട്ടികളെ കൊണ്ടുവന്നത് റ്റീച്ചറായിരുന്നു. തിക്കിലും തിരക്കിലും തമ്മിൽ കാണാൻ ഒത്തില്ലെന്നുമാത്രം.

6.നിറമുള്ള നിമിഷങ്ങൾ

വിശാലമായ മുറി, ഭിത്തിയിൽ തൂങ്ങുന്ന ക്രൂശിതരൂപത്തിന്റെ ചില്ലിട്ട പടം. താഴെ എരിഞ്ഞു കത്തുന്ന ഏഴുതിരിയിട്ട നിലവിളക്കു്, അടുത്ത് കയ്യിൽ പ്രാർത്ഥന പുസ്തകവുമായി വെള്ള നിലയങ്കി ധരിച്ച പുരോഹിതൻ. പുരോഹിതനു സമീപത്ത് വെള്ള മുണ്ടും വെള്ള ജുബ്ബായും ധരിച്ച്, തോളിൽ തോർത്തിട്ടു് കയ്യിൽ സത്യവേദപുസ്തകവുമായി ദൈവവചനങ്ങൾ നിർലോഭം ചൊരിയുന്ന കുട്ടിയു പദേശി. ഉപദേശി അങ്ങനെയാണ്. നാട്ടിലെ ഏതു ക്രിസ്തീയ ഭവനത്തിലും, കത്തോലിക്കാ എന്നോ, യാക്കോബായ എന്നോ, മർത്തോമ്മാ എന്നോ, സി. എസ്. ഐ എന്നോ, പെന്തിക്കോസ്തന്നോ യാതൊരു വ്യത്യാസവുമില്ലാതെ എന്തു വിശേഷമുണ്ടായാലും കുട്ടിയുപദേശി ഉണ്ടാവും അവിടെ മരണമോ, മാമോദി സായോ വിരുന്നോ, കല്യാണമോ പ്രാർത്ഥനയോ, പേററിനു വിടീലോ എന്തുണ്ടായാലും കുട്ടി ഉപദേശി എത്തുമവിടെ ആരും ക്ഷണിക്കേണ്ട കാറയയ്ക്കേണ്ട കാത്തുനിൽക്കുകയയും വേണ്ട അവസരമറിഞ്ഞു് പ്രതിഫലേച്ച കൂടാതെ ദൈവവചനങ്ങൾ വർഷിക്കുകയും ചെയ്യും . ആരെയും ഒന്നിനും ബുദ്ധി മുട്ടിക്കുകയില്ല. കുട്ടി ഉപദേശിക്കു് എന്താ വേണ്ടതെന്നു് അന്വേഷിച്ച് വിഷമിക്കാൻ ആർക്കും ഇടവരു ത്തുകയില്ല. ഭക്ഷണത്തിനിരിക്കുമ്പോൾ ഇഷ്ടമുള്ളതെന്താണെന്നു വച്ചാൽ തരാതരമായി ചോദിച്ച് വാങ്ങിക്ക ഴിക്കും, യാത്രപറയുമ്പോൾ വണ്ടിക്കൂലിയും ചോദിച്ചു വാങ്ങിക്കൊള്ളും.

മുറിയുടെ നടുവിൽ താഴെ നിലത്തുവിരിച്ചിട്ട തഴപ്പായിൽ പുരോഹിതനഭിമുഖമായി നഗ്നപാദ യായി അവൾ നിന്നു.

ഉപദേശിയുടെ പ്രസംഗം തീർന്നപ്പോൾ പുരോഹിതൻ വേദഭാഗം വായിച്ചു

സാമർത്ഥ്യമുള്ള ഭാര്യയെ ആർക്കു കിട്ടും. അവളുടെ വില മുത്തുകളിലും ഏറും. ഭർത്താവിന്റെ ഹൃദയം അവളെ വിശ്വസിക്കുന്നു. അവന്റെ ലാഭത്തിനു് ഒരു കുറവുമില്ല. അവൾ തന്റെ ആയുഷ്കാല മൊക്കെ അവനു തിന്മയല്ല നന്മതന്നെ ചെയ്യുന്നു.......

ജനാലയ്ക്കൽ വിദൂരതയിലേക്കു കണ്ണുകളയച്ച് നിന്നിരുന്ന തോമാച്ചന്റെ കാതുകളിൽ ആ വാചകങ്ങൾ വന്നലച്ചു. ഇതിവളെക്കുറിച്ചല്ലേ. അത്രയ്ക്ക് അടുത്തറിയാവുന്നതുകൊണ്ട് അച്ചൻ മനഃപ്പൂർവ്വം ആ ഭാഗം ഉദ്ധരിച്ചത്. ചുരുക്കം ചില ഞായറാഴ്കളൊഴിച്ചാൽ അവൾ ഒരിക്കൽ പോലും പള്ളി മുടക്കിയിട്ടില്ല. വീട്ടിലാണെങ്കിൽ രാവിലെയും വൈകുന്നേരവുമുള്ള പ്രാർത്ഥന മുടക്കാറില്ല. തന്നെയും സാറാമ്മയേയും

അവൾ സ്വന്തമപ്പനേയുമമ്മയേയുംക്കാൾ ഭക്ത്യാദരങ്ങളോടെ സ്നേഹിച്ചുപരിപാലി ക്കുന്നു. എന്താവശ്യങ്ങളും കണ്ടറിഞ്ഞു പെരുമാറുന്നു. തോമാച്ചന്റെ കണ്ണുകൾ പുറത്ത് അവൾ വളരെ ശ്രദ്ധയോടെ വളർത്തിയെടുത്ത അടുക്കളത്തോട്ടത്തിലായി. അച്ചൻ പറഞ്ഞതെത്ര സത്യം. അവൾ വന്ന തിൽ പിന്നെ അവനു ലാഭമല്ലാതെ നഷ്ടമൊന്നുമുണ്ടായിട്ടില്ല

മുറിക്കുള്ളിൽ അവൾക്കു ചുറ്റും തടിച്ചുകൂടിയിരുന്നവരുടെ കണ്ണുകൾ അവളിലായിരുന്നു. മൂലയിൽ ഒതുങ്ങിനിന്ന രാജന്റെയും

ഇന്നവൾ എത്ര സുന്ദരിയായിരിക്കുന്നു.ദുഃഖിതയായിരിക്കുമ്പോഴും പിണങ്ങിയിരിക്കുമ്പോഴും ഗർഭിണിയായിരിക്കുമ്പോഴുമാണ് സ്ത്രീ ഏററവും സൗന്ദര്യവതിയായി തോന്നുന്നത് എന്ന് ഏതോ നോവ ലിൽ വായിച്ചതെത്ര ശരിയാണ്.

തലയിൽ നിന്നൂർന്നുപോയ സാരിത്തലപ്പ് വലിച്ചിടുമ്പോൾ അവളുടെ ഈറനണിഞ്ഞ മിഴികൾ അവന്റേതുമായി ഇടഞ്ഞു. വീട്ടിലേക്കു പോകുന്ന ഈ സന്ദർഭത്തിൽ സന്തോഷിക്കയല്ലേ വേണ്ടതു. ഒരു പക്ഷേ തന്നെ പിരിയുന്നതിലുള്ള ദുഃഖമാവും അവൾ പോകുന്നതിൽ തനിക്കു ദു:ഖമില്ലേ? താനും ദുഃഖം കടിച്ചമർത്തുകയല്ലേ? ഇന്നലെവരെ ഒരുമിച്ചുണ്ണാൻ ഒരുമിച്ചുറങ്ങാൻ...ഏതു കാര്യത്തിനും കൂടെയുണ്ടാ യിരുന്നവൾ കുറേ നാളത്തേക്കാണെങ്കിലും മറ്റൊരു സ്ഥലത്തു തന്നെ പോലെ ദുഃഖമുള്ള ദുഃഖിക്കേണ്ട മറ്റാരെങ്കിലും കാണുമോ, വാതിലിനരികിൽ അവളെത്തന്നെ ഉററുനോക്കി കദനം കനം തൂങ്ങുന്ന കണ്ണുകളുമായി കോളജിൽ പഠിക്കുന്ന അനുജൻ, അവന്റെ ഇരുവശത്തുമായി നിറമിഴികളോടെ അവളെ നോക്കിനിൽക്കുന്ന കൊച്ചനുജത്തിമാർ ജനാലയ്ക്കരികിൽ വിദൂരതയിലേക്കു കണ്ണുകളയച്ച് നിൽക്കുന്ന ഡാഡി എല്ലാവർക്കും അവൾ പോകുന്നതിൽ ദു:ഖമുണ്ടു്. എത്രപെട്ടന്നാണവൾ എല്ലാവരെയും തന്നി ലേക്കു വലിച്ചടുപ്പിച്ചതു് .എല്ലാവരുടെയും സ്നേഹാദരങ്ങൾ പിടിച്ചുപറ്റിയത്. അത്രയൊന്നും എളുപ്പ ത്തിൽ മറ്റുള്ളവരുടെ പെരുമാററത്തിൽ മതിപ്പുതോന്നാത്ത അമ്മ പോലും, അതിന്റെ തെളിവല്ലേ അവളി പ്പോൾ ഉടുത്തിരിക്കുന്ന സാരി പോലും. തലേന്നു് മറ്റാരുമറിയാതെ അമ്മ തന്നെ പോയിവാങ്ങികൊണ്ടു വന്നു കൊടുത്ത സാരി അവൾക്കു നന്നേ ഇണങ്ങുന്നു

പുരോഹിതൻ. 'ഇനി നമുക്കു പ്രാർത്ഥിക്കാം ' എന്നു പറയുമ്പോൾ കൂടി നിന്നിരുന്നവരുടെ തലകൾ കുനിഞ്ഞു പെണ്ണുങ്ങൾ തലവഴി മൂടിയിരുന്ന വിലകൂടിയ സാരിത്തലപ്പുകൾ, കസവിന്റെ കവിണിത്തുമ്പുകൾ, തോർത്തിന്റെ അററം ഒന്നു കൂടി വലിച്ചിട്ട് പ്രാർത്ഥനാനിരതരായി. മുൻപിൽ തലകുമ്പിട്ട് നിന്നിരുന്ന സാറാമ്മയുടെ

കണ്ണുകൾ പായിൽ അമർന്നിരുന്ന അവളുടെ പാദങ്ങളിൽ പതി ഞ്ഞപ്പോൾ അവർ ഓർത്തു, അന്നും ആദ്യമായി തന്റെ കണ്ണുകൾ ചെന്നുപെട്ടത്. ഈ പാദങ്ങളിലായി രുന്നല്ലൊ എന്നു്.

കല്യാണ ശ്രമക്കാർക്കു് പാചകപ്പുരയിൽ നിർദ്ദേശം കൊടുത്തുകൊണ്ടുനിന്നപ്പോൾ ആരോ വന്നു പറഞ്ഞു .

'സാറാമ്മേ അവരിങ്ങെത്തി '

വരുന്നതിനു മുൻപു് ചട്ടയും തുണിയും മാറി നിൽക്കണമെന്നോർത്തിരുന്നതാണ് പററിയില്ല. ഒ ! ഇനി ഒരു നല്ല തോർത്തെങ്കിലും എടുത്തിടാം അയയിൽക്കിടന്ന തോർത്തെടുത്തു് തോളിലിട്ട് മുൻ വശത്തേക്കോടി.

കല്യാണത്തിനു മുൻപ് അമ്മ അവളെ ചെന്നൊന്നു കാണണ്ണു അവൻ വളരെ നിർബ്ബന്ധിച്ചതാണ് എന്തിനു? സ്വയം കണ്ടുപിടിച്ച് ആരോടും ചോദിക്കാതെ കെട്ടിക്കൊള്ളാമെന്നു വാക്കും പറഞ്ഞ് അവിടെ യുമിവിടെയുമൊക്കെ കൊണ്ടുനടന്നിട്ട് ഇപ്പോ അമ്മചെന്നു കാണണം പോലും എന്നിട്ടു തനിക്കിഷ്ട പെടാതെ വന്നാൽ..... ഇഷ്ടപ്പെടാതെ വന്നാൽ പിന്നെ പറഞ്ഞിട്ടെന്തു പ്രയോജനം? അഥവാ പറഞ്ഞു പോയാലൊ , . . അപ്പൻ ഇഷ്ടത്തിനു വിട്ടിരിക്കുമ്പോൾ പിന്നെ താനായിട്ടെന്തു പറയാൻ

തിണ്ണയിലും അകത്തെ മുറിയിലുമൊക്കെയായി വിരുന്നുകാരെ കാണാൻ തടിച്ചുകൂടിയിരുന്ന ആൾക്കാരെ തള്ളിമാററി മകനെ ഇത്രയധികം ഭ്രമിപ്പിച്ച് വശത്താക്കിയ ഉർവ്വശിയേതെന്നു കാണാൻ മുന്നിലേക്കു ചെന്നപ്പോൾ മകൻ പൂമുഖത്തേക്കു കയറിക്കഴിഞ്ഞിരിക്കുന്നു. അവളുടെ കൂട്ടത്തിൽ വന്ന ആരോ പറഞ്ഞു.

''മോളെ വലതുകാൽ വച്ച് കയറ''

മുഖശ്രീയുള്ള പെണ്ണ് വലതുകാൽ വച്ചു കയറുന്നതു വീടിന് ഐശ്വര്യമാണത്രെ. മുഖത്തേക്കു നോക്കുന്നതിനു മുൻപു കാലിലാണ് ശ്രദ്ധിച്ചത് ഏതു കാലാണ് വയ്ക്കുന്നത് ? സാരിയുടെ നിറത്തിനനു സരിച്ച് വെള്ള നിറമുള്ള ചെരുപ്പിനുള്ളിൽ ഒതുങ്ങുന്ന റോസ് നിറമുള്ള പാദങ്ങൾ, നഖങ്ങൾ റോസ് നെയിൽ പോളീഷിട്ടു മിനുക്കിയിട്ടില്ലേ? കണ്ടപ്പോൾ അരിശമാണു തോന്നിയതു. ഇതു കുറച്ചത്യന്താധുനിക മാണെന്നു തോന്നുന്നല്ലൊ. നെയിൽ പോളീഷിടാതെ നടക്കാനാവില്ലേ? വെറുതെ പൈസ കളയാൻ അതും കാലിൽ കൊച്ചുനാത്തൂൻ പറഞ്ഞതു ശരിയായി

വരുമെന്നു തോന്നുന്നു. മന്ത്രകോടി എടുക്കാൻ പോയിട്ടു വന്നു പറഞ്ഞ അഭിപ്രായമാണ്.

'വല്യനാത്തൂനെ പെണ്ണിത്തിരി കേമിയാണെന്നാ തോന്നുന്നതു, നെയിൽ പോളിഷും ഹൈഹീൽഡും വാനിറ്ററി ബാഗുമൊക്കെയുണ്ട്. ചെറുക്കൻ പ്രേമിച്ചു കെട്ടിക്കൊണ്ടുവരുന്നതല്ലേ അതിന്റെ തലേക്കേറ്റം കാണും. നെലക്കു നിർത്തിക്കോണം അല്ലേൽ തള്ള നെലം തൊടിക്കത്തില്ലാ യിരിക്കും' നെല്ലും നീരും വയ്ക്കുമ്പോൾ കണ്ടു. വാലിട്ടെഴുതിയ കണ്ണുകൾ, കരിയിട്ടുകറുപ്പിച്ച പുരിക ക്കൊടികൾ ചായം പൂശിയ കവിൾത്തടങ്ങൾ, ചുണ്ടുകളിലുമില്ലേ? ഇതളിതളുകളായി ചുരുട്ടി നിർത്തിയിരി ക്കുന്നു തലമുടിക്കെട്ട്. ഇടക്കിടെ പൂവുകൊണ്ടലങ്കരിച്ചിരിക്കുന്നു. കാതിൽ നിന്നും തലമുടിക്കെട്ടിലേക്കു കൊളുത്തിയിട്ട മാട്ടികൾ തലയിൽ നിറുകവഴി നെറ്റിയിലേക്ക് ഞാത്തിയിട്ടിയിരിക്കുന്ന ശിരോഭൂഷണം ഇതൊന്നുമില്ലെങ്കിലും ആരെയും ഭ്രമിപ്പിക്കാൻ പോരുന്ന സൗന്ദര്യം പിന്നെന്തിനി പേക്കൂത്തുകൾ, മനസ്സി ലോർത്തു

വിരുന്നുകാരോടൊപ്പം മന്ത്രകോടിയാൽ അലംകൃതയായി ആദ്യത്തെ നാലു ദിവസത്തെ വിരുന്നു താമസത്തിനായി കാറിൽക്കയറിയപ്പോൾ യാത്ര പറയാൻ പോലും അവൾ അടുത്തു വന്നില്ലല്ലോ എന്നോർത്തു. നേരത്തെ മനസ്സിൽ വേരൂന്നിയിരുന്ന അഭിപ്രായങ്ങൾ ഒന്നുകൂടി ബലപ്പെട്ടു

വന്നവർ വന്നവർ യാത്ര പറഞ്ഞു വീട് അരങ്ങൊഴിഞ്ഞ അമ്പലപ്പറമ്പുപോലെയായി നേരിയ തലവേദനയുണ്ട് എത്ര ദിവസത്തെ വിശ്രമമില്ലാത്ത ജോലിത്തിരക്കാണ്. അല്പനേരം കിടക്കണം. മയങ്ങി വന്നതേയുള്ളു അപ്പുറത്തെ മുറിയിൽ സംസാരവും ബഹളങ്ങളും,

'നമ്മുടെ ആന്റി നല്ല സുന്ദരിയാ അല്ലേ?'

ആരുടെയാണാ ശബ്ദം ,

അനുജത്തിയുടെ മകളുടെ അല്ലേ?

'ഞാനും, ആന്റീന്നെ വിളിക്കൂ'

ലീനയുടെ ശബ്ദം. 'ഞാൻ കൊച്ചമ്മേനെ വിളിക്കൂ', നമ്മുടെ വല്യച്ചായന്റെ ഭാര്യയല്ലേ അപ്പോ ആന്റീന്നല്ല കൊച്ചമ്മേന്നാ വിളിക്കേണ്ടത്.'

ഷീനയുടെ വീതം

നിങ്ങളെങ്ങനെ വേണമെങ്കിലും വിളിച്ചോ എനിക്കു ചേടത്തിയമ്മയാണവരു. ചേട്ടത്തിയമ്മ എന്റെ ചേട്ടത്തിയമ്മ ......'

ജയിംസ് മേശയിലടിച്ച് പാട്ടുപാടാൻ തുടങ്ങുന്നു. കൂടിയിരുന്നവർ താളം പിടിക്കയും ചൂളമടിക്കുകയും ചെയ്യുന്നു. ആകെ ബഹളം തന്നെ.

'ശല്യങ്ങൾ ഒന്നു മയങ്ങാൻ പോലും സമ്മതിക്കത്തില്ല.' എടാ ജയിംസേ എന്താടാ അവിടെ.

അമ്മേ ! അങ്ങളാന്റീന്നല്ലേ വിളിക്കേണ്ടത്?

'അമ്മേ ഞങ്ങള് കൊച്ചമ്മേന്നല്ലേ വിളിക്കേണ്ടത്

ലീനയും ഷീനയും പുറകെ മറ്റുള്ളവരും പ്രശ്നവുമായി ഓടിയെത്തി.

'ആരും ഇപ്പോഴൊന്നും വിളിക്കേണ്ട. പോയി അടങ്ങി വല്ലയിടത്തും ഇരിക്ക് ഇനി നാലു ദിവസം കഴിഞ്ഞല്ലേ അവരു വരു. അപ്പോ തീരുമാനിക്കാം. അമ്മയിവിടെയൊന്നു കിടക്കട്ടെ'

കാറുകൊണ്ട മുഖങ്ങൾ ഓരോന്നായി പുറത്തുകടന്നു.

നാലാം ദിവസം കൊണ്ടുവരാൻ പോയ അനുജത്തിയുടെയും ഭർത്താവിന്റെയും ജയിംസിന്റേയും കൂടെ കാറിൽ വന്നിറങ്ങിയ മകനും മരുമകളും. കല്യാണത്തിന്റ്നു കണ്ടതിൽ അല്പം വ്യത്യാസം മാത്രം. തലയിൽ നെറ്റിയിലേക്കു ചാർത്തിയ ആഭരണമില്ല ചെവിയിൽ നിന്നു തലമുടിക്കെട്ടിലേക്കു ചാർത്തിയിരു ന്നതും.

ഊണും കാപ്പിയും കഴിഞ്ഞു അനുജത്തിയും ഭർത്താവും മടങ്ങി. അത്താഴത്തിനുള്ള ഒരുക്ക ത്തിനു അടുക്കളയിൽ കയറുമ്പോൾ അവൾ അരികത്തു വന്നു ഉടുത്തുകൊണ്ടുവന്ന വിലകൂടിയ സാരി മാറി പകരം ഒരു ഹാൻഡ്‌ലൂം സാരി ഉടുത്തിരിക്കുന്നു

'അമ്മച്ചീ ഇതെനിക്കൊരു പുതിയ അന്തരീക്ഷമാണ് ഞാൻ ജീവിച്ചു വന്ന ചുറ്റുപാടായിരി ക്കില്ലല്ലോ ഇവിടെ. അമ്മച്ചീ കുറച്ച് ദിവസത്തേക്കു എനിക്കു എല്ലാം പറഞ്ഞുതന്നാൽ പിന്നെ ഞാൻ

വേണ്ടപോലെ നോക്കിക്കൊള്ളാം.' ഇതൊരു പുതിയ സമീപനമാണല്ലോ, വാക്കുകളിൽ ആത്മാർത്ഥതയോ അതോ കാപട്യമോ? അതോ കയ്യിലെടുക്കാനുള്ള അടവൊ? ഒന്നും നിശ്ചയിക്കാറായിട്ടില്ല ഇവിടെന്താ മറ്റുള്ളിടത്തേതിൽ നിന്നും വ്യത്യാസം. എല്ലായിടത്തും വയ്ക്കുന്നതുപോലെ അഞ്ചാരി വെക്കണം. അതിനുകൂട്ടാൻ വല്ലതും ഉണ്ടാക്കണം പുറം പണിക്കാണെങ്കിൽ ആളുണ്ട്. പിന്നെ അല്ലാതെ ഇവിടെ എന്താ പ്രത്യേകത തന്നെയല്ല മണവാളനും മണവാട്ടിയുമൊക്കെയല്ലേ, കുറെക്കഴിയട്ടെ. മനസ്സിലോർത്തു ങും എന്നു മുളകമാത്രം ചെയ്തു

അടുത്ത നാലു ദിവസങ്ങളിലും വിരുന്നെന്ന പേരിൽ ഒരുക്കങ്ങൾ യാത്രകൾ, അടുക്കളയിലേക്കു വരാനോ സഹായിച്ചില്ലെങ്കിലും അല്പനേരം സംസാരിച്ചിരിക്കാനൊ സമയം കിട്ടാഞ്ഞിട്ടോ അതോ ആഗ്രഹ മില്ലാഞ്ഞിട്ടോ?

നാലാം പക്കം വിളിച്ചുകൊണ്ടുപോകാൻ വന്ന, അവളുടെ മൂത്ത സഹോദരനും ഭാര്യയും, ഏതാൾ കൂട്ടത്തിലും ശ്രദ്ധിക്കപ്പെടുന്ന വേഷവിധാനങ്ങൾ മേക്കുപ്പുകൾ. കാപ്പികുടികഴിഞ്ഞപ്പോൾ നാത്തൂ നെന്നും കൊച്ചമ്മ യെന്നും വിളിക്കുന്നത് ഔട്ട് ഓഫ് ഫാഷനെന്നും ആ വിളി പ്രായകൂടുതൽ ദ്യോതി പ്പിക്കുമെന്നും വിശ്വസിക്കുന്ന, അതുകൊണ്ടു പ്രായത്തിൽ കുറെ വ്യത്യാസമുള്ള വല്യാങ്ങളയുടെ ഭാര്യാ യിട്ടും രമണി സൂസനെന്നു പേരു വിളിക്കുന്ന രമണിയുടെ നാത്തൂൻ പറയുന്നതു കേട്ടു.

"രമണി ! വേഗമൊരുങ്ങു പതിനൊന്നിനു മുൻപിറങ്ങണം "

'അതിനെന്താ സൂസൻ; ഞാനൊരുങ്ങിത്തന്നെയാ നിൽക്കുന്നത്.' രമണി

കേട്ടപ്പോൾ അതിശയിച്ചുപോയി. കല്യാണത്തിന്നും നാലാം ദിവസം വന്നിറങ്ങുമ്പോഴും കണ്ട പെണ്ണാണോ ഇത്. കണ്ണഴുതിയിട്ടില്ല. ചുരുണ്ട തലമുടി പിന്നിൽ ഒന്നായി പിന്നിയിട്ടിയിരിക്കുന്നു. വിരുന്നൂ ണിന്നു പോകാനിറങ്ങിയതും ഇങ്ങനെതന്നെയായിരുന്നോ അടുക്കളയിലെ ജോലിതിരക്കിനിടയിൽ ഒന്നും ശ്രദ്ധിക്കാൻ തരപ്പെട്ടില്ല.

'എന്താ രമണി ഇത് ? മണവാട്ടിപ്പെണ്ണുങ്ങളിങ്ങനെയാണോ ഒരു വഴിക്കിറങ്ങുന്നത്? ' സൂസൻ

'ഇനിയും ഞാൻ മണവാട്ടിയാണോ.? എനിക്കു കണ്ണെഴുതുന്നതും പൊട്ടു കുത്തുന്നതും ഒന്നു മിഷ്ടമില്ലന്നു സുസനറിഞ്ഞു കൂടെ? പിന്നെ അന്നു നിങ്ങളുടെയൊക്കെ ആഗ്രഹത്തിനു ഞാൻ വഴങ്ങി യെന്നല്ലാതെ......'

മധുവിധു കഴിഞ്ഞു മടങ്ങിയെത്തിയ അവരെ കണ്ടപ്പോൾ ലീനയും ഷീനയും തുള്ളിച്ചാടി

'കൊച്ചമ്മേ! ഞങ്ങളൊരു കാര്യം പറയട്ടെ. ഞങ്ങൾക്കും കൊച്ചമ്മ പുരട്ടുന്നതുപോലെ നെയിൽ പോളീഷ്ു് വാങ്ങിത്തരുമോ?' ലീന

'ചുണ്ടിൽ പുരട്ടുന്ന ചായവും വേണം ' ഷീന

'മോളെ ഞാനിതൊന്നും പുരട്ടുകയില്ലല്ലോ'

'പിന്നെ കൊച്ചമ്മേടെ കൈയ്യേലുള്ളതൊ'

'അതൊ അതു ദൈവം പുരട്ടിയ നെയിൽ പോളീഷാണ് '

കേട്ടുനിന്നവർ ചിരിച്ചു

രാവിലെ എഴുന്നേൽക്കുമ്പോൾ നേരം പുലർന്നിരിക്കുന്നോ? പ്രായം കൂടും തോറും വിചാരി ക്കുന്ന സമയത്ത് തടി പൊങ്ങാതെ വരുന്നു, പിള്ളാരുടെ അപ്പനും കാപ്പി കുടിക്കേണ്ട നേരം കഴിഞ്ഞിരി ക്കുന്നു. വേഗം അടുക്കളയിലേക്കോടി ചെന്നപ്പോൾ അടുപ്പിൽ എരിഞ്ഞുകത്തുന്ന തീയ് ചാരം വാരിയിരി ക്കുന്നു. പാതകം തുടച്ചു വൃത്തിയാക്കിയിരിക്കുന്നു കാപ്പി തിളപ്പിച്ചിറക്കിയിരിക്കുന്നു. അടുപ്പിൽ കഞ്ഞി കലത്തിൽ വെള്ളം വച്ചിരിക്കുന്നു. വാതിൽക്കൽ കുളിച്ചീറൻ മുടിയോടെ നിൽക്കുന്ന രമണി, ഇത്ര രാവിലെ കുളികഴിഞ്ഞിരിക്കുന്നോ? നേരത്തെയും അവൾ രാവിലെ തോറും കുളിക്കുമായിരുന്നല്ലോ. എന്നു പെട്ടെന്നോർത്തു ഗ്ലാസ്സ് കഴുകി രമണി എടുത്തുതന്ന കാപ്പിയുമായി പൂമുഖത്തേക്കു ചെല്ലുമ്പോൾ ചാരുകസേരയിൽ പത്രം നോക്കിക്കിടക്കുന്ന അദ്ദേഹം, കയ്യിൽ പകുതി കുടിച്ച കാപ്പിഗ്ലാസ്സ് മനസ്സിൽ വേരൂന്നിയിരുന്ന അഭിപ്രായങ്ങൾ പിഴുതെറിയപ്പെടുകയാണോ?

കാപ്പിയും പലഹാരങ്ങളും നിരത്തി മക്കളെ വിളിക്കുമ്പോൾ സ ്കൂളിൽ പോകാനൊരുങ്ങിയ വേഷ ത്തിൽ ലീനയും ഷീനയും മുടി ഭംഗിയായി ചീകി പിന്നി റിബൺ കെട്ടിയിരിക്കുന്നു. വാരിവലിച്ചുകെട്ടു കയാണ് പതിവ് ലേശം പൗഡർ പുരട്ടിയിട്ടുണ്ടു്, കണ്ണെഴുതിയിട്ടില്ല പൊട്ടുതൊട്ടിട്ടില്ല അതും പതിവിനു വിപരീതമാണെല്ലോ എന്നോർത്തു നിന്നപ്പോൾ രണ്ടുപേരും ഒപ്പം പറഞ്ഞു

'ഞങ്ങളിനി കണ്ണെഴുതുന്നില്ല പൊട്ടും തൊടുന്നില്ല. '

'ങും അതെന്താ?',

'കൊച്ചമ്മ ഇതൊന്നും ചെയ്യുന്നില്ലല്ലോ'

അതു ശരി കൊച്ചമ്മയെ അനുകരിക്കുന്നതൊക്കെ കൊള്ളാം, പക്ഷേ എല്ലാ കാര്യത്തിലും അരുതെന്നു മാത്രം, മനസ്സിൽ ഓർത്തു.

ആരെയെങ്കിലും അടുക്കളയിൽ കണ്ടിട്ടുവേണം രണ്ടുമൂന്നു ദിവസം വീട്ടിൽ പോയി നിൽക്കാൻ വയസ്സായി ക്കിടക്കുന്ന അമ്മയുടെ അടുത്ത് രണ്ടുമൂന്നു ദിവസം തങ്ങണമെന്ന ചിന്ത രമണിയെ കണ്ടപ്പോൾ ശതഗുണീഭവിച്ചു. ആ ചിന്തമാത്രമായിരുന്നോ അതിന്റെ പിന്നിൽ. 'അവൾക്കിവിടെ പരിചയം കുറവായിരിക്കുമല്ലാ. കുറച്ചുകൂടിക്കഴിയട്ടെ എന്ന്. തോമാച്ചൻ പറഞ്ഞതാണ്. നിന്നില്ല. ഇറങ്ങുമ്പോൾ മനസ്സിലോർത്തു തിരികെ വരുമ്പോൾ കേൾക്കാം അടുക്കള ഭരണത്തിന്റെ രസങ്ങൾ. ആഗ്രഹിക്കുകയും ചെയ്തു. അപ്പന്റെ വീതം, ജയിംസിന്റെ വീതം, ലീനയുടെയും ഷീനയുടെയും വീതം.എല്ലാവരുമൊന്നു പഠിക്കട്ടെ. ഓരോരുത്തരുടെയും ഇഷ്ടത്തിനൊപ്പിച്ച് മേശപ്പുറത്തു നിരക്കുന്ന തൊന്നു കാണാമല്ലോ.

ഒന്നുമുണ്ടായില്ല. രണ്ടുമൂന്നു ദിവസമെന്നു പറഞ്ഞതു രണ്ടുമൂന്നാഴ്ചകളായി തിരിച്ചു കയറിച്ചെല്ലു മ്പോൾ കണ്ടു വീടിന്റെ മുഖഭാവമാകെ തെളിഞ്ഞിരിക്കുന്നു. മുറ്റത്തു അരികിലായി നാലുവശത്തും പുറകുവശത്തും പുര പണിതതിന്റെ ബാക്കി കൂടിക്കിടന്നിരുന്ന ഇഷ്ടികകൾ ചരിച്ചു വച്ച് അതിരുതിരിച്ച് പലതരം ചെടികമ്പുകൾ നാട്ടിയിരിക്കുന്നു. ചിലതു കിളിർത്തു തുടങ്ങിയിരിക്കുന്നു. ചിലത് കിളിർക്കാൻ വെമ്പൽ കൊള്ളന്നു, ലീനയും ഷീനയും ചെടിയുടെ ഇടയിൽ വളരാൻ തുടങ്ങിയ പുല്ലും കളയും പറിച്ചു കളയുന്നു അടുത്ത് രമണിയും, ഇതെല്ലാം ശ്രദ്ധിച്ചു കൊണ്ടു പിള്ളാരുടെ അപ്പൻ, ഇത്രയും ദിവസം വീട്ടിൽ തങ്ങിയതിനെക്കുറിച്ച് പിള്ളാരും അപ്പനും പരാതിയോ പരിഭവമോ രേഖപ്പെടുത്തുമെന്നോർത്തു. പക്ഷേ ഉണ്ടായില്ല.

കണ്ടപ്പോഴെ രമണി ഓടിയെത്തി കയ്യിലിരുന്ന കുടയും പൊതിയും വാങ്ങി അകത്തു വച്ച് അടുക്കളയിലേക്കോടി.

പൂമുഖത്തേക്കു കയറുമ്പോൾ കണ്ടു ജനാലകളിൽ പൂക്കൾ തുന്നിപ്പിടിപ്പിച്ച കർട്ടൻ തുണികൾ, മേശയിൽ പുതിയ വിരികൾ കുഷ്യനുകൾക്കും പുതിയ കവറുകൾ

അകത്തു മേശ മേൽ ഒരറ്റത്ത് ലീനയുടെയും ഷീനയുടെയും പുസ്തകങ്ങൾ ഭംഗിയായി അടുക്കി യിരിക്കുന്നു, മറേറ അറത്തു വേദപുസ്തകം. അതോടൊപ്പം പാട്ടുപുസ്തകവും പ്രാർത്ഥന പുസ്ത കവും ക്രിസ്തീയ കുടുംബത്തിന്റെ അടയാളമെന്ന പേരിൽ മാത്രം ഷെൽഫിൽ പൊടിപിടിച്ചിരുന്ന ഇതൊക്കെ മേശപ്പുറത്തു വന്നതെങ്ങനെയെന്നാലോചിച്ച് നിൽക്കുമ്പോൾ ഒരു കയ്യിൽ ആവിപറക്കുന്ന കാപ്പിയും മറ്റേ കയ്യിൽ പലഹാരപാത്രവുമായി രമണി.

'അമ്മച്ചി! അമ്മച്ചിയോടു ചോദിക്കാതെ ഞങ്ങൾ ഒരു സാധനം വാങ്ങി. അമ്മച്ചി വന്നിട്ട് വാങ്ങാ മെന്നോർത്തിരുന്നതാണ് ......'

അകത്തെമുറിയിൽ കിടക്കുന്ന തയ്യൽ മെഷീൻ അപ്പോഴാണു കണ്ണിൽപ്പെട്ടത്

'സാറാമ്മെ ഇതൊക്കെ നമ്മുടെ രമണിമോള് തയ്ച്ചതാ. കുത്തിയിരുന്നു സൂചിയും നൂലും കൊണ്ടു തയ്ക്കുന്നതു കണ്ടപ്പോ ഞാനാ പറഞ്ഞത് ഒരു മിഷ്യൻ വാങ്ങാൻ'

'ചേട്ടത്തിയമ്മേ കാപ്പി എടുത്തുവച്ചിട്ട് മാറിക്കോ പിടിച്ചാനിക്കത്തില്ലാത്ത വിശപ്പാണ് മാറിക്കോണേ അല്ലേലെല്ലാരുമീ വയറൻ ചാമ്പ്യന്റെ വയറിപ്പോകുമേ......'

ജയിംസ് കോളജിൽ നിന്നു വരുന്ന വരവാണ്. അടുക്കളവശത്തുകൂടിയാണ് കയററം പുസ്ത കവും ബുക്കും വലിച്ചെറിഞ്ഞു ഡൈനിംഗ് റേബിളിനു മുൻപിൽ ഇരുന്നുകഴിഞ്ഞിരിക്കുന്നു .

ശ്രദ്ധിച്ചു. രമണി കാപ്പിയും പലഹാരവും എടുത്തുവച്ചു. ജയിംസിന്റെ ചിതറിക്കിടക്കുന്ന പുസ്ത കങ്ങളും ബുക്കുകളും പെറുക്കി അടുക്കുന്നു.

'മോനെ. ഞാൻ പറഞ്ഞിട്ടില്ലേ പുസ്തകവും ബുക്കും ഇങ്ങനെ വലിച്ചെറിയരുതെന്നു കുറെ യൊക്കെ ക്ഷമ വേണ്ടേ'

'സോറി എന്റെ ചേട്ടത്തിയമ്മേ നാളെമുതൽ നാം ഇക്കാര്യം പരിഗണിക്കുന്നതായിരിക്കും.'

ഇല്ലാത്ത മീശ പിരിച്ചവെക്കുന്ന ഭാവത്തിൽ ഇരുന്നപ്പോഴാണ് കയറിച്ചെന്നത്.

'അല്ലാ അമ്മ ഇവിടുണ്ടായിരുന്നോ?'

അവന്റെ മഞ്ഞളിച്ച മുഖം കണ്ട് എല്ലാവരും പൊട്ടിച്ചിരിച്ചു. രാജന്റെ വരവു കൂടിയായപ്പോൾ രംഗം പൂർത്തിയായി.

സന്ധ്യയായപ്പോൾ കണ്ടു ലീനമോളും ഷീനമോളും കാലും കയ്യും മുഖവും കഴുകി അകത്തു വന്നിരുന്നു വേദപുസ്തകം വായിക്കുന്നു. പാട്ടുപുസ്തകം നിവർത്തി വച്ചു കൊച്ചമ്മയെ കാത്തിരി ക്കുന്നു. രമണി രംഗത്തു വന്നതോടെ അകത്തെ മുറിയിൽ നിന്ന് രാജനും ജയിംസും, പൂമുഖത്ത് നിന്ന് അവരുടെ അപ്പനും മുറിയിലേക്കു വരുന്നു. രമണി തുടങ്ങിയ പാട്ടിന്റെ ഈരടികളേററുപാടുന്നു. കൂടെ ചെന്നിരിക്കാതിരിക്കാൻ മനസ്സനുവദിച്ചില്ല.

പൂമുഖത്ത് പിള്ളാരുടെ അപ്പനുമായി സംസാരിച്ചിരിക്കുമ്പോൾ അകത്തു ലീനയും ഷീനയും ജയിംസും പഠിക്കുന്ന ശബ്ദം കേട്ടു. ഇടയ്ക്കു രമണി പറഞ്ഞുകൊടുക്കുന്നതും. തമ്മിൽത്തല്ലാതെ ഒച്ചയും ഓശയും ഉണ്ടാക്കാതെ ഒരിക്കൽ പോലും ഇരുന്നു പഠിച്ചു കേട്ടിട്ടില്ലാത്ത കുട്ടികളാണ്, അതു കൊണ്ട് മൂന്നുപേരും മൂന്നു മുറിയിലിരുന്നു പഠിച്ചുകൊള്ളണമെന്നായിരുന്നു നിർദ്ദേശം. എന്നാലിപ്പോ ഴൊരു വഴക്കുമില്ല ബഹളവുമില്ല. എത്ര അച്ചടക്കത്തിലും ശാന്തതയിലും ഒരുമിച്ചിരുന്നവർ പഠിക്കുന്നു.

അത്താഴമൂണിനു ശേഷം കിടക്കാനൊരുങ്ങിയപ്പോൾ

'അമ്മച്ചീ! ഇതാ ഇതു കുടിച്ചിട്ട് കിടക്കൂ.'

മുൻപിൽ രമണി ഒരു കയ്യിലെ പാൽ ഡാഡിയുടെ നേർക്കു നീട്ടിപ്പിടിച്ചിരിക്കുന്നു. മറെറക്കയ്യിലെ ഹോർലിക്സ് കലക്കിയതു തന്റെ നേർക്കും.

പതിവായി അത്താഴമൂണിനു ശേഷം താൻ ഹോർലിക്സ് കുടിക്കുമെന്നു വരെ അവൾ മനസ്സി ലാക്കിയിരിക്കുന്നു. രാജൻ പറഞ്ഞു കൊടുത്തതാവും

അങ്ങനെ അങ്ങനെ എത്രയോ പകലുകൾ എത്രയോ രാവുകൾ......

സാറാമ്മേ ! ഇതെന്തെടുത്തു നിൽക്കുകാ. ആ പ്രാർത്ഥന പുസ്തകമെടുത്തവടെ കയ്യിലോട്ടു കൊടുക്കു

പുറകിൽ നിന്നാരോ പറഞ്ഞു ഞെട്ടിപ്പോയി. അച്ചൻ പ്രാർത്ഥന നിർത്തിയിട്ട് വളരെ നേരമായോ? പ്രാർത്ഥനയ്ക്കിടയിൽ തന്റെ ചിന്തകൾ എവിടെയെല്ലാം പാളിപ്പോയി.

'രമണിമോളെ ! അമ്മച്ചീടെ കയ്യീന്നു ആ പുസ്തകം വാങ്ങിച്ചൊ' ആരോ പറഞ്ഞു

പുസ്തകം വാങ്ങാൻ കൈ നീട്ടുമ്പോൾ നേർത്ത സാരിക്കിടയിലൂടെ തെളിഞ്ഞു കണ്ട വീർത്ത വയറിൽ രാജന്റെ കണ്ണുകൾ ഉടക്കിനിന്നു. പോകുന്നതിനു മുൻപു ആ റോസാദളം പോലെ മൃദുലമായ വയറിൽ ഒന്നു തൊടാൻ കഴിഞ്ഞിരുന്നെങ്കിൽ......തന്റെ പൊന്നോമന മകൻ ഉറങ്ങിക്കിടക്കുന്ന ആ ജീവനുള്ള തൊട്ടിലിൽ ഒന്നുമ്മ വയ്ക്കാൻ കഴിഞ്ഞിരുന്നെങ്കിൽ.........അവിടെ ചെവിയോർത്തു ആ സ്വപ്നമൊന്നുൾക്കൊള്ളാൻ കഴിഞ്ഞെങ്കിൽ....... ഇനി എന്നാണതിനൊക്കുക? അവൾ പോയാൽ പിന്നെ എപ്പോഴും അവളുടെ വീട്ടിൽ ഓടി ഓടി ചെല്ലാൻ കഴിയുമോ? ചെന്നാൽ തന്നെ അതിനു സാധിക്കുമോ പോകുന്നതിനു മുൻപു അവളെ അകത്തേക്കു വിളിക്കണം, ആ തുടുത്ത കവിൾത്തടത്തിൽ ഒന്നുമ്മ വയ്ക്കണം ആ വയറിൽ ചെവിയോർത്ത് അല്പനേരം നിൽക്കണം.

'മോളെ യാത്രയൊന്നും പറയണ്ട പുറകോട്ടു തിരിഞ്ഞു നോക്കാതെ ചെന്നു കാറിൽക്ക യറിക്കൊള്ളു,'

☐ കൂട്ടിക്കൊണ്ടു പോകാൻ വന്നവരിൽ ആരോ പറഞ്ഞു. കേട്ടപ്പോൾ അരിശമാണ് തോന്നിയത്. ഓരോരോ ചിട്ടകളും മാമൂലുകളും ഉണ്ടാക്കിവച്ചിരിക്കുന്നു.

മുൻപോട്ടു നടക്കുമ്പോൾ അവളുടെ ഈറൻ കണ്ണുകൾ രാജനെ തിരഞ്ഞു

കാറിൽ മറ്റുള്ളവരോടൊത്തിരിക്കുമ്പോൾ മൂടൽ മഞ്ഞിലൂടെ എന്നവണ്ണം കണ്ടു. തന്നെത്തന്നെ ഉറ്റുനോക്കി നിൽക്കുന്ന അമ്മച്ചി, ഡാഡി, അനുജൻ, കൊച്ചുനാത്തൂന്മാർ, മററു വേണ്ടപ്പെട്ടവർ അദ്ദേഹം മാത്രമെവിടെ? തിരിഞ്ഞു നോക്കാനും ഒരു വാക്കു പറയാനും ആഗ്രഹിച്ചു പക്ഷേ വിലക്കുകൾ, മാമൂ ലുകൾ അദ്ദേഹം കാറിന്റെ മുൻപിലേക്കൊന്നു വന്നുനിന്നിരുന്നെങ്കിൽ ....

കാറ് കണ്ണിൽ നിന്നു മറയുന്നതു വരെ നോക്കിനിന്നു തിരിഞ്ഞു നോക്കുമെന്നും കൈ വീശിയി ല്ലെങ്കിലും കണ്ണുകൾ കൊണ്ടെങ്കിലും യാത്ര പറയുമെന്നും . പ്രതീക്ഷിച്ചു. പക്ഷേ ......

'എടാ രാജാ ! അടുത്ത വണ്ടിക്കു വേണേൽ നീ കയറിക്കോ അവരു ചെല്ലുന്ന പുറകെ അങ്ങെത്താം'

കൂട്ടത്തിൽ നിന്ന് ആരോ പറഞ്ഞ തമാശകേട്ട് പൊട്ടിച്ചിരികൾ മുഴങ്ങി കഥയറിയാതെ പകച്ചു നോക്കിയ തോമാച്ചൻ കണ്ടതു തോർത്തിന്റെ തുമ്പുയർത്തി കണ്ണുകൾ തുടയ്ക്കുന്ന സാറാമ്മയേയും കാറുപോയ വഴിയിൽ നിന്നു കണ്ണുകൾ പിൻവലിച്ച് ജാള്യത മറയ്ക്കാൻ ശ്രമിക്കുന്ന രാജനേയുമാണ്.

7. എനിക്കു ഞാൻ മാത്രം

ഷട്ടേഴ്സിനിടയിലൂടെ അരിച്ചിറങ്ങിയ വെളിച്ചത്തിന്റെ നേർത്ത പാളികൾ സ്വതേ വിടർന്ന അവ ളുടെ കണ്ണുകളിൽ നുഴഞ്ഞു കയറി.

നേരം പ്രഭാതമായിരിക്കുന്നു

ഇന്നു് ആഴ്ചയുടെ ഏതു ദിവസമായിരിക്കും? എങ്ങനെ അറിയാൻ. ഓ മാർഗ്ഗമുണ്ട്. ഇന്നലെ ഓഫ് ഉണ്ടായിരുന്നത് ആർക്കൊക്കെയായിരുന്നു.? ആഴ്ചയിലൊരു ദിവസം ജോലിക്കാർക്കു് അവധി എടുക്കാം. ഓരോരുത്തരും അവരവരുടെ ആവശ്യമനുസരിച്ചു് അതെടുക്കുന്നു. ഇന്നലെ ഓഫ് എടു ത്തതു മൂസയും ബഷീറും മുഹമ്മദും അപ്പോൾ ഇന്നലെ വെള്ളിയാഴ്ച ഇന്നു ശനിയാഴ്ചയും, ആഴ്ച യിലെ ഏററവും തിരക്കുപിടിച്ച ദിവസം .

പട്ടണത്തിലെ ഒട്ടുമുക്കാലും ഫാക്ടറികളിലും കമ്പനികളിലും ശനിയാഴ്ച ഉച്ചവരെയെ ജോലി യുള്ളു. ആഴ്ച ശമ്പളവും വാങ്ങി ഇറങ്ങുന്ന ജോലിക്കാർ നേരെ കയറുന്നതും ഇങ്ങോട്ടായിരിക്കും, കോളേജുകൾക്കും സ്കൂളുകൾക്കും അവധി ദിവസമായതിനാൽ ഏവരും ഷോപ്പിംഗിനു തെരഞ്ഞെടു ക്കുന്ന ദിവസം കൂടാതെ ചന്ത ദിവസവും ആകെക്കൂടി തിരക്കുള്ള ദിവസം.

വേലപ്പനിപ്പോഴത്തും. ചങ്ങലയിൽ കൊരുത്ത താക്കോൽക്കൂട്ടവുമായി. മുതലാളിയുടെ വിശ്വസ്ത സേവകൻ. വർഷങ്ങളായി മുതലാളിയെ സേവിച്ചു കഴിയുന്ന ഒരു ഒറ്റത്തടി. മുതലാളിയുടെ ബോഡീ ഗാർഡ്,

ഇന്നാരായിരിക്കും തന്നെ വേഷങ്ങളണിയിക്കാനെത്തുക, ഏതു വേഷമായിരിക്കും തനിക്കു നിശ്ചയിച്ചിരി യ്ക്കുന്നതു ബഷീറാണെങ്കിൽ മാക്സിയോ പൈജാമയോ ആയിരിക്കും . സോമനാണെങ്കിൽ മിനിസ്കർട്ടാ ഫ്രോക്കൊ. അണിയിച്ച് കഴിഞ്ഞു് അവിടെയും ഇവിടെയും ഓരോ കുത്തുണ്ട്. അതാണു സഹിക്കാനാവാത്തത്. ഇന്നു രവിയാവില്ല. രവി എല്ലാ ശനിയാഴ്ചയും ഓഫെടുക്കും , എട്ടുപത്തു നാഴിക അകലെയാണ് വീട് ശനിയാഴ്ച ഓഫെടുത്താൽ രണ്ടു പകലുകളും മൂന്നു രാത്രിയും വീട്ടിൽ കഴിയാ മല്ലോ. രവിയുടെ ഭാര്യയുടെ ഭാഗ്യം,

രവിയായിരുന്നെങ്കിൽ ഒരു പ്രശ്നവുമില്ല. രവിക്കിഷ്ടം സാരിയൊ മുണ്ടും നേര്യതൊ. തനി കേര ളീയ വനിതയെ പോലെ മുണ്ടും നേര്യതും

അണിഞ്ഞു നിൽക്കുക എത്ര ആനന്ദമാണ്. സാരിയായാലും നല്ലതുതന്നെ. അണിയിച്ചു കഴിഞ്ഞു മാറിനിന്നു ഒരു നോട്ടമുണ്ടു രവിക്ക്. പട്ടണത്തിൽ നിന്നും വാങ്ങി കൊണ്ടുവരുന്ന സാരി വേണ്ടവിധത്തിൽ ഉടുപ്പിച്ച്, മാറിനിന്നു ഭാര്യയുടെ സൗന്ദര്യം ആസ്വദിക്കുന്ന, അതിൽ അഭിമാനം കൊള്ളുന്ന സ്നേഹധനനായ ഭർത്താവിനെപ്പോലെ,

രവിയോട് എന്തോ ഒരു പ്രത്യേക മമത. രവിയുടെ തന്നോടുള്ള സമീപനം തന്നെ അതർഹിക്കുന്ന തരത്തിലല്ലേ?

അകലെ ഒരൊന്നാംകിട ഷോറുമിൽ നിരനിരയായി നിന്ന പെൺകുട്ടികളുടെ ഇടയിലൂടെ രവി ഓരോരുത്തരേയും അംഗപ്രത്യംഗം വീക്ഷിച്ചു നടന്നപ്പോൾ സ്വയംവരത്തിനണഞ്ഞ രാജകുമാരന്മാരുടെ സ്ഥിതിവിശേഷമായിരുന്നു. കഴുത്തു നീട്ടി നിൽക്കാനാഗ്രഹിച്ചു, കണ്ണുകൾ കൊണ്ട് മാടിവിളിക്കാ നാഗ്രഹിച്ചു. പക്ഷേ ആകാത്തതു ആഗ്രഹിച്ചിട്ടെന്തു ഫലം ഒടുവിൽ കുറി തനിക്കു തന്നെ വീണു. യാത്ര യിലെല്ലാം രവിക്കു വിഷമമായിരുന്നു. യാത്ര കൊണ്ട് തനിക്ക് എന്തെങ്കിലും വൈഷമ്യങ്ങൾ നേരിടുമോ? എന്തെങ്കിലും പാകപ്പിഴകൾ സംഭവിക്കുമോ എന്നൊക്കെ പേടിക്കുന്ന രവി. ഇടയ്ക്കിടയ്ക്കു തന്റെ നില ഭദ്രമാണോ എന്നു വന്നന്വേഷിക്കുന്ന രവി, പാവം!തന്നെയും കൊണ്ടു മുതലാളിയുടെ മുന്നിൽ ചെന്നു നിന്നപ്പോൾ കിട്ടിയ ശകാരവർഷം. ജൗളിത്തരങ്ങൾ എടുക്കാൻ രൂപയുമായി അയച്ച രവി മടങ്ങിവരുന്നതു ജൗളിക്കു പകരം താനുമായി. അതും ജൗളിക്കു കൊടുത്ത തുകയെക്കാൾ കൂടുതൽ തുക മുടക്കി

ഓഹോ? ഇന്നു ഫെർണാണ്ടസാണ് കൈയ്യിൽ കിടക്കുന്നതെന്താണ്? ററീഷർട്ടും ട്വീഡു് പാൻസും.

ഇനി നോക്കേണ്ട. ഡ്രസ്സ് ചെയ്യിച്ച് തനി യൂറോപ്യൻ മട്ടിൽ കെട്ടിപ്പിടിച്ചു സ്വീററ്കിസ്സും. മാറിനിന്നു ഒരു കമന്റും പാസ്സാക്കിയേ ഇഷ്ടൻ മാറു ഇഷ്ടമായാലും ഇല്ലെങ്കിലും ശരി സഹിക്കാതെന്തു ചെയ്യും. അല്ലെങ്കിലും തന്റെ ഇഷ്ടാനി ഷ്ടങ്ങൾക്കെന്തു വില?

ജോലിക്കാർ വന്നവർ വന്നവർ അവരവർക്കു നിശ്ചയിച്ചിരിക്കുന്ന സെക്ഷനുകളിൽ സ്ഥലം പിടി ച്ചിരിക്കുന്നു. ഓരോരുത്തരും അവരവർക്കു വരാൻ പോകുന്ന ഇരകളെക്കുറിച്ചോർക്കുകയാവണം. ഇരകളെ തൃപ്തിപ്പെടുത്തുകയെന്നതു വളരെ ബുദ്ധിമുട്ടുള്ള കാര്യം തന്നെ. ഓരോരത്തർക്കും ഓരോ ഇഷ്ടങ്ങളല്ലേ? ഒന്നെടുത്തിടുമ്പോൾ കണ്ണു മറെറാന്നിലായിരിക്കും. ആ കണ്ണിന്റെ പോക്കു നോക്കി വേണം അടുത്തെടുക്കാൻ ആ അടുത്തെടുക്കുമ്പോൾ കൈമറ്റൊന്നിലായിരിക്കും അങ്ങനെ വരുന്നവരുടെ കണ്ണും കയ്യും മനസ്സും

ഒരുപോലെ കണ്ടറിഞ്ഞു വേണം കച്ചവടം നടത്താൻ. സാരിയെടു ക്കാൻ പെണ്ണുങ്ങളേയും കൊണ്ടുവരുന്ന പുരുഷന്മാരാണ് കഷ്ടപ്പെട്ടുപോകന്നതു പാവങ്ങൾ എന്തു ചെയ്യാം ഇറങ്ങിപ്പുറപ്പെട്ടുപോയില്ലേ നേരാംവണ്ണം ഒരു സാരി എടുത്തുകൊണ്ടുചെന്നാൽ ഇഷ്ടപ്പെടുക യില്ല സ്റ്റഫ് തീരെ മോശം, ഡിസൈൻ ഇത്ര വലുതു വേണ്ടായിരുന്നു ഇപ്പോഴിത്തരം ഡിസൈനല്ല ഫാഷൻ അങ്ങനെ കുറ്റങ്ങളായി. അതൊഴിവാക്കാനാണ് തന്നെത്താൻ തിരഞ്ഞെടുത്തുകൊള്ളട്ടെ എന്നു കരുതി കൂട്ടിക്കൊണ്ടു വരുന്നതു. വന്നു കയറുമ്പോൾ മുതലുള്ള തിരച്ചിലാണ്, വൈകുന്നതുവരെ തിരഞ്ഞാലും ഒന്നും മനസ്സിൽ പിടിക്കില്ല. അഥവാ ഒന്നു മനസ്സിൽ പിടിച്ചാലോ കീശയിലെ കാശിലൊതുങ്ങില്ലാത്ത തരം .

ആരെങ്കിലുമൊക്കെ വന്നു തുടങ്ങിയിരുന്നെങ്കിൽ ദിവസവും കണ്ടുകൊണ്ടിരിക്കുന്നതാണെ ങ്കിലും ജോലിക്കാ രുടെ നോട്ടം തന്നിലാണ് ആ കണ്ണുകൾക്കെന്തൊരു കൂർമ്മതയാണ് അതിനേക്കാൾ കഠോരമാണവരിൽ നിന്നു പുറപ്പെടുന്ന കമന്റികൾ, ഇത്ര നോക്കാനും ഇത്രമാത്രം കമന്റിക്കാനും തന്നിലെന്തിരിക്കുന്നു

മുതലാളി പ്രാർത്ഥനാ മുറിയിൽ നിന്നിറങ്ങിയിരിക്കുന്നു. അതാണു പതിവ്, ദിവസവും വന്നു കയറിയാലുടൻ പൂജാ മുറിയിലേക്ക് കയറുന്നു. പതിനഞ്ചു മിനിറ്റുനേരത്തേക്ക് പ്രാർത്ഥനയാണ്, അന്നത്തെ ബിസിനസ്സ് നന്നായിരിക്കണേ എന്നാവും, അതൊ വർക്കത്തുള്ളവർ വലതുകാൽ വച്ചു കയ റണേ എന്നാവുമൊ?

ഹാ! രക്ഷപെട്ടു, ആൾക്കാർ വന്നു തുടങ്ങിയിരിക്കുന്നു.

കാറിലാണ് വരവ്, അഞ്ചു പേരുണ്ട്. ആരായിരിക്കാം ആദ്യം കയറിയത്. മുതലാളിയുടെ പ്രാർത്ഥനപോലെ വർക്കത്തുള്ളവരാണോ! വലതുകാൽ വച്ചാണോ കയറിയത്, ആവോ ?

മൂന്നു പെണ്ണും രണ്ടാണും. പെണ്ണുങ്ങൾ മിന്നുന്ന കണ്ണാടി പോലുള്ള സാരികൾ ഉടുത്തിരിക്കുന്നു. തലമുടി വലിയ വലിയ ഉരുളുകളായി കെട്ടിവച്ചിരിക്കുന്നു. ഇവർ വന്നിട്ടെന്താണ് മാറി നിൽക്കുന്നത് പുരുഷന്മാരിലൊരാൾ തലനരച്ച ആളാണ്. മറെറ ആൾ ചെറുപ്പം, ചെറുപ്പക്കാരൻ ഇടയ്ക്കിടെ വാച്ചിൽ നോക്കുകയും വാതിൽക്കൽ ശ്രദ്ധിക്കുകയും ചെയ്യുന്നു. അയാളുടെ അക്ഷമ കണ്ടിട്ടാവണം പെണ്ണുങ്ങൾ മൂന്നുപേരും എന്തോ പറഞ്ഞു ചിരിക്കുന്നുണ്ട് കളിയാക്കുകയാണെന്നു തോന്നുന്നു. പത്മരാജൻ വന്ന് എന്തോ കുശലം പറയുന്നു. ആവശ്യം അന്വേഷിക്കുകയാവും

അവരെ നോക്കിനിന്നതു കാരണം കടന്നുവന്ന മറ്റുപലരേയും ശ്രദ്ധിക്കാൻ സാധിച്ചില്ല. കഷ്ടം! മിക്കവാറും എല്ലാ സെക്ഷനുകളിലും ഇരകളായിക്കഴിഞ്ഞിരിക്കുന്നു. സാരിസെക്ഷനിലാണു കൂടുതൽ

ഒരു കാർ കൂടി വന്നു നിന്നു അതിൽ നിന്നിറങ്ങിയ മൂന്നു പേരേയും കണ്ടു കാത്തു നിന്നവർ ചിരിച്ചുകൊ ണ്ടെടുക്കുന്നു.

ചെറുപ്പക്കാരൻ അക്ഷമനായി നിന്നതിന്റെ രഹസ്യം ഇപ്പോൾ പിടികിട്ടി കല്യാണം. ഡ്രസ്സെടുക്കാൻ വന്നവർ പെണ്ണായിരിക്കും രണ്ടാമതു വന്ന കാറിലെ രണ്ടാമതിറങ്ങിയവൾ, അവളുടെ മുഖം നാണത്താൽ കൂമ്പിനിന്നതു കണ്ടാ ലറിയാം കഷണ്ടിയായ കൂടെയുള്ള മനുഷ്യൻ അച്ചനാവും സഹോദരിയോ സഹോദര ഭാര്യയൊ കൂട്ടിനു വന്നതായി രിക്കും കൂടെയുള്ളതു.

പത്മരാജൻ വന്ന്. അവരെ ആനയിച്ച് മുകളിലേക്കു കൊണ്ടുപോയി കഴിഞ്ഞിരിക്കുന്നു. ഇനി അവർക്ക് ചായയായി, സിഗരററായി.......... അതെല്ലാം മുതലാളി നേരത്തെ ശട്ടം കെട്ടിയിട്ടുണ്ട് കല്യാണ പാർട്ടിക്കാർ വന്നാൽ എങ്ങനെ ഡീൽ ചെയ്യണമെന്ന്, ഇരയിട്ടു മീൻ പിടിക്കുന്നതുപോലെ.......ചൊള്ളു കൊടുത്തു ചുള വാങ്ങുന്ന തുപോലെ അതെല്ലാം ബിസിനസ്സ് ടെക്നിക്സ്, ഒരു കണക്കിനു പറഞ്ഞാൽ താനും അതിൽ ഉൾപ്പെടുകയില്ലേ. താൻ വന്നതിനുശേഷം കളക്ഷൻ വളരെ കൂടിയിരിക്കുന്നുവത്രേ. ഒരിക്കൽ മുതലാളി തന്നെ പറഞ്ഞതാണ്. അതിനു ശേഷമാണ് തനിക്കു ഇവിടെ സ്ഥാനം നൽകണമെന്നു നിശ്ചയിച്ചതു തന്നെ. തന്നെ വേണ്ടവിധം ശ്രദ്ധിക്കാനും പുതുമ യുള്ള വസ്ത്രങ്ങൾ അണിയിച്ച് മോടിപിടിപ്പിക്കാനും അവർക്കു നിർദ്ദേശം കൊടുത്തതു അതിനു ശേഷമാണ്.

റഷ് വളരെയധികമായിരിക്കുന്നു. സാരി സെക്ഷനിലാണ് തിരക്കു മുഴുവൻ. സാരികൾ മാറി മാറി എടുത്തുനോക്കുന്നു. ദേഹത്തോടു ചേർത്തു വയ്ക്കുന്നു കണ്ണാടിയുടെ മുന്നിൽപോയി നിൽക്കുന്നു എന്നുവേണ്ട....ഒരു പെണ്ണെ ത്താണിങ്ങനെ കുറെ സമയമായി ശ്രദ്ധിക്കുന്നു. നോട്ടവും ഭാവവും കണ്ടാലറിയാം എന്തോ കള്ളത്തരം കാട്ടാനുള്ള പുറപ്പാടാണെന്ന്. ഊഹം ശരിതന്നെ. അതാ അവൾ വലിയ ഫോമിൽ ഉടുത്തിരിക്കുന്ന സാരിയുടെ തോളിലൂടെ യിടുന്ന ഭാഗം ടേബിളിലേക്കു നിവർത്തിയിട്ടു ഒന്നുമറിയാത്ത ഭാവത്തിൽ സാരികൾ നോക്കുന്നു. കുന്നുകൂടിക്കിടക്കുന്ന സാരിത്തരങ്ങൾ, അവയ്ക്ക ടിയിൽ കിടക്കുന്ന രണ്ടുമൂന്നു സാരികൾ ഇടതു കൈയിൽ തൂക്കിയിരിക്കുന്ന വാനിററി ബാഗിലേക്കു ആരും കാണാതെ, ആരും അറിയാതെ മാററിക്കഴിഞ്ഞിരിക്കുന്നു. എത്ര വേഗത്തിലാണ് കാര്യങ്ങൾ നീക്കിയത്,

എത്ര തന്മയത്വത്തോടെയാണ് അതു കൈകാര്യം ചെയ്തത്. ആരും മനസ്സിലാക്കിയിട്ടില്ല. സോമരാ ജൻ പോലും. സോമരാജൻ ഇതിനൊക്കെ വലിയ വിരുതനായിരുന്നു. എന്തുണ്ടായാലും ആ കണ്ണുകൾ കണ്ടെത്താറുള്ളതാണ്, കാകന്റെ ദൃഷ്ടിയാണു സോമരാജന്റേതെന്നു എല്ലാവരും കളിയാക്കാറു ള്ളതാണ്. എന്നിട്ടും സോമരാജൻ ഇതു കണ്ടില്ലല്ലോ. കഷ്ടം ! ഈ നഷ്ടം നാളെയൊരിക്കലെ മനസ്സിലാകു. പാവം മുതലാളി ! ഇങ്ങനെ എത്ര പേരാണ് മുതലാളിയെ വഞ്ചിക്കുന്നത്. അതാ അവളി റങ്ങിപ്പോകുന്നു മാന്യതയുടെ പരിവേഷമണിഞ്ഞു ഇടതു കയ്യിൽ വാനിററി ബാഗും തൂക്കി വലതുകയ്യിൽ ഫോറിൻ കുടയും പിടിച്ചു കൂളിംഗ് ഗ്ലാസ്സും ധരിച്ച് തനിക്കു നാവനക്കാമായിരുന്നെങ്കിൽ താൻ വിളിച്ചു കൂവുമായിരുന്നു തന്നിൽ ചലനശക്തിയുണ്ടായിരുന്നെങ്കിൽ ഓടിച്ചെന്നു അവളെ കയ്യോടെ പിടിച്ചു മുത ലാളിയുടെ മുമ്പിൽ ഹാജരാക്കുമായിരുന്നു.എന്തു ചെയ്യാം, തനിക്കിങ്ങനെ കണ്ടുനിൽക്കാനല്ലാതെ മറെറാന്നിനുമാവില്ലല്ലോ.

കസ്റ്റമേഴ്സിന്റെ തിരക്ക് ഒന്നിനൊന്നു കൂടുകയല്ലാതെ കുറയുന്നില്ല. നിറഞ്ഞ കീശയുമായി കൈയ്യും വീശി കയറി വരുന്നവർ ഒഴിഞ്ഞ കീശയും കൈനിറയെ പൊതികളുമായി മടങ്ങുന്നു. ചിലരുടെ മുഖത്തു സന്തോഷഭാവം, ഇഷ്ടപ്പെട്ട തരം കൈക്കുള്ളിലാക്കി എന്നാവും, ചിലരുടെ മുഖത്തു സങ്കടഭാവം, കീശ ഒഴിഞ്ഞല്ലോ എന്നാവും

എന്താണ് എവിടെയോ ഒരു തേങ്ങൽ. ഒരു നെടുവീർപ്പ്. എവിടെ നിന്നാണ് ആരിൽ നിന്നാണ്? ദാ അവിടെ ത്തന്നെ കൈലി ഉടുത്ത് മുറിക്കയ്യൻ ഷർട്ടും തോളിൽ തോർത്തുമായി നിൽക്കുന്ന മധ്യവയ സ്കൻ, അയാളുടെ കണ്ണുകൾ താഴെ നിലത്തു എന്തോ പരതുന്നു. രൂപ പൊതിഞ്ഞു വച്ചിരുന്ന കടലാസ് പൊതി, പോക്കറ്റിച്ചുപോയ പൊതി എവിടെ കിട്ടാൻ ആൾക്കാർ കൂടുന്നിടത്ത് നിത്യസംഭവം. പക്ഷേ അതീ പാവത്തിനോടു വേണമായിരുന്നോ? എന്തു ചെയ്യാം. അതു കാണാൻ കണ്ണുള്ളവൻ പോക്കറ്റടി തൊഴിലാക്കുമോ?

ആരോടൊക്കെയോ പരാതി പറഞ്ഞു അവിടെയെല്ലാം അന്വേഷിച്ചുനോക്കിഫലമില്ലാതെ അതാ അയാളിറങ്ങിപ്പോകുന്നു. പാവം ! ആർക്കു എന്തുവാങ്ങാൻ കൊണ്ടുവന്ന രൂപയായിരിക്കും. ഭാര്യയ്ക്ക്, മക്കൾക്കു അല്ലെങ്കിൽ പേരക്കിടാവിനു ഞാ! ആർക്കറിയാം .

എന്ത് ഇത്രയും സമയമായെന്നോ? അതാ സുകുമാരനും മൂസ്സയും ബഷീറും ശങ്കരൻകുട്ടിയു മൊക്കെ ഉണ്ണാൻ പോകുന്നു. ആദ്യത്തെ ബാച്ച്, അടുത്തുള്ള കോളേജുകളിൽ നിന്നും, ഓഫീസുകളിൽ നിന്നും, മറ്റും ലഞ്ച് ബ്രേക്കിന്റെ സമയത്ത് ഒരു റഷുണ്ടാവുമെന്നു മുതലാളിക്കറിയാം.

ജോലിക്കാർ ഭക്ഷണത്തിനു പോയിരിക്കുന്നു എന്ന കാരണത്താൽ ബിസിനസ്സ് മുടങ്ങരുത്. അതുകൊണ്ട് രണ്ടോ മൂന്നോ ബാച്ചുകളായി ഊണു കഴിക്കാൻ പോകാനാണ് മുതലാളിയുടെ ഉത്തരവ്. ഊണിനും ഷിഫ്റ്റ്. അതും ഒരു ബിസിനസ്സ് ടെക്നിക്ക്.

പറഞ്ഞതുപോലെ തന്നെ അതാ വരുന്നുണ്ട് കോളജ് കുമാരന്മാരും കുമാരികളും, ഇന്നു എക്സ്ട്രാ ക്ലാസ്സുണ്ടാവും. ആർക്കെങ്കിലുമൊരാൾക്കു ഒരു തൂവാലയോ ബ്ലൗസ് പീസോ ആവശ്യമു ണ്ടാവും അതിനാണീ ആൾക്കാരൊക്കെ, തുണി എടുക്കുന്നതിലുപരി അത്രയും സമയം സ്വര്യസല്ലാപം നടത്താൻ കിട്ടുമല്ലോ എന്ന ചിന്തയാണ് അവരെ ഇങ്ങോട്ടു വലിച്ചിഴക്കുന്നതെന്നു തോന്നും അവരുടെ നിൽപ്പും ഭാവവും സംസാര രീതികളും കണ്ടാൽ.

ദാ വരുന്നു ഒരു സന്തുഷ്ട കുടുംബം. നീല സാരിയുടുത്തു നീല ബ്ലൗസിട്ടു നീല ബാഗു പിടിച്ച അമ്മ. നീല ഷർട്ടും നീല പാന്റുമിട്ട അച്ഛൻ, നീല ഫ്രോക്കിട്ട മകൾ. നീല ഷോട്ട്സും നീല ഷർട്ടും ഇട്ട മകൻ ഫാമിലി പ്ലാനിംഗിന്റെ മഹത്വം. അച്ഛനമ്മമരുടെ ആഗ്രഹത്തിനൊത്തു മക്കളെ കൊണ്ട് നടക്കാൻ സാധിക്കുന്നു.

അത്ഭുതം കൊണ്ടു വിടർന്ന മിഴികളോടെ തന്നെ നോക്കിനിൽക്കുന്ന ഓമനയായ കുഞ്ഞുങ്ങൾ, അകന്നു നിന്നു അത്മുതം കൂറാതെ അടുത്തുവന്നു ഒരു മുത്തം തന്നിരുന്നെങ്കിൽ......വാരിയെടുത്തു മാറോടണയ്ക്കാൻ തനിക്ക് കഴിഞ്ഞിരുന്നെങ്കിൽ...

അവർ സെലക്ക് ചെയ്തു വെച്ചിരിക്കുന്ന തുണിത്തരങ്ങൾ ശ്രദ്ധിക്കു അമ്മയ്ക്കൊരു റോസ്സാരി. അതേ നിറത്തിൽ തന്നെ അച്ഛനും മക്കൾക്കുമുള്ളവ.

കാറിൽ നിന്നും പലർ ഇറങ്ങുന്നു പലർ കയറുന്നു. ഇറങ്ങുന്നവരുടെ ഇടയിൽ ഒരു മുഖം, ചുവന്നു തുടുത്ത മുഖം. നെററിയിൽ വലിയ പൊട്ട്, വാലിട്ടെഴുതിയ കണ്ണുകൾ, ചായം പുരട്ടിയ കവിളു കൾ, ലിപ്സ്റ്റിക്കിട്ട ചുണ്ടുകൾ, ശരീരത്തിന്റെ നിമ്നോന്നതങ്ങൾ എടുത്തുകാട്ടുന്ന വസ്ത്രധാരണം. ഈ മുഖത്തിന്റെ ഉടമ കഴിഞ്ഞയാഴ്ചയും ഇവിടെ വന്നിരുന്നു. അതിനു മുൻപും പല തവണ പക്ഷേ ഇപ്പോൾ കൂടെ വന്നിരിക്കുന്ന ആളല്ല മുൻപു കൂടെ വന്നിരുന്ന തെന്നു മാത്രം. വരുമ്പോഴെല്ലാം കൂടെ ഏതെ കിലും പണച്ചക്കുകൾ. ഒരു ദിവസം ഒരാളാണെങ്കിൽ അടുത്ത ദിവസം മറെറാരാൾ. ശരീരത്തിൽ നിന്നും അഴുക്കു വസ്ത്രം മാറുന്നതുപോലെ ദിവസം പ്രതി ഭർത്താവിനെ മാറ്റിയെടുക്കാൻ ഒരു പെണ്ണിനെ ങ്ങനെ കഴിയും .

അയാൾ സാരികളെടുത്തു അവളുടെ മാറത്ത് ചേർത്തു വച്ച് അവൾക്കു യോജിക്കുമോ എന്നു നോക്കുന്നു. ഇക്കിളിപൂണ്ട അവളുടെ നോട്ടം ജോലിക്കാരുടെ അർത്ഥം വച്ചുള്ള സംസാരങ്ങൾ. ഒരു കണക്കിന് താനും അവളെ പ്പോലെയല്ലേ? ദിനം പ്രതി എത്ര എത്ര ആൾക്കാരാണ് തന്നെ തഴുകിത്തലോടി കടന്നുപോകുന്നത് ആരൊക്കെയാണ് തന്റെ വസ്ത്രങ്ങൾ മാറ്റുകയും പുതിയവ അണിയുകയും ചെയ്യുന്നത്. അപ്പോഴവർ എന്തെല്ലാം കാട്ടികൂട്ടുന്നു. അവൾ മനസ്സറിഞ്ഞു നിന്നുകൊടുക്കുന്നു. താൻ മനസ്സറിയാതെ നിന്നുകൊടുക്കുന്നു എന്നു മാത്രം.

ഉള്ളിലെ ആൾക്കാരുടെ തിരക്കു കുറഞ്ഞു തുടങ്ങിയിരിക്കുന്നു ചിലർ ഉദ്ദേശിച്ചതത്രയും തെരഞ്ഞെടുക്കാൻ കഴിയാതെ മനസ്സില്ലാമനസ്സോടെ ഇറങ്ങിപ്പോകുന്നു. ചിലർ ഉദ്ദേശിച്ചതിൽ കൂടുതൽ തുകയ്ക്ക് എടുത്തുപോയല്ലോ എന്ന മനഃപ്രയാസത്താൽ ഇറങ്ങിപ്പോകുന്നു.

ജോലിക്കാർ നിരന്നു കിടക്കുന്ന തുണിത്തരങ്ങൾ തരം തിരിച്ച് അടുക്കിവയ്ക്കുന്നു. പയ്യന്മാർ നിലം വൃത്തിയാ ക്കുന്നു ജോലി തീർന്നവർ ഓരോരുത്തരായി ഇറങ്ങിപൊയ്ക്കൊണ്ടിരിക്കുന്നു ഇനി താമസമില്ല ബില്ലുകളുമായി ഒത്തു നോക്കി കളക്ഷൻ എണ്ണിത്തിട്ടപ്പെടുത്തി മുതലാളിയും ഇറങ്ങിയാൽ താൻ മാത്രം ....

നിങ്ങൾ, അമ്മയെ, ഭാര്യയെ, ഭർത്താവിനെ, അച്ഛനെ കുഞ്ഞിനെ, കെട്ടിപ്പിടിച്ചുറങ്ങുമ്പോൾ ഈ ശൂന്യതയിൽ ഇരുളിലേക്കു കണ്ണുംനട്ട് നേരം വെളുപ്പിക്കേണ്ടിയിരിക്കുന്നു. ഈ കൊടും തണുപ്പിൽ ഒന്നു കെട്ടിപ്പിടിച്ചുറങ്ങാൻ ഒരു കൂട്ടില്ലാതെ വേണ്ട ഒന്നു തലചായ്ക്കാൻ പോലും സാധിക്കാതെ.

8.കാക്കപ്പുള്ളി

കൺസൾട്ടിംഗ് റൂമിൽ നിന്നിറങ്ങി കാറിൽക്കയറിയപ്പോൾ ഹൃദയത്തിനു വളരെ ലാഘവത്വം തോന്നി. എന്തോ ഒരു വലിയ ഭാരം ഇറക്കിവച്ചതുപോലെ

മിസ്റ്റർ മൂർത്തി പറഞ്ഞറിഞ്ഞില്ലായിരുന്നെങ്കിൽ ഇന്നത്തെ ഈ കൂടിക്കാഴ്ച ഉണ്ടാവുകയില്ലാ യിരുന്നു. ആരു മായും സംസാരിക്കാൻ ഇഷ്ടപ്പെടാത്ത സബ്ജകട്. അതു മൂർത്തി തന്നെ എടുത്തിട്ടപ്പോൾ ആകെ ഒന്നു പകച്ചു.

'എന്താ മിസ്റ്റർ മേനോൻ ഈ കാത്തിരിപ്പ് എത്രനാൾ തുടരാനാണു ഭാവം? വൈ ഡോണ്ട് യു കൺസൾട്ട് വിത്തെ ഫിസിഷ്യൻ. ഡോക്ടർ മാത്യൂസ് ഇക്കാര്യത്തിൽ വളരെ എഫിഷ്യന്റാണ് '

ഡോക്ടർ പറഞ്ഞതുപോലെ ശാസ്ത്രം ജയിച്ചാൽ..... ഹാ! സുനന്ദയുടെ സന്തോഷം കൊണ്ടു വിടരുന്ന മുഖം മനസ്സിൽ തെളിഞ്ഞു. അവൾ ഇപ്പോൾ എന്തെടുക്കുകയാവും? താനില്ലാത്തപ്പോൾ ഉപയോഗിപ്പാൻ സജ്ജമാക്കിയെടുത്ത മാളത്തിൽ ചുമരുകളിലെ കുട്ടികളുടെ വർണ്ണ ചിത്രങ്ങളുള്ള കലണ്ടറുകളിൽ മിഴികളൂന്നി അലസമായി കിടക്കുകയാവും. അല്ലെങ്കിൽ ജനാലഴികളിൽ കൈമുട്ടുക ളൂന്നി അകലെ ചക്രവാള സീമയിൽ കണ്ണുകൾ നട്ട് കടി ഞാണില്ലാത്ത ചിന്തയുമായി നിൽക്കുകയാവും. അതുമല്ലെങ്കിൽ ഷോകെയ്സിൽ ഒരുക്കി നിർത്തിയിരിക്കുന്ന ഒന്നിനൊന്നു മെച്ചപ്പെട്ട വിവിധതരം പാവക്കുട്ടികളെ വാരിയെടുത്തു ഉമ്മ വെയ്ക്കുകയോ താരാട്ട് പാടി ഉറക്കുകയോ ആവും, കിടത്തുമ്പോൾ കരയുന്ന, എടുക്കുമ്പോൾ ചിരിക്കുന്ന, നിർത്തുമ്പോൾ പാട്ടു പാടുന്ന ബനാറിസ് പാവയോടൊത്തു വിഹരിക്കുന്ന സുനന്ദ. പാവം അവൾ എത്ര ദുഃഖിക്കുന്നു.

ആദ്യമൊക്കെ അവൾ തന്റെ കൺമുന്നിൽ ഇതെച്ചൊല്ലി കരയുമായിരുന്നു ഒരിക്കൽ പറഞ്ഞു.

'സുനന്ദ! ഇക്കാര്യത്തിൽ നിന്നെക്കാൾ ദുഃഖം എനിക്കുണ്ടെന്നു നീ മനസ്സിലാക്കണം. '

ശരിയല്ലേ? ഇക്കാര്യത്തിൽ ഒരു ഭാര്യയെക്കാൾ ദുഃഖം ഭർത്താവിനല്ലേ ഉണ്ടാകേണ്ടത്. പ്രത്യേകിച്ചും തന്റെ കാര്യത്തിൽ. അതിൽ പിന്നെയാണവൾ സ്വയം ഒരു മാളം കണ്ടെത്തിയതും. കഴിയുന്നതും തന്റെ

മുന്നിൽ അവൾ പ്രസന്നയാവ‌ാൻ ശ്രമിക്കും. അല്ലാത്തപ്പോൾ ആരെങ്കിലും നിർബന്ധിച്ചാൽ എഴുന്നേറ്റ് ഊണുമേശയ്ക്കരികിൽ വരും. പാത്രത്തിനു മുന്നിലിരുന്നെന്നുവരുത്തും. ആ ദുഃഖം സഹിക്കാനാകാ തെയാണ് ഇന്നു ഡോക്ടറെ കാണാൻ ഇറങ്ങി പുറപ്പെട്ടതുതന്നെ.

സ്വയം പരിചയപ്പെടുത്തിയപ്പോൾ ആ മുഖം വികസിച്ചു നല്ല ഒരിര ചുണ്ടെലിൽ കൊരുത്തല്ലോ എന്നാവും.

മിസ്റ്റർ   ...   ...   മേനോൻ,   കേട്ടിട്ടുണ്ട്   കാണാൻ ആഗ്രഹിച്ചിരിക്കുകയായിരുന്നു. '

വെറും   പൊള്ളയായ   വാക്കുകൾ കാണാനാഗ്രഹിച്ചിരിക്കുകയായിരുന്നുവത്രെ, കേട്ടിട്ടുണ്ട് എന്നു പറഞ്ഞത് സത്യമായിരിക്കും, നഗരത്തിലെ ഏററവും ഉന്നത നിലവാരം പുലർത്തുന്ന ഒരു ഷോറൂമിന്റെ ഉടമ. ഒരു ടെക്സ്റ്റൈൽ ഷോപ്പിന്റെ പാർട്ട്നർ, പിന്നെ പലതിന്റേയും   പലതും.   പക്ഷെ   താനിത്ര   വലിയ   ഒരു കോടീശ്വരനായതെങ്ങനെ,   എന്നു   അങ്ങ്   അറിയുന്നുണ്ടോ?   എന്നെ കോടീശ്വരനാക്കിയതും   ഇപ്പോൾ   അങ്ങയുടെ   സമീപത്തേക്ക്   എന്നെ വഴിച്ചിഴക്കു നതും ഒരേ സംഗതി ആണെന്ന് മനസ്സിലാക്കുന്നുണ്ടോ? അകലെ അറിയപ്പെടാത്ത ഒരു നഗരത്തിൽ ഒരു നേരത്തെ ആഹാരത്തിനായി ഉഴറി നടന്നപ്പോൾ   ഏതോ   ഒരുവനു   ഉന്നതിയിലേക്കുയരാനുള്ള   സോപാനം. അതിനു   കിട്ടിയ   പ്രതിഫലം,   അതിൽ   നിന്നാരംഭിച്ച   പെട്ടിക്കട.   ആ പെട്ടിക്കടയുടെ   സ്ഥാപകൻ   ഇത്രയും   വലിയൊരു   സ്ഥാപനത്തിന്റെ ഉടമയായി മാറു മെന്നോ ഭാവിയിൽ ഇങ്ങനെയൊരു വൈതരണി നേരിടേണ്ടി വരുമെന്നോ ചിന്തിച്ചതില്ലല്ലൊ.

ഡോക്ടറുടെയും   വക്കീലിന്റെയും   മുന്നിൽ   ഒന്നും ഒളിക്കരുതെന്നല്ലേ ഒന്നും ഒളിച്ചു വച്ചില്ല എല്ലാം തുറന്നു പറഞ്ഞു.

'എന്തായാലും   മിസ്സിസ്   മേനോൻ   ഇക്കാര്യം അറിത്തിട്ടില്ലാത്തിടത്തോളം കാലം അതങ്ങനെ തന്നെ ഇരിക്കട്ടെ ഞാൻ മിസ്സിസ്   മേനോനെ   ഒന്നു   പരിശോധിക്കട്ടെ ശാസ്ത്രം. പ്രത്യേകിച്ചു വൈദ്യശാസ്ത്രം ഇപ്പോൾ എത്രമാത്രം പുരോഗമിച്ചിട്ടുണ്ട് എന്നു മിസ്റ്റർ മേനോൻ   മനസ്സിലാക്കുന്നില്ലേ?   പ്രകൃതിയേ   നിയന്ത്രി ക്കുവാനും പ്രകൃതിദത്തമായവയെ   മാറ്റിസ്ഥാപിക്കുവാനും   അങ്ങനെ   എന്തെല്ലാം എന്തെല്ലാം. അങ്ങ യുടെ കെയ്സ് തന്നെ ശാസ്ത്രപുരോഗതിയുടെ ഒരു തെളിവല്ലേ? നാളെത്തന്നെ മിസ്സിസ് മേനോനെ ഇങ്ങോട്ടയച്ചേക്കു.

ഡ്രൈവർ ഡോർ തുറന്നപ്പോഴാണറിഞ്ഞത് വീടെത്തിയിരിക്കുന്നു.

ഒരിക്കൽ സുനന്ദയുടെ കരപല്ലവങ്ങളുടെ ലാളനയേററു നിറയെ പുഷ്പങ്ങളോടെ പ്രശോഭി ച്ചിരുന്ന പൂന്തോട്ടം ഇന്നു ആരുടെയും മേൽനോട്ടമില്ലാതെ കാടുവളർന്നു കിടക്കുന്നു മൂന്നു നേരവും ആഹാരവും പിന്നെ ശമ്പളവും വാങ്ങുന്ന തോട്ടക്കാരനു ഇതൊന്നും ശ്രദ്ധിക്കാൻ നേരമില്ല?

ചരൽ വിരിച്ച പാതയിലൂടെ മുററത്തേക്കു കയറി. സ്ത്രീധനത്തിനു പുറമെ സുനന്ദ കൊണ്ടുവന്ന കാറിനകത്തുണ്ടായിരുന്ന അവളുടെ പൊമറേനിയൻ പട്ടിക്കുട്ടി ഓടിവന്നു കാലിൽ നക്കി .

പ്രതീക്ഷിച്ചതുപോലെ തന്നെ അവൾ പൂമുഖത്തില്ല. എന്തിനുവേണ്ടി കാത്തിരിക്കുന്നുവെന്നാവും.

അകത്ത് കിച്ചണിലേക്കുള്ള കാളിംഗ് ബെല്ലിൽ വിരലമർത്തി. പാറുവമ്മ ട്രേയിൽ ചായയും പലഹാരങ്ങളും ടീപ്പോയിമേൽ വച്ച് മാറിനിന്നു.

'സുനന്ദ എവിടെ?'

'കൊച്ചമ്മ അകത്തുണ്ട്'

വിളിക്കൂ

മുന്നിൽ സുനന്ദയുടെ വിളറിയ മുഖം. കരഞ്ഞു കലങ്ങിയ കണ്ണുകൾ,

ഡോക്ടറുടെ വാക്കുകൾ ധൈര്യം പകർന്നു. അടിപതറരുത് കാലിടറരുത്. ഇവിടെയാണു താൻ ജയിക്കേണ്ടതും തന്റെ അഭിനയ പാടവം ദൃശമാകേണ്ടതും,

സുനന്ദേ ഞാൻ ഇന്നു ഡോക്ടർ മാത്യൂസിനെ കണ്ടു എന്നിട്ടെന്തായി എന്ന അർത്ഥം വരുന്ന നോട്ടം.

'എനിക്കു തകരാറൊന്നുമില്ല എന്നാണ് ഡോക്ടർ പറയുന്നത്'

ഉള്ളിലിരുന്നാരൊ ചിരിക്കുന്നുണ്ടോ? സുനന്ദയുടെ പകച്ച മുഖം.

അപ്പോൾ തകരാറെന്നിലാണെന്നാണോ? ഇല്ല ഒരിക്കലും ഇല്ല ഞാനിതു വിശ്വസിക്കുന്നില്ല

സുനന്ദ പൊട്ടിത്തെറിച്ചു

'എന്റെ അമ്മ ഒൻപതു പ്രസവിച്ചവളാണ്. എന്റെ ചേച്ചിക്ക് ആറു കുട്ടികളുണ്ട്. എന്റെ രണ്ടനുജത്തിമാർക്കും ഈരണ്ടു കുഞ്ഞുങ്ങളുണ്ട് '

' അഞ്ചു വർഷമായിട്ടും പിന്നെ നീ എന്തുകൊണ്ടു പ്രസവിക്കുന്നില്ല.'

പ്രസക്തമല്ലാത്ത ചോദ്യമാണ് എന്നിട്ടും ചോദിച്ചു. കാരണം ഇവിടെ വിജയം തനിക്കായിരിക്കണം. അവളെ ക്കൊണ്ടു അടിയറ പറയിച്ചേ ഒക്കു

മൂകത പരാജയത്തിന്റെ ലക്ഷണമാണ്, അടിയറവിന്റെ പ്രതിഫലനമാണ്. സുനന്ദയുടെ മൗനം ധൈര്യപ്പെടുത്തി

'ഏതായാലും നീ നാളെ ഡോക്ടർ മാത്യൂസിന്റെ അടുക്കൽ പോകണം '

'ഇല്ല ഇല്ല ഒരിക്കലും ഞാൻ ഒരു ഡോക്ടറുടെ അടുത്തു പോകില്ല. '

'സുനന്ദേ! നീ ഞാൻ പറയുന്നതു കേട്ടാൽ മതി ഇതു നിന്റെ മാത്രം കാര്യമല്ല. നിന്റേയും എന്റേയും പ്രശ്നമാണു പിറ്റേന്നു ഡോക്ടർ മാത്യൂസിന്റെ പടിക്കൽ സുനന്ദയെ ഡ്രോപ്പ് ചെയ്ത് ഷോറൂമി ലേക്കു പോകുമ്പോൾ മനസ്സ് ചഞ്ചലപ്പെട്ടു ഡോക്ടർ സത്യം പുറത്താക്കുമോ?

എത്ര പെട്ടന്നാണ് സുനന്ദയുടെ ഭാവം മാറിയത്. ഇടവപ്പാതിയിലെ കാറും കോളും നിറഞ്ഞ ആകാശം പോലെ ഇരുണ്ടിരുന്ന അവളുടെ മുഖം പൗർണ്ണമിദിവസത്തിലെ ചന്ദ്രബിംബം പോലെ തെളി ഞ്ഞിരിക്കുന്നു. ആദ്യം ഡോക്ടറുടെ അടുത്തുപോകുവാൻ മടി കാണിച്ച അവൾ ഓരോ ആഴ്ചയും ഡോക്ടറുടെ അടുത്തേക്കു പോകാനുള്ള ദിവസങ്ങളെണ്ണിക്കഴിഞ്ഞു കൂടുന്നു. ഒരാഴ്ച, ടാബ്‌ലറ്റ്സാ ണെങ്കിൽ അടുത്തയാഴ്ച, ടോണിക്കുമായി അവളെത്തുന്നു. ഒരു തവണ പ്രഷർ ചെക്കപ്പ് ആണെങ്കിൽ, അടുത്ത തവണ ബ്ലഡ് ടെസ്റ്റ്, അങ്ങനെ അവൾ ഡോക്ടർ മാത്യൂസിന്റെ ട്രീറ്റ്മെന്റി നോടു ഇണങ്ങിച്ചേർ ന്നിരിക്കുന്നു. തന്റെ സെയ്ഫിന്റെ കനം കുറച്ച നോട്ടുകൾ ഡോക്ടറുടെ സെയ്ഫിന്റെ കനം കൂട്ടിക്കൊണ്ടി രിക്കുന്നു.

മാസങ്ങൾ എത്ര വേഗമാണ് കടന്നുപോകുന്നത്. കാട് പിടിച്ച നാനാവിധമായിക്കിടന്ന പൂന്തോട്ടം വീണ്ടും പഴയ പടി ആയിരിക്കുന്നു. സുനന്ദയുടെ ദർശനമേൽക്കാതെ ഒരു ദിവസം പോലും കടന്നു

പോകില്ലെന്നായിരിക്കുന്നു, ആ തരുലതാദികൾക്കു. ഡ്രോയിംഗ് റൂമിൽ ഒഴിഞ്ഞു കിടന്നിരുന്ന ഭംഗിയുള്ള കിളിക്കൂടുകളിൽ പലതരത്തിലുള്ള ചെറുകിളികൾ പാറി നടന്നു. സുനന്ദയുടെ കാണക്കാണെ വീർത്തു വരുന്ന വയറിൽ നോക്കി പാറുവമ്മയും അടുക്കള ക്കാരി കുഞ്ഞിക്കുട്ടിയും തമാശ പറഞ്ഞു വീട് പഴയതുപോലെ ആഹ്ളാദത്തിന്റെ കേളീരംഗമായിരിക്കുന്നു

ഡോക്ടർ മാത്യൂസിന്റെ നേഴ്സിംഗ് ഹോമിൽ നിന്നും ലഭിച്ച ഫോൺ സന്ദേശം. എല്ലാവരും ആഹ്ളാദ പ്രകടനങ്ങൾ നടത്തിയപ്പോൾ, അഭിനന്ദനങ്ങൾ കൊണ്ടു വീർപ്പുമുട്ടിച്ചപ്പോൾ തനിക്കു മാത്രം പ്രത്യേകിച്ചൊരു വികാരവും തോന്നിയില്ല.

മാസങ്ങൾക്കു മുൻപ് ഒരു രാത്രിയുടെ ആദ്യയാമത്തിൽ മാറോടൊട്ടിക്കിടന്ന് ചെവിയിൽ അവൾ അടക്കം പറഞ്ഞപ്പോഴും അങ്ങനെ തന്നെയായിരുന്നു. എല്ലാ പുരുഷന്മാരും സന്തോഷിക്കുന്ന മുഹൂർത്തം തനിക്കു മാത്രം അതിനു കഴിഞ്ഞില്ല. എങ്ങനെ കഴിയാൻ വായും മൂക്കും മൂടിക്കെട്ടി ഗ്ലൗസ് ധരിച്ച ഒരു കൂട്ടം ആളുകളുടെയിടയിൽ മൂർച്ചയുള്ള കത്തിക്കു മുന്നിൽ കിടന്നു കൊടുത്തപ്പോൾ തന്നിൽ നിന്നു ചോർന്നു പോയതു തന്നിലെ പിത്യത്വമായിരുന്നെന്നറിഞ്ഞുകൊണ്ട് എങ്ങനെ സന്തോ ഷിക്കും?

തന്റെ നിസംഗത കണ്ടിട്ടാവണം സുനന്ദ ചോദിച്ചു.

'എന്തേ ഇങ്ങനെ? ഞാൻ ഗർഭിണി ആയതിഷ്ടമായില്ലേ?' ഒരു കുഞ്ഞിക്കാലിനു വേണ്ടി അങ്ങും, ദാഹിക്കുന്നുണ്ടെന്നല്ലേ അങ്ങും പറയാറുണ്ടായിരുന്നതു ?

പാവം സുനന്ദ! ഏതോ അറിയപ്പെടാത്ത ഒരുവന്റെ ബീജമാണ് തന്നിൽ കരുപ്പിടിച്ചിരിക്കുന്ന തെന്നറിഞ്ഞിരുന്നെങ്കിൽ അവളിങ്ങനെ ചോദിക്കുമായിരുന്നോ?

'അതല്ല സുനന്ദേ ഞാൻ നിന്റെ പ്രസവത്തെക്കുറിച്ചോർക്കുകയായിരുന്നു'

ഒരു കള്ളം തൊടുത്തു വിട്ടു. അതു കുറിക്കുകൊള്ളുകയും ചെയ്തു .

എന്നത്തേയും പോലല്ല ഇന്ന് ഇന്നു സുനന്ദ തന്റെ സാമീപ്യത്തിനായി കാംക്ഷിക്കുന്നുണ്ടാകും. ഒൻപതു മാസം ചുമന്നു വേദന

സഹിച്ചു പ്രസവിച്ച തന്റെ ഓമന മകനെക്കാണാൻ അവന്റെ അച്ഛനെന്താ വരാത്തതെന്ത് എന്നവൾ തേങ്ങും. മനഃസാക്ഷി അംഗീകരിച്ചില്ലെങ്കിലും ലോകരംഗീകരിച്ച പിതൃത്വം.

കഴുത്തു വരെ മൂടിപ്പുതച്ച് നീണ്ടു നിവർന്നു കിടക്കുന്ന സുനന്ദ ആ കണ്ണുകളിൽ ജേതാവിന്റെ തിളക്കം അവളുടെ ഓരം ചേർന്നു വെള്ളത്തുണിക്കുള്ളിൽ കൈകാലിട്ടടിക്കുന്ന ഓമനയായ കുഞ്ഞു്.

ഒന്നേ നോക്കിയുള്ളൂ, തല കറങ്ങുന്നോ ? ഈ കണ്ണുകൾ, ഈ നാസിക, ഈ ചൊടികൾ, ഈ താടി, താടിയിലെ ഈ കാക്കപ്പുള്ളി പോലും എവിടെയോ കണ്ട നല്ല ഓർമ്മ.

അപ്പോൾ താൻ സംശയിച്ചതു ശരിയാണെന്നോ? ട്രീറ്റ്മെന്റ് എന്ന പേരിൽ ഡോക്ടറെ കാണാനുള്ള അവളുടെ വ്യഗ്രത, ഓരോ ദിവസം ചെല്ലുന്തോറും ദൈർഘ്യം കൂടി വരുന്ന ട്രീറ്റ്മെന്റിന്റെ സമയങ്ങൾ. ഇന്നേക്കു ഒൻപതു മാസവും ഏതാനും ദിവസങ്ങളും മുൻപു സുനന്ദ ഡോക്ടറുടെ അടുത്തു നിന്നും വ്രീളാവിവശയായി കടന്നു വരുന്ന ഒരു രംഗം.. ട്രീറ്റ്മെന്റിനെക്കുറിച്ച് തന്റെ ചോദ്യത്തിനു അവൾ നൽകിയ മറുപടി, 'ഡോക്ടർ എന്തൊക്കെയോ കാട്ടിക്കൂട്ടി. എനിക്കു പറയാൻ നാണമാകുന്നു' അവളുടെ കണ്ണുകളിലെ എന്തൊക്കെയോ ഒളിക്കാനുള്ള ഭാവം, എല്ലാം എല്ലാം ഇപ്പോൾ മനസ്സിലാകുന്നു. ശാസ്ത്രമെന്ന പേരിൽ താൻ വഞ്ചിക്കപ്പെടുകയായിരുന്നു ഇല്ല ഇതു സഹിക്കാൻ തനിക്കു ശക്തിയില്ല. ഇത്രയും നാൾ സുനന്ദ കണ്ടെത്തിയതുപോലെ ഇനിയും തനിക്കൊളിക്കാൻ ഒരു മാളം കണ്ടെത്തേണ്ടിയി രിക്കുന്നു. ഇനി ഒരു നിമിഷം ഇവിടെ തങ്ങാൻ തനിക്കാവില്ല.

'നോക്കൂ നമുക്കു ഇത്രയും ആഹ്ളാദം നേടിത്തന്നതു നമ്മൾ ഡോക്ടർ മാത്യൂസിനെ കണ്ടതുകൊണ്ടല്ലേ? നമുക്കും നമ്മുടെ മകനെ ഒരു വലിയ ഡോക്ടറാക്കണം.'

അവൻ അവന്റെ അച്ഛനെ പിൻതുടരട്ടെ എന്നു്, നമുക്കു ആഹ്ളാദം നേടിത്തന്നുപോലും. എനിക്കു എന്നു പറയു അതല്ലേ ശരി. പറയാനാഞ്ഞത് മനസ്സിലൊതുക്കി പാടില്ല നാവിന്റെ നിയന്ത്രണം വിട്ടാൽ എല്ലാം തകരും. നേഴ്സിംഗ് ഹോമിലെ നൂറുകണക്കിനു കണ്ണുകൾ ഇവിടെയാണ്. ഇല്ല ഇനി ഒരു നിമിഷം ഇവിടെ നിൽക്കരുത്. നിന്നാൽ പൊട്ടിത്തെറിയുണ്ടാവും.

ഡോർ തുറന്നു പിടിച്ച് ഓഛാനിച്ച് നിൽക്കുന്ന ഡ്രൈവറെ കാണാത്ത ഭാവത്തിൽ ഇറങ്ങി നടന്നു

നഗരത്തിലെ മികച്ച ബാർ അററാച്ച്ഡ് ഹോട്ടലിൽ നിന്നിറങ്ങുമ്പോൾ കാലിടറുമോ എന്നു ഭയന്നു. എങ്ങാട്ടെന്നില്ലാതെ വേച്ചു വേച്ചു നടന്നു.

മുന്നിൽ സഡൻ ബ്രേക്കിട്ട കാറ്, അതിൽ നിന്നിറങ്ങി തന്റെ മുന്നിൽ വന്നു നിൽക്കുന്ന മാന്യന്റെ താടിയിലെ കറുത്ത മറുക്. നേഴ്സിംഗ് ഹോമിൽ കണ്ടതിന്റെ വലിയ പതിപ്പ് കഴുത്തു പിടിച്ചു ഞെരിക്കാ നാണു തോന്നിയതു. 'എന്താ മിസ്റ്റർ മേനോൻ താങ്കൾക്കു ഭ്രാന്തുണ്ടോ?'

'ഇന്നലെ വരെ എനിക്കു ഭ്രാന്തില്ലായിരുന്നു. ഇന്ന് നിങ്ങളെന്നെ ഭ്രാന്തനാക്കി തീർത്തു സന്താനല ബ്ധിയെക്കാൾ ചാരിത്ര്യത്തിനു വില കല്പിച്ചിരുന്നവനാണു ഞാൻ. ശാസ്ത്രമെന്ന പേരിൽ നിങ്ങളെന്നെ വഞ്ചിച്ചു'

മിസ്റ്റർ മേനോൻ നിങ്ങളോടിപ്പോൾ എന്തു പറഞ്ഞാലും , വിലപ്പോവുകയില്ല. കാറിൽക്കയറു.

തള്ളിക്കയറ്റുമ്പോൾ ചെറുത്തു നിൽക്കാൻ ശ്രമിച്ചു. ഇല്ല തനിക്കതിനു ശക്തി പോര, കാലുകളും, കൈകളും കുഴയുന്നു .

കാറിന്റെ പിൻ സീറ്റിൽ വീഴുകയായിരുന്നു

കണ്ണു തുറക്കുമ്പോൾ വളരെ വിശാലമായ മുറിയിലെ പതുപതുത്ത മെത്തയിൽ അരികത്ത് തന്നെ നിരീക്ഷിച്ചു നിൽക്കുന്ന ഡോക്ടർ മാത്യൂസ്

'മോളി മിസ്റ്റർ മേനോനു് എന്തെങ്കിലും ചൂടുള്ള കുടിക്കാൻ കൊടുക്കു'

അമ്മയെ ചുററി ഡോക്ടറുടെ കുട്ടികളാവണം , ഓമനത്തമുള്ള രണ്ടു കുട്ടികൾ ഒന്നു ശ്രദ്ധിച്ചു. രണ്ടു പേർക്കു മുണ്ടു താടിയിൽ കാക്കപ്പുള്ളി, മൂന്നു കാക്കപ്പുള്ളികളും ചേർന്നു തന്നെ പരിഹസിക്കു കയാണോ?

'മിസ്റ്റർ മേനോൻ ! ആവാമെങ്കിൽ എന്റെയൊപ്പം വരു. എന്റെ ലാബൊന്നു കാണാം'

'സാധാരണ ഗതിയിൽ അന്യരാരും പ്രവേശിക്കാൻ അനുവദിച്ചിട്ടില്ലാത്തതാണ് മിസ്റ്റർ മേനോനാണ് അതിനുള്ളിൽ കടക്കുന്ന അന്യൻ.'

'മിസ്റ്റർ മേനോൻ എന്റെ പരീക്ഷണം ഇത്ര വലിയ ഒരു വിജയമായിരിക്കുമെന്നു ഞാൻ സ്വപ്നേപി വിചാരിച്ചിരുന്നില്ല. ആ സന്തോഷത്തിൽ പങ്കുകൊള്ളാൻ അതിനെനിക്കവേസരം തന്ന നിങ്ങളെ ക്ഷണിക്കാ നാണ് ഞാൻ വന്നത് പക്ഷേ നിങ്ങൾ എന്നെ വല്ലാതെ തെററിദ്ധരിക്കുന്നുവെന്നു തോന്നുന്നു.'

'മിസ്റ്റർ മേനോൻ നിങ്ങൾ സ്വയം പരിഹാരം കണ്ടെത്താനാവാത്ത, നിങ്ങൾ തന്നെ വരുത്തിവെച്ച ഒരു വലിയ

പ്രോബ്ലവുമായി എന്നെ സമീപിച്ചു. ഇത്തരത്തിലൊരു കെയ്സ് എനിക്കു ആദ്യമായി കിട്ടുകയായിരുന്നു. എന്റെ ദീർഘനാളത്തെ ഗവേഷണം അതു പരീക്ഷിക്കാൻ ലഭിച്ച അവസരം പക്ഷേ അതു നിങ്ങളൊഴിച്ച് മറ്റാരും അറിയരുതെന്നു എനിക്ക് നിർബന്ധമുണ്ടായിരുന്നു. കാരണം എന്റെ പ്രയത്നത്തിന്റെ ഫലം മറെറാരു ഗവേഷകൻ ചൂഷണം ചെയ്യന്നതു ഇഷ്ടപ്പെടാത്തതുതന്നെ. ഇതെക്കുറിച്ചു ഞാനൊരു തീസിസ് സമർപ്പിച്ചു കഴിഞ്ഞു.'

ലാബിൽ പല പല ജോലികളിൽ ഏർപ്പെട്ടിരിക്കുന്ന അസിസ്റ്റന്റുമാർ. വിവിധ തരത്തിലുള്ള ഉപകരണങ്ങൾ മൈക്രോസ്കോപ്പുകൾ, ഫ്രിഡ്ജുകൾ, ഫ്രീസറുകൾ ഗ്യാസു് പ്ലാന്റുകൾ.,

'മിസ്റ്റർ മേനോൻ ഇതു നോക്കു.'

വലിയ ഒരു സ്റ്റീൽ പാത്രത്തിന്റെ ആക്യതിയിലുള്ള ഒരു സംഭരണിയുടെ അടുത്തേക്കു നീങ്ങി ക്കൊണ്ടാണ് ഡോക്ടർ പറഞ്ഞത്. മൂടി തുറന്നു അതിൽ അടുക്കിയിരുന്ന ടെസ്റ്റ്യൂബ് പോലെ എന്തോ ഒന്നു അദ്ദേഹം പുറത്തെടുത്തു

എന്റെ പരീക്ഷണം വിജയിക്കും എന്നുറപ്പായതിനു ശേഷം കളക്ട് ചെയ്തതാണിവ. ഇതെന്താണ നങ്ങേയ്ക്കറിയാമോ? ഇതാണു സെമൻ പലരിൽ നിന്നും ശേഖരിച്ചു. അതിനു യോജിച്ച പശ്ചാത്തലത്തിൽ അനുസ്വതമായ ഊഷ്മാവിൽ സുക്ഷിച്ചിരിക്കുകയാണ് ഈ നമ്പർ കാണു ന്നില്ലേ ? ആ തടിച്ച ബുക്കിന്റെ ഏതെങ്കിലുമൊരു പേജിൽ ഈ നമ്പർ കാണും ആ പേജിൽ നോക്കിയാൽ ഇതിന്റെ എല്ലാ ചരിത്രവും

മനസ്സിലാക്കാം. ആരിൽ നിന്നെടുത്തു, എന്നെടുത്തു. ആളിന്റെ പ്രായം, ബ്ലഡ് ഗ്രൂപ്പ്, അങ്ങനെ അങ്ങനെ.

ഡോക്ടർ അതിന്റെ അഗ്രഭാഗം ഒരു സ്റ്റീൽ റോഡുകൊണ്ട് പൊട്ടിച്ചു അതിൽ നിന്നു ഒരു തുള്ളി എടുത്ത് ഒരു സ്ലൈഡിൽ പകർത്തി ഒരു കവർ ഗ്ലാസ്സുകൊണ്ടു മൂടി മൈക്രോസ്കോപ്പിൽ വച്ച് ലെൻസ് അഡ്ജസ്റ്റ് ചെയ്തു 'മിസ്റ്റർ മേനോൻ ഇതിലൂടെ നോക്കു ഞാൻ പറയുന്നത് വാസ്തവമാണോ എന്നു മനസ്സിലാക്കു അങ്ങോട്ടുമിങ്ങോട്ടും അതിശീഘ്രം പാഞ്ഞുനടക്കുന്ന അനേകം വാൽമാക്രികളെപ്പോലുള്ള ജീവികളെ കാണുന്നില്ലേ? അതാണു സ്പേംസ് സ്ത്രീയുടെ മെൻസ്ട്രൂവൽ സൈക്കിൾ പഠിച്ചുകൊണ്ട് ഒരു പ്രത്യേക ദിവസം വരുമ്പോൾ അതായതു സ്ത്രീബീജം പുരുഷബീജത്തെ സ്വീകരിക്കുവാൻ തയാറായിരിക്കുന്ന ദിവസങ്ങളുണ്ട്. ഈ സ്പേംസിനെയാണ് സ്ത്രീയുടെ അണ്ഡവുമായി സംയോജിപ്പി ക്കുന്നത്. ഇത്രമാത്രമെ ഞാൻ നിങ്ങളുടെ ഭാര്യയിലും ചെയ്തിട്ടുള്ളൂ. അല്ലാതെ നിങ്ങൾ തെറ്റിദ്ധരിച്ചതു പോലെ....... '

കുറെ മുൻപ് ഞെരിച്ച് കൊല്ലാനാഞ്ഞ കരങ്ങൾ ഡോക്ടറെ ആലിംഗനം ചെയ്തു

'ഐ ആം, വെരി സോറി ഡോക്ടർ, പ്ലീസ് ഫൊർഗററ് മൈ മിസ് ബിഹേവിയർ തെററിദ്ധാരണ എന്നെ ഞാ നല്ലാതാക്കി തീർത്തിരുന്നു.'

'സാരമില്ല മിസ്റ്റർ മേനോൻ അതു മനുഷ്യ സഹജമല്ലേ'

' ഡോക്ടർ എനിക്കിപ്പോൾത്തന്നെ നേഴ്സിംഗ് ഹോമിൽ പോകണം. ഒന്നും പറയാതെയുള്ള എന്റെ ഒളിച്ചോട്ടം എന്റെ സുനന്ദയെ വല്ലാതെ വേദനിപ്പിച്ചിരിക്കും '

പുനിലാവുപോലെ പ്രസന്നയായിരുന്ന സുനന്ദ കരഞ്ഞുകലങ്ങിയ കണ്ണുകളുമായി കിടക്കുന്നതു കണ്ടപ്പോൾ കുറ്റ ബോധം തോന്നി അവളുടെ മാനസിക നില മനസ്സിലാക്കിയിട്ടാവണം ഡോക്ടർ പറഞ്ഞു

'സുനന്ദ! മിസ്റ്റർ മേനോൻ എന്നെക്കണ്ടു നന്ദി പറയാൻ വന്നതായിരുന്നു. ഞാൻ വലിയ തിരക്കിലായിരുന്നതു കൊണ്ടു ഇപ്പോഴാണ് കാണാൻ തരപ്പെട്ടതു.'

സന്ദർഭത്തിനനുയോജ്യമായ പദങ്ങൾ, ഡോക്ടർ രക്ഷിച്ചു

കേട്ടോ ഡോക്ടർ ഇവളുടെ ആഗ്രഹം മകനെ അങ്ങയെപ്പോലെ ഒരു വലിയ ഡോക്ടറാക്കണം എന്നാണ്.

സുനന്ദയുടെ സന്തോഷം കൊണ്ടു വിടർന്ന മുഖം നാണത്താൽ കൂമ്പി.

ഡോക്ടറുടെ കണ്ണുകൾ തൊട്ടിലിൽ ഉറങ്ങിക്കിടക്കുന്ന പിഞ്ചു കുഞ്ഞിന്റെ താടിയിലെ കാക്കപ്പു ള്ളിയിൽ ഉറച്ചുനിന്നു. കൈവിരലുകൾ സ്വന്തം താടിയിലെ കറുത്ത മറുകിൽ തലോടി.

9.നിഴലുകൾ വർണ്ണങ്ങളിൽ

മെഡിക്കൽ ഷോപ്പിലെ കൗണ്ടറിൽ ഡോക്ടർ കുറിച്ച സ്ലിപ്പു കൊടുത്ത് അലക്ഷ്യമായി പൊതു നിര ത്തിലേക്കു നോക്കി നിൽക്കുമ്പോൾ വീണ്ടും അയാളവളുടെ ശ്രദ്ധയിൽപ്പെട്ടു.

മൂന്നാം പ്രാവശ്യവും അയാളെ കണ്ടുമുട്ടിയപ്പോൾ അവളുടെ മനസ്സിൽ തോന്നിയതാണ്. ആദ്യം കണ്ടത് അവളിറങ്ങിയ ബസ്സ്റ്റോപ്പിൽ വച്ചായിരുന്നു. രണ്ടാമത് ഹോട്ടൽ അജന്തായുടെ തിരിവിൽ. ഇപ്പോ ഴിതാ ഇവിടെയും.

ആദ്യ ദർശനത്തിൽ തന്നെ അയാൾ അവളുടെ ശ്രദ്ധ പിടിച്ചുപറ്റിയിരുന്നു. കാരണം അയാളുടെ വേഷവിധാനം തന്നെ ആ വേഷം തന്നെ ദിവസവും ധരിക്കാറുള്ള ധരിക്കാനിഷ്ടപ്പെട്ടിരുന്ന ഒരു ആരാധ കൻ അവൾക്കുണ്ടായിരുന്നു കൗമാരത്തിനും യൗവനത്തിനുമിടയ്ക്കുള്ള പ്രായം ആരാധനയുടെയും ആരാധകരുടെയും കാലഘട്ടമാണല്ലോ മറ്റു പലർക്കുമെന്നപോലെ അവൾക്കുമുണ്ടായിരുന്നു ഒരാരാധ്യ പുരുഷൻ. ഒരു വീരയോദ്ധാവോ, ഫിലിം സ്റ്റാറോ, ഗായകനോ ഒന്നുമല്ലാത്ത വെറുമൊരു സാധാരണ ക്കാരൻ. വെള്ള പാന്റും വെള്ള ഷർട്ടും മാത്രം ധരിക്കാറുള്ള ഒരു യുവാവ് അന്ന് സുഷമ എന്ന അവൾ സ്കൂൾ ഫൈനൽ ക്ലാസ്സിലായിരുന്നു. സ്കൂളിന്റെ തൊട്ടടുത്തുള്ള ആശുപത്രിയിലെ ഒരു ഡോക്ടറായി രുന്നു അയാളെന്നു വളരെ വൈകിയാണ് അവൾ മനസ്സിലാക്കിയത്. ദിവസവും രാവിലെയോ വൈകു ന്നേരമോ ഇടവേളകളിലോ സുഷമ അയാളെ കാണാറുണ്ടായിരുന്നു. അപ്പോഴൊക്കെ അവളുടെ കണ്ണുക ളിൽ ഒരാരാധനാഭാവം നിറഞ്ഞു തുളുമ്പിയതു അയാൾ മനസ്സിലാക്കിയില്ല. അവളുടെ ആരാധന അതിരു കടന്നു അനുരാഗമായി മാറുവാൻ അവളും പരിശ്രമിച്ചില്ല അല്ലെങ്കിലും അതൊരു നിഷ്കളകമായ ആരാധന മാത്രമായിരുന്നു കാണാൻ വലിയ മെച്ചമൊന്നുമില്ലാത്ത അയാളോടു അവൾക്കു തോന്നിയ പ്രതി പത്തിയുടെ അടിസ്ഥാനം എന്തായിരുന്നുവെന്നു ഇന്നും അവൾക്കജ്ഞാതമാണ്. ഒരു പക്ഷേ അയാളുടെ വേഷത്തിനു തെരഞ്ഞെടുക്കപ്പെട്ട നിറമായിരിക്കാം. ഇപ്പോൾ പഴയ കുടത്തിൽ പുതിയ വീഞ്ഞെന്ന പോലെ ആ വേഷത്തിൽ ഈ ചെറുപ്പക്കാരനെ കണ്ടപ്പോൾ സുഷമ അജ്ഞാതനായ അവളുടെ പഴയ ആരാധകനെക്കുറിച്ചോർത്തു. പക്ഷേ അദ്ദേഹം ഒരിക്കലും ഈ ചെറുപ്പക്കാരനെപ്പോലെ ആയിരുന്നില്ല എന്നവൾക്കു തോന്നി.

ചെറുപ്പക്കാരന്റെ നീട്ടിവളർത്തിയ തലമുടിയും അരിഞ്ഞു നിർത്തിയ കൃതാവും താഴേക്കു വള ച്ചൊടിച്ച മേൽമീശയും ഷേവു ചെയ്തപ്പോൾ അറിയാതെ നിന്നുപോയതൊ എന്ന മട്ടിൽ താടിയുടെ ഒത്ത നടുവിലായി ഒറ്റപ്പെടുത്തി നിർത്തിയ കുറ്റിരോമങ്ങളും അവൾ പതിവായി വായിക്കാറുള്ള വാരികകളിലെ കാർട്ടൂൺ ചിത്രങ്ങളെന്നപോലെ അവളിൽ ഫലിതരസം നിറച്ചു. അവളറിയാതെ അവളുടെ ചുണ്ടുകളിൽ ഒരു മന്ദസ്മിതം വിരിഞ്ഞു ആ മന്ദസ്മിതത്തിന്റെ ഉത്തേജനത്താലെന്നവിധം

അയാൾ അവളെ കടക്ക ണ്ണാൽ വീക്ഷിച്ചപ്പോൾ അവൾ നിന്നു ചൂളി. വേണ്ടായിരുന്നു. തന്റെ ചിരി അയാളിൽ ഒരു പരിചിതത്വ ത്തിന്റെ ഭാവം അങ്കുരിപ്പിച്ചിരിക്കുമോ? അവൾ ഭയന്നു

കാക്കയെപ്പോലെ തല ചരിച്ചുള്ള അയാളുടെ വീക്ഷണവും, അതോടൊപ്പം മുന്നോട്ടുള്ള അയാ ളുടെ കാൽവെപ്പുകളും അയാളെ നിരത്തിൽ ഇളകിക്കിടന്നിരുന്ന ഒരു മെററൽ കൂനയിൽ തട്ടി താഴെ വീണു വീണില്ലെന്നാക്കിയതു അവളെ പൊട്ടിച്ചിരിപ്പിക്കുവാൻ പര്യാപ്തമാക്കി. എങ്കിലും പൊട്ടിപ്പോയ ചിരിയുടെ ഇഴകൾ ചുണ്ടുകളാൽ ബന്ധിച്ച് നോട്ടം മറ്റൊരിടത്താക്കി അവൾ നിന്നു. കാരണം പൊതുനിര ത്തിൽ വച്ചു പൊട്ടിച്ചിരിക്കുന്നതു ശരിയല്ലല്ലോ. മാത്രമല്ല മെഡിക്കൽ ഷോപ്പിൽ കസ്റ്റമറായി അവൾ മാത്ര മേയുള്ളൂ. ഞായറാഴ്ചയായതുകൊണ്ടു കടയ്ക്കുള്ളിൽ തിരക്കേയില്ല. ആ ഏകാന്തതയിൽ അവൾ പൊട്ടി ച്ചിരിച്ചാൽ ...

ചെറുപ്പക്കാരൻ നടന്നു കണ്ണിൽ നിന്നു മറഞ്ഞപ്പോൾ സുഷമ വാച്ചിൽ നോക്കി.

അവൾ അക്ഷമയാണെന്നു തോന്നിയിട്ടാവണം കടയ്ക്കുള്ളിൽ നിന്നു സപ്ലയറും കാഷ്യറും എല്ലാ മായ ആൾ പറഞ്ഞു.

'അല്പം താമസം വരും. ഞായറാഴ്ചയായതുകൊണ്ടു ജോലിക്കാരും വന്നിട്ടില്ല. എല്ലാം എവിടൊ ക്കെയാണെന്നു തെരഞ്ഞു കണ്ടുപിടിക്കേണ്ടിയിരിക്കുന്നു '

അയാളുടെ വാക്കുകളിൽ കടയുടെ ഉടമ താൻ തന്നെ എന്ന ധ്വനി ഉൾക്കൊണ്ടിരുന്നതു അവൾ ശ്രദ്ധിച്ചില്ലെന്നു നടിച്ചു അല്പം താമസിച്ചാലും വേണ്ടില്ല, എല്ലാ മരുന്നുകളും കിട്ടിയാൽ മതി എന്നായി രുന്നു അവളുടെ ഉള്ളിൽ,

ഇതെത്രാമത്തെ മെഡിക്കൽ ഷോപ്പിനെയാണ് താനിപ്പോൾ ആശ്രയിച്ചിരിക്കുന്നത് ആദ്യത്തെ മൂന്നു കടകളുടെയും അടഞ്ഞ വാതിലുകളാണ് എതിരേറ്റത്. ഞായറാഴ്ച ആയതുകൊണ്ടാവും, നാലാമത്തേതു ഭാഗ്യത്തിനു തുറന്നിരുന്നു. പക്ഷേ കയറിച്ചെന്നപ്പോൾ ആവശ്യമുള്ള മരുന്നുകളിൽ ഒന്നുപോലും ഇല്ലത്രേ, ഇന്നു ഈ മരുന്നുകൾ കിട്ടിയിട്ട് വേണം തനിക്കുപോകാൻ ഇവിടെ ഇല്ലെങ്കിൽ മറ്റെവിടെനിന്നെങ്കിലും സംഘടിപ്പിക്കേണ്ടിയിരിക്കുന്നു. ഇല്ലെങ്കിൽ അമ്മയ്ക്കുള്ള ഇൻജക്ഷൻ മുടങ്ങും. തുടർച്ചയായി ഇരുപതു ദിവസം എടുക്കേണ്ട മരുന്നുകളാണ്. ആറുദിവസമായപ്പോൾ മരുന്നുകൾ

സ്റ്റോക്കില്ലത്രേ. രണ്ടു ദിവസം നേരത്തെ അറിഞ്ഞിരുന്നെങ്കിൽ ഒരു സാവകാശം കിട്ടുമായിരുന്നു. ഇന്നത്തേക്കു മരുന്നില്ലെന്നു ഇന്നലെ വൈകുന്നരമാണു പറയുന്നതെങ്കിൽ........എന്തുചെയ്യാം ആവശ്യം നമ്മുടേതല്ലേ? തുടർച്ചയായി ചെയ്യേ ണ്ടതു തുടർച്ചയായി ചെയ്തില്ലെങ്കിൽ കിട്ടേണ്ട ഫലം കിട്ടാതെ വന്നാൽ....... .

കൂടുതൽ ഓർക്കാൻ മിനക്കെടാതെ അവൾ പേഴ്സും കുടയും കൗണ്ടറിനു മുകളിൽ വച്ചു ബസ്സിലെ തിരക്കിൽ അഴിഞ്ഞു തുടങ്ങിയ തലമുടി മരുന്നുകൾ അടുക്കിയ ചില്ലലമാരയുടെ കണ്ണാടിയിൽ നോക്കി മാടിയൊതുക്കിവച്ചു. നെറ്റിയിലെ മാഞ്ഞുതുടങ്ങിയ പൊട്ട് കണ്ട് അവൾ തന്നെ അത്ഭുതപ്പെട്ടു ഇത്ര തിരക്കായിരുന്നോ ബസ്സിൽ? കല്യാണ പാർട്ടികൾ വല്ലതുമായിരുന്നിരിക്കണം. അല്ലെങ്കിൽ ഞായറാ ഴ്ചയായിട്ടും ഇത്ര തിരക്ക് വരാൻ സാധ്യത ഇല്ലല്ലൊ ഇല്ലെങ്കിൽ ഇല്ലെന്നല്ലേയുള്ളു. എന്തിനു മനുഷ്യരെ ചിരിപ്പിക്കുന്ന കോലം കെട്ടണം . അവൾ ആ നെറ്റിയിലെ സിന്ദുരപ്പൊട്ടു കൈലേസുകൊണ്ട് തുടച്ചു കളഞ്ഞു

'ഇതാ മരുന്ന് '

കൗണ്ടറിലെ മധ്യവയസ്കൻ മരുന്നു വച്ചുനീട്ടി ബില്ലു കുറിച്ചു കൊടുക്കുമ്പോൾ അവളെ ആപാദ ചൂഡമൊന്നു നോക്കി. നേരത്തെ കണ്ട പാറിപ്പറന്ന തലമുടിയും മാഞ്ഞുതുടങ്ങിയ പൊട്ടണിഞ്ഞ മുഖമുള്ള പെണ്ണായിരുന്നില്ലല്ലൊ അവൾ അതുകൊണ്ടാവും .

പേഴ്സ് തുറന്നു ആവശ്യമുള്ള തുക എണ്ണിക്കൊടുത്തു. മരുന്നിന്റെ പൊതി വാങ്ങി കടയിൽനിന്നു പുറത്തു കടക്കുമ്പോൾ അവൾ വീണ്ടും അയാളെ കണ്ടു അല്പം മുൻപു അയാൾ നടന്നുവന്ന വഴിയിൽ കൂടി വീണ്ടും അയാൾ നടന്നടുക്കുന്നതു കണ്ടപ്പോൾ അവൾ അത്ഭുതപ്പെടുകതന്നെ ചെയ്തു

'ഇയാളെന്താ എന്നെപിന്തുടരുകയാണോ? '

നഗരത്തിൽ റോന്തു ചുറ്റുന്ന എന്ന അഭിപ്രായം അവൾ തിരുത്തിക്കുറിച്ചു. കാരണം അയാളുടെ കണ്ണുകൾ അവളിൽ തന്നെയായിരുന്നു. അവളുടെ നിതംബത്തെ തഴുകുന്ന കാർകൂന്തലിലും അവളുടെ ചെന്താമര വിരിയുന്ന മുഖത്തും മാറി മാറി നോക്കി അയാൾ മുന്നാട്ടുനടന്നപ്പോൾ സുഷമ നിരനിരയായി പാർക്കുചെയ്തിരിക്കുന്ന ബസ്സുകളുടെ സമീപത്തേക്കു നീങ്ങി. നഗരത്തിലെ അവളുടെ ജോലി അവസാ നിച്ചിരിക്കുന്നു, ഇനി എത്രയും വേഗം അമ്മയുടെ

അടുത്തെത്തണം. അമ്മയുടെ അടുത്തു തിരിച്ചറിവ് വരാത്ത അനുജത്തിയെ ആക്കിയിട്ടാണു പോന്നത്

അവളുടെ ഗ്രാമത്തിലേക്കു മണിക്കൂറിന്റെ ഒരോ അവസാനത്തിലും കടന്നുവരുന്ന ബസ്സുകളുടെ ബോർഡുകൾ തേടി അവൾ മുന്നാട്ടു നടന്നു. ഒരു വലത്തു വച്ചിട്ടും അവൾക്കുള്ള ബസ്സ് മാത്രം കണ്ടെത്താനവൾക്കു കഴിഞ്ഞില്ല മുന്നിൽക്കണ്ട ഒരു കാക്കിധാരിയോടു അവൾ അന്വേഷിച്ചു. ഏതെ ങ്കിലും ബസ്സിന്റെ ഡ്രൈവറൊ കണ്ടക്ടറോ ആയിരിക്കണം അയാൾ പറഞ്ഞു.

'അഞ്ചു മിനിറ്റു മുൻപൊന്നു പോയതേയുള്ളൂ ഇനീ പന്ത്രണ്ടിനാണ്,'

അവൾ വാച്ചിൽ നോക്കി. കഷ്ടം ! ഇനി ഒരു മണിക്കൂർ കാത്തിരിക്കണം . അഞ്ച് മിനിറ്റ് മുൻപു മെഡിക്കൽ ഷോപ്പിൽ നിന്നും ഇറങ്ങാൻ കഴിഞ്ഞിരുന്നെങ്കിൽ എന്നു വൃഥാവിലോർത്തു അവൾ സ്ത്രീ കൾ ബസ്സ് കാത്തിരിക്കുന്ന ഭാഗത്തേക്കു കടന്നു ചെന്നു അവിടെ പ്രതിഷ്ഠിക്കപ്പെട്ടിരിക്കുന്ന സിമന്റു ബഞ്ചുകളിലൊന്നിൽ സ്ഥാനമുറപ്പിച്ചു എന്തിനു വെറുതെ ഒരു മണിക്കൂർ നിന്നു കാലുകൾ വേദനിപ്പി ക്കണം.

ഇരിപ്പിടം സ്വസ്ഥമാക്കി അവൾ ചുറ്റും നോക്കി. പരിചയക്കാരാരെങ്കിലും ഉണ്ടോ? പക്ഷെ കണ്ണുകൾ ചെന്നു തറച്ചതു അവളെതന്നെ നിരീക്ഷിച്ചുകൊണ്ടു തെല്ലകലത്തായി നിന്നിരുന്ന. അല്പം മുൻപ് അതിനു മുൻപ് പലതവണയും, കണ്ട ഹിപ്പിചെറുപ്പക്കാരനിലായിരുന്നു,

ഇപ്പോഴവളുടെ അത്ഭുതത്തിന്റെ ആക്കം ഒന്നുകൂടി വർദ്ധിച്ചു. ഇയാളെന്താ തന്നെയിങ്ങനെ പിൻതുടരാൻ, ഇതിനു മുൻപു ഒരിക്കൽ പോലും മുഖപരിചയമില്ല. ഇനി ഒരു പക്ഷേ നോവലുകളിലും സിനിമയിലുമൊക്കെ കാണുന്നതുപോലെ. പ്രഥമ വീക്ഷണത്തിൽത്തന്നെ അയാൾക്കു തന്നിൽ അനുരാഗം ജനിച്ചിരിക്കുമോ? ആ ചിന്ത അവളുടെ കവിളുകളെ അരുണാഭമാക്കി. മുഖം അവനീതമായെങ്കിലും കൺ കോണുകളാൽ അവൾ അയാളുടെ ചലനങ്ങൾ ശ്രദ്ധിക്കുന്നുണ്ടായിരുന്നു.

കാൽവിരലുകൾകൊണ്ട് നിലത്തു കളമെഴുതി കുനിഞ്ഞിരിക്കുന്ന അവളെ കണ്ടാവണം ചെറുപ്പ ക്കാരൻ നിന്നിരുന്ന സ്ഥാനത്തുനിന്ന് അല്പം ഇളകി. അപ്പോഴവൾക്ക് അയാൾ എവിടേക്കു പോകുന്നു വെന്നറിയാൻ തിടുക്കമായി. സ്ത്രീസഹജമായ ജിജ്ഞാസ യുവത്വത്തിന്റെ ചാപല്യം ,

ചെറുപ്പക്കാരൻ അല്പം അകലേക്കു മാറി ഒരു തൂണിൽ ചേർന്നു നിലയുറപ്പിക്കുന്നതവൾ മനസ്സിലാക്കി. അയാൾ ഒരു കൈയ്യുയർത്തി വിരലുകളാൽ എന്തൊക്കെയോ ആംഗ്യങ്ങൾ കാട്ടുന്നു. തന്നെ ആയിരിക്കില്ല. മറ്റാരെയെങ്കിലുമായിരിക്കാം. തന്നെയെന്തിനയാൾ ആംഗ്യങ്ങൾ കാട്ടണം ? അവൾ ചുററും തിരിഞ്ഞുനോക്കി അയാൾ ആരെയായിരിക്കും ഈ ആംഗ്യങ്ങൾ കാട്ടുന്നത് ? പക്ഷെ ആരും അയാളെ ശ്രദ്ധിക്കുന്നതായി അവൾക്കു തോന്നിയില്ല.

വീണ്ടും കണ്ണുകൾ നട്ടം തിരിഞ്ഞു അയാളിലായപ്പോൾ അയാളുടെ കൈ ഉയർന്നു തന്നെയിരിക്കു ന്നതും അതിലെ അഞ്ചു വിരലുകളും വിടർന്നിരിക്കുന്നതും അവൾ കണ്ടു. നോക്കിയിരിക്കെത്തന്നെ അയാളുടെ കൈ ചലിക്കുന്നതും അതു രണ്ടെന്നും പിന്നീടു അഞ്ചെന്നും അർത്ഥമാകത്തക്ക വിധത്തിൽ ഉയർത്തപ്പെടുന്നതും അവൾ മനസ്സിലാക്കി. ഇതെന്താണീ കൈക്രിയകൾക്കർത്ഥം . ആദ്യം അഞ്ച് പിന്നെ രണ്ട് വീണ്ടും അഞ്ച്. അഞ്ച് അധികം രണ്ട് അധികം അഞ്ചെന്നോ? അതൊ അഞ്ച് ഗുണം രണ്ട് ഗുണം അഞ്ചെണോ? അതോ അതിനു മററു വല്ല അർത്ഥവും ഉണ്ടോ? അല്ലെങ്കിൽ താനെന്തിനിതൊക്കെ അന്വേ ഷിക്കണം .

സുഷമ അകലെക്കണ്ട നഗരത്തിലെ പേരുകേട്ട ഹോട്ടലിന്റെ മട്ടുപ്പാവിലേക്കു കണ്ണുകളയ ച്ചിരുന്നു. എത്ര ഉയരത്തിലാണാ കെട്ടിടം പണിതുയർത്തിയിരിക്കുന്നത് അതിന്റെ മട്ടുപ്പാവിൽ നിന്നാൽ നീലവിഹായസ്സിൽ നീന്തി നടക്കുന്ന വെൺമേഘക്കീറുകളെ സ്പർശിക്കാമെന്നു തോന്നും. എത്ര നില കളുണ്ടതിന്? മുകളിലത്തെ നിലയിലെത്തുമ്പോഴേക്കും തളർന്നു പോകില്ലേ? ഇങ്ങനെയുള്ള കെട്ടിട ങ്ങൾക്കു ലിഫ്റ്റു കാണുമെന്നു കേട്ടിട്ടുണ്ട്. അകത്തു കയറിയാലറിയാമായിരുന്നു. അതെങ്ങനെയിരിക്കു മെന്ന്, ഒററയ്ക്കെങ്ങനെ ഈ വലിയ ഹോട്ടലിൽ കയറും. എന്നെങ്കിലുമൊരിക്കൽ തനിക്കിത്തരമൊരു വലിയ ഹോട്ടലിൽ കയറാൻ സാധിക്കുമോ? വടക്കേതിലെ നളിനി ആദ്യ മായി സിനിമാ കണ്ടതു കല്യാണ ത്തിനു ശേഷമല്ലേ? തനിക്കുമതുപോലെ വിവാഹം കഴിഞ്ഞാൽ എല്ലാം സാധിക്കുമായിരിക്കും, താലികെ ട്ടിയ പുരുഷനുമൊത്തൊരു മധുവിധുവിന്റെ മധുര സങ്കല്പത്തിൽ മുഴുകിയപ്പോൾ സുഷമയുടെ മിഴി കൾ കറങ്ങിത്തിരിഞ്ഞു വീണ്ടും അയാളിലായി. ഇനി ഒരു പക്ഷേ അയാൾ തന്നിൽ അനുരക്തനാണെ ങ്കിൽ........സ്നേഹിക്കുവാനും സ്നേഹിക്കപ്പെടുവാനുമുള്ള അവളിലെ ദാഹം അങ്ങനെയാണവളെ ക്കൊണ്ടു ചിന്തിപ്പിച്ചത്. പക്ഷേ വീണ്ടും അരങ്ങത്തു വന്ന കഥകളിക്കാരനെപ്പോലെ കൈമുദ്രകൾ കാട്ടുന്ന അയാളെക്കണ്ടപ്പോൾ അവൾക്കു ചിരിപൊട്ടിപ്പോവുകതന്നെ ചെയ്തു ഇത്തവണ അയാളുടെ കൈവിരലുകളുടെ ചലനം മററൊരു തരത്തിലായിരുന്നു. ആദ്യം അഞ്ച് വീണ്ടും അതുതന്നെ മൂന്നാമതു നാലു വിരലുകൾ മാത്രം, പിടികിട്ടാത്ത ഒരു

കടം കഥ പോലെ അയാളുടെ കൈമുദ്രകൾ അവളെ കുഴക്കി. പലരും അവരെ ശ്രദ്ധിക്കുകയും അവളെ നോക്കി നേരിയ ശബ്ദത്തിൽ എന്തൊക്കെയോ കുശു കുശുക്കുകയും ചെയ്യുന്നതു കണ്ടപ്പോൾ അവൾ ഇരിപ്പിടത്തിൽ നിന്നെഴുന്നേറ്റു അവൾക്ക് പോകുവാ നുള്ള ബസ്സുകൾ വന്നു കിടക്കാറുള്ള ഭാഗത്തേക്കു നടന്നു .

സുഷമ എഴുന്നൽക്കുന്നത് കണ്ടിട്ടാവണം ചെറുപ്പക്കാരനും അയാളുടെ സ്ഥാനത്തിനു അല്പം ഭ്രംശം വരുത്തി. ഈ മനുഷ്യൻ തന്നെ പിന്തുടരുകയാണല്ലൊ എന്ന വിശ്വാസം അവളിൽ വേരുറക്കുക തന്നെ ചെയ്തു കൈക്രിയകളും കടാക്ഷവിക്ഷേപങ്ങളും കാട്ടാതെ നേരിൽ വന്നു സംസാരിച്ചിരുന്നെ ങ്കിൽ എന്നുകൂടി അവൾ ചിന്തിക്കാതിരുന്നില്ല. പക്ഷെ അങ്ങനെ ചെയ്യാതെ അയാൾ ഗേററുകടന്നു പുറത്തേക്കു പോകുന്നതു കണ്ടപ്പോൾ അവൾക്കു അല്പം നൈരാശ്യം തോന്നാതിരുന്നില്ല. ഏതാൾക്കൂട്ട ത്തിലും ഒരു പുരുഷനാൽ ശ്രദ്ധിക്കപ്പെടുകയെന്നതു ഏതു സ്ത്രീയാണിഷ്ടപ്പെടാത്തത്. പ്രത്യേകിച്ച് അവിവാഹിതയായ, ആരുടേയും കാമുകീ പദം അലങ്കരിക്കാത്ത ഒരു യുവതി. അവളിലെ സ്ത്രീത്വം അംഗീകരിക്കപ്പെടുന്നുവെന്നതിന്റെ തെളിവല്ലേ അത്

ഇനി ചിന്തിച്ചിട്ട് ഫലമില്ല ഉള്ളിൽ നിറഞ്ഞുനിന്ന നൈരാശ്യത്തെ പണിപ്പെട്ട് നിയന്ത്രിച്ചു മറ്റു കാഴ്ചകളിൽ ശ്രദ്ധ കേന്ദ്രീകരിച്ച് അവൾക്കു പോകുവാനുള്ള ബസ്സിനുവേണ്ടി സുഷമ കാത്തുനിന്നു.

ഭാഗ്യം. ചുററിത്തിരിഞ്ഞാണെങ്കിലും അവളുടെ നാട്ടിലേക്കുള്ള ഒരു ബസ്സ് കടന്നു വരുന്നതു സുഷമയ്ക്ക് അല്പം ആശ്വാസം പകർന്നു. ബസ്സ് പാർക്കു ചെയ്ത് ആളുകൾ ഇറങ്ങിക്കഴിഞ്ഞപ്പോൾ അവൾ അതിനുള്ളിൽ കടന്നു ഒരൊഴിഞ്ഞ സീററു കണ്ടുപിടിച്ചു പുറത്തേക്കു നോക്കിയിരുന്നു.

അവളേയും വഹിച്ച ബസ്സ് സ്റ്റാൻഡിനു പുറത്തു കടക്കുമ്പോൾ അല്പം മുൻപ് അവിടം വിട്ടു പോയ ചെറുപ്പക്കാരൻ ഒരു ഓട്ടോറിക്ഷാക്കുള്ളിൽ നിന്നിറങ്ങി അവൾ നിന്നിരുന്ന സ്ഥാനം ലക്ഷ്യമാക്കി നീങ്ങുന്നതും ഓട്ടോറിക്ഷാക്കാരൻ അയാൾക്കുവേണ്ടി വെയ്റ്റു ചെയ്യുന്നതും അവൾ കണ്ടു. വണ്ടി നീങ്ങി ക്കഴിഞ്ഞിരുന്നതുകൊണ്ട് അയാളുടെ പിന്നീടുള്ള നീക്കം എന്തായിരുന്നുവെന്നു അവൾക്കു പിടികിട്ടി യില്ല.

നഗരത്തിനുള്ളിൽ ഏകയായുള്ള അവളുടെ സഞ്ചാരം, ഒന്നിലധികം പ്രാവശ്യം കാണാനിടയായ സാഹചര്യങ്ങൾ ബസ്സിലെ തിരക്കിൽ അലങ്കോലപ്പെട്ട അവളുടെ ആകാരം, മധ്യാഹ്ന സൂര്യന്റെ കിരണങ്ങ ളാൽ പരിക്ഷീണമാക്കപ്പെട്ട അവളുടെ ആനനം, എല്ലാം, ചെറുപ്പക്കാരന്റെ

മനസ്സെന്ന ശില്പശാലയിൽ സുഷമയെന്ന ഗ്രാമീണ കന്യകക്ക് ഒരു അപഥ സഞ്ചാരിണിയുടെ രൂപമാണ് കൊത്തിവച്ചതെന്നു അവൾ അറിഞ്ഞതേയില്ല അവളോടൊപ്പം നഗരത്തിലെ ഏതെങ്കിലും ഹോട്ടൽ മുറികളിൽ മണിക്കൂറുകൾ ചെലവ ഴിക്കാനുള്ള കരാർ ഉറപ്പിക്കലായിരുന്നു അയാളുടെ കൈമുദ്രകളെന്നോ ആരതിമന്ഥ വേദിയിലേക്കു അവളെയും വഹിച്ച് പറന്നുയരാനുള്ള മയിൽ വാഹനമായിരുന്നു ആ ഓട്ടോറിക്ഷായെന്നോ അവൾ അറി ഞ്ഞില്ല പൊടി കാററിൽ പറപ്പിച്ചുകൊണ്ടു ബസ്സിന്റെ ചക്രങ്ങൾ അവളുടെ നാട്ടിൻപുറത്തേക്കുള്ള ഊടു വഴിയിലൂടെ കടന്നുപോകുമ്പോഴും സുഷമയുടെ മനസ്സ് അവൾ നഗരത്തിൽ കണ്ട ചെറുപ്പക്കാരനെ ചുററിപ്പററിയായിരുന്നു.

അയാൾക്കു തന്നോടു പ്രേമമെന്ന വികാരമായിരുന്നോ ?

അവൾ അവളോടു തന്നെ ചോദിച്ചു. ഉത്തരമില്ലാത്ത ചോദ്യം.

10.വസന്തം നഷ്ടപ്പെട്ടവർ

അനതി വിദൂരതയിലേക്ക് കണ്ണുകളയച്ച് അവൾ നിന്നു. മട്ടുപ്പാവിൽ നിന്നാൽ കാണാവുന്ന ചന്തമുള്ള ശബ്ദ മുഖരിതമായ ലോകം ആസ്വാദ്ധിയുടെ ശ്രദ്ധയിൽപ്പെടുന്നില്ല. ആ മനസ്സ് ഭൂതകാലത്തിന്റെ തിരശീലക്കുള്ളിൽ എന്തൊക്കെയോ തിരയുകയായിരുന്നു .

ഇന്നേക്കു ഇരുപത്തഞ്ചു വർഷമായി താനീ കൊച്ചു ലോകത്തിൽ എത്തിച്ചേർന്നിട്ട്. സഹായ ത്തിനു ഒരു വേലക്കാരി മാത്രമുള്ള ഒറ്റപ്പെട്ട ലോകം. ഇതിനിടെ ഒന്നോ രണ്ടോ തവണ പുറത്തുള്ള ലോകം കണ്ടു. അപ്പോഴൊക്കെ പരസ്പരം കണ്ടു. പറയുമെന്നാശിച്ചതു പറയാൻ അദ്ദേഹം മറന്നു പ്രവർ ത്തിക്കാനാഗ്രഹിച്ചത് പ്രാവർത്തികമാക്കാൻ താനും മടിച്ചു പരിണിത ഫലമൊ വീണ്ടും താനീ കൊച്ചു ലോകത്തിൽ ഒറ്റപ്പെട്ടവളായി.

വർഷങ്ങൾക്കു മുൻപുണ്ടായിരുന്ന വർണ്ണശബളമായ ലോകം.......കാഞ്ചിപുരം സാരികളും വില പിടിപ്പുള്ള ആഭരണങ്ങളും പല വിധ മേക്കപ്പു സാമഗ്രികളും വാർഡ്രോബിൽ കുന്നുകൂടി കിടക്കുന്നു. സുന്ദരങ്ങളായ സായാഹ്നങ്ങൾ സിനിമാ ശാലകളിലും പാർക്കുകളിലും ബീച്ചുകളിലും കൊഴിഞ്ഞു വീണു ഇന്ന് അവയെല്ലാം ഓർമ്മകളിൽ മാത്രം . വെള്ള നിറത്തിൽ മാത്രം സൗന്ദര്യം കണ്ടെത്തുന്ന ഇന്നത്തെ ദിനങ്ങൾ, കണ്ണെഴുതുന്നതിലോ സെന്റു പുരട്ടുന്ന തിലോ മുടി ഭംഗിയായി കോതിക്കെട്ടിവെക്കുന്നതിലോ വിലപിടിപ്പുള്ള ആടയാഭരണങ്ങളണിയുന്നതിലോ ഇന്ന് താൽപര്യമില്ല എന്തിന്? ആർക്കു കാണാൻ? കാണേണ്ട ഒരാളുണ്ടായിരുന്നു. ഒരിക്കൽ. ഇപ്പോഴും ഉണ്ട് പക്ഷേ തന്നെ കാണേണ്ടതില്ല എന്നു മാത്രം . കാണണ്ടെന്നോ? കാണാനാഗ്രഹമില്ലാഞ്ഞിട്ടാണോ ഒരിക്കൽ തന്റെ മാതൃ സഹോദരന്റെ വീട്ടിൽ എത്തിയത്? താൻ അവിടെ വരും എന്നു പൂർണ്ണമായി അറിഞ്ഞുകൊണ്ടല്ലേ അദ്ദേഹം അവിടെ ഓടിയെത്തിയത്. അന്നദ്ദേഹം ഇമ പൂട്ടാതെ തന്നെ നോക്കുന്നതു കണ്ടു. പക്ഷേ അദ്ദേഹം തന്നെ അടുത്തേക്കു വിളിച്ചിരു ന്നെങ്കിൽ താനോടിച്ചെല്ലുമായിരുന്നു എന്തോ വിളിക്കാതെ മുന്നിൽ ചെല്ലുവാൻ താനും മടിച്ചു. അന്നു താനതിനു മടിച്ചില്ലായിരുന്നെങ്കിൽ താനിന്നു സനാഥയായ ഒരനാഥയാവുകയില്ലായിരുന്നു.

'കൊച്ചമ്മേ ഇതാരാണു വന്നിരിക്കുന്നതെന്നു നോക്കു'

പിന്നിൽ വേലക്കാരിയുടെ ശബ്ദമുയർന്നപ്പോൾ തിരിഞ്ഞു നോക്കി. സ്വർണ്ണാഭരണ വിഭൂഷിതയായി നാണത്തിൽ കുതിർന്ന മന്ദഹാസവുമായി വിലപിടിപ്പുള്ള പട്ടുസാരിയണിഞ്ഞ് അവൾ മുന്നിൽ നിന്നു. കൂടെ അവളുടെ

സുമുഖനായ ഭർത്താവും. തലേന്നു വിവാഹം കഴിഞ്ഞ യുവമിഥുനങ്ങൾ ഏക സഹോദ രിയുടെ മകളും ഭർത്താവും നോക്കി നിന്നപ്പോൾ താൻ പലതവണ എടുത്തുകൊണ്ടു നടന്നിട്ടുള്ള ഷഡ്ഡി മാത്രമണിഞ്ഞു ഓടിനടന്ന ആ കൊച്ചു പെൺ കുട്ടിയാണോ മുന്നിൽ നിൽക്കുന്നതെന്നു തോന്നി താൻ പിന്നിട്ട കാലം വളർത്തിയെടുത്ത കുരുന്ന് അവളിന്നു ഒരൊത്ത യുവതിയായിരിക്കുന്നു. അവരെ നോക്കി നിൽക്കുമ്പോൾ മനസ്സ് അകലെ പട്ടണത്തിലെ ഒരു മണിമാളികക്കു മുന്നിലുയർന്ന പന്തലിൽ പാറി നടന്നു.

അന്നു താനും ഈ നിലയിൽ ഭർത്താവിനോടൊത്തു നിന്ന് പലരോടും കുശലം പറഞ്ഞു. പല രേയും അനുധാവനം ചെയ്ത് യാത്ര അയച്ചു. പക്ഷേ ഇന്നു തന്റെ വലത്തുഭാഗത്തു നിൽക്കേണ്ട ആൾ എവിടെ? ജോലിസ്ഥലത്താവുമൊ എങ്കിൽ ഒറ്റയ്ക്കാവും തന്നെപ്പോലെ........ അതൊ മറെറാരു സ്ത്രീ അദ്ദേഹത്തിന്റെ ഭാര്യയായി......ഹൊ അതോർക്കാൻ കൂടി വയ്യ .... ഇല്ല ഒരിക്കലും അങ്ങനെ ഉണ്ടാവില്ല.'

'എന്റെ ഭാര്യ ജീവിച്ചിരിക്കെ മറെറാരു വിവാഹം സാധിക്കില്ല.' എന്നദ്ദേഹം കല്യാണാലോചനക ളുമായി ചെന്ന ആൾക്കാരോടു തീർത്തു പറഞ്ഞിട്ടുള്ളതല്ലേ. എന്നിട്ടെന്തേ തന്നെ കൂട്ടിക്കൊണ്ടുപോകാൻ വരാത്തത്? മുതിർന്നവരുടെ മുന്നിൽ അദ്ദേഹത്തിന്റെ പൗരുഷം ചോർന്നുപോയിരിക്കും.

എന്തൊരു ഗാംഭീര്യമായിരുന്നു അന്ന് ആ മുഖത്തിന് കുസൃതി ഓളം വെട്ടുന്ന കണ്ണുകൾ, ചുരുണ്ട മനോഹരമായ മുടി... അതൊക്കെ ഇപ്പോഴുണ്ടാവുമൊ? ഉണ്ടാവില്ല. രണ്ടുമൂന്നു വർഷങ്ങൾക്കു മുൻപ് തമ്മിൽ കണ്ടതല്ലേ അപ്പോൾ എല്ലാം നശിച്ചു തുടങ്ങിയിരുന്നു.

അറിഞ്ഞപ്പോൾ ഉള്ളിൽ കൊള്ളിയാൻ മിന്നി കുറച്ചു നേരത്തേക്കു എന്തുചെയ്യണമെന്നു തോന്നിയില്ല 'കഴുത്തിൽ മിന്നുകെട്ടിയവനാണു ആശുപത്രിയിൽ കിടക്കുന്നതു പോയി കാണു ഉള്ളിലി രുന്നു ആരോ ശക്തമായി പറഞ്ഞു. ഇരിപ്പിടത്തിൽ നിന്നു താനറിയാതെ ചാടിയെഴുന്നേററു. എങ്ങനെ അഭിമുഖീകരിക്കും ? എന്തു പറയും? എന്തു തോന്നും ? എന്തുകൊണ്ടു പോകണം ? ....

ഇഷ്ടാനിഷ്ടങ്ങൾ അറിയാൻ മാത്രം ഒരുമിച്ച് താമസിച്ചിട്ടില്ല. കേവലം വിരലിലെണ്ണാൻ മാത്രമുള്ള ദിനങ്ങൾ, അല്ലെങ്കിൽ തന്നെ എന്തുകൊണ്ടുപോകാൻ....... എന്തു കൊടുക്കാൻ ആദ്യരാത്രിയിൽ തന്നെ എല്ലാം സമർപ്പിച്ചതല്ലേ? പ്രതീക്ഷകൾ പൂവണിയുന്നതിനു മുൻപെ പിഴുതെറിയപ്പെട്ടു വിവാഹം സ്വർഗ്ഗ ത്തിൽ നടക്കുന്നു അവിടെയെ അഥഴി യപ്പെടു എന്നു കരുതിയിരുന്നു പക്ഷേ ഭൂമിയിൽ തന്നെ അതു സംഭവിച്ചു. ഇന്നു താനൊരു വിധവയാണ്, സുമംഗലിയായ വിധവയെന്നു മാത്രം.

പോയിക്കണ്ടു. വെറും കയ്യോടെ വെള്ളവിരിപ്പിൽ നീണ്ടു നിവർന്നു കിടന്ന ആ അസ്ഥിപഞ്ജരം കണ്ടപ്പോൾ ഉള്ളുരുകി നിനക്കു കിട്ടിയ സമ്പത്താണീ കിടക്കുന്നത്. നീയാണിതിനുത്തരവാദി. ഉള്ളിലിരു നാരൊ കൊഞ്ഞനം കുത്തി. ആര്? താനൊ? താനെന്തു ചെയ്തു? താൻ നിസ്സഹായയായിരുന്നു. വീട്ടുകാരുടെ കയ്യിൽ താനൊരു കളിപ്പാവയായിരുന്നു. താൻ മാത്രമായിരുന്നോ കളിപ്പാവ അദ്ദേഹവും അങ്ങനെ തന്നെ ആയിരുന്നില്ലേ? അല്ലായിരുന്നെങ്കിൽ ധൈര്യമായി തന്നെ കൂട്ടിക്കൊണ്ടു പോകുമാ യിരുന്നു. കാരണവന്മാരുടെ വാക്കുകേട്ട് കെട്ടിയ പെണ്ണിനെ പെൺ വീട്ടിൽ കൊണ്ടാക്കുമായിരുന്നോ? അതും നിസ്സാരമായ കാരണത്തിന്റെ പേരിൽ. വിവാഹത്തിന്റന്നും വീട്ടുകാർ തമ്മിലുള്ള ഉരസൽ, പറഞ്ഞ സമയത്തിനും അല്പം താമസിച്ചു പോലും ടി പാർട്ടി തുടങ്ങാൻ, അവർ പന്തലിൽ കാട്ടിക്കൂട്ടിയ പേക്കോലങ്ങൾ, അതേതുടർന്നുണ്ടായ വാക്കേറങ്ങൾ എഴുത്തുകുത്തുകൾ. എല്ലാം നിസഹായയായി നോക്കിക്കാണാനേ കഴിഞ്ഞുള്ളു. ഒഴുക്കിനൊത്ത ഒതളങ്ങ മാത്രമായിരുന്ന താനെന്തു ചെയ്യാൻ?

കുററി രോമങ്ങൾ വളർന്നുനിൽക്കുന്ന മുഖം, ഒട്ടിയ കവിളുകൾ, തിങ്ങിവളർന്ന ചുരുണ്ട മുടി യുടെ സ്ഥാനം കഷണ്ടിയുടെ ആക്രമണത്തിനു വിധേയമായിരിക്കുന്നു. കണ്ണുകളിലെ തിളക്കം അല്പം കുറഞ്ഞിട്ടുണ്ടോ?

നിർന്നിമേഷനായി അദ്ദേഹം തന്നെ നോക്കിക്കൊണ്ടു കിടന്നു കബോർഡിൽ നിന്നു ഓറഞ്ചെടുത്ത് തൊലി കളഞ്ഞ് കുരു നീക്കി വായിൽ വച്ചുകൊടുക്കുമ്പോഴും ആ കിടപ്പുതന്നെ എന്തെങ്കിലും പറയു മെന്നാശിച്ചു. ആ ഇമ്പമുള്ള സ്വരം കേൾക്കാൻ ദാഹിച്ചു പക്ഷേ.......കൺകോണുകളിൽ രണ്ടു തുള്ളിക്ക ണ്ണുനീർ തുളമ്പിനിന്നു. ഞാൻ പോകട്ടെ എന്നു പറഞ്ഞിറങ്ങിയപ്പോഴും പോകരുത് നീ ഇവിടെ നിൽ ക്കണം. എനിക്കാരുണ്ട് എന്നു പറയുമെന്നു കരുതി. പറയണം എന്നാശിച്ചു പക്ഷേ അതുണ്ടായില്ല.

ഇറങ്ങിപ്പോരുമ്പോൾ ഓർത്തു. താനവിടെ നിൽക്കേണ്ടവളല്ലേ? സുഖത്തിലും ദുഃഖത്തിലും സഹകരിക്കേണ്ടവളല്ലേ? അല്ല മനസ്സ് മന്ത്രിച്ചു അങ്ങനെയായിരുന്നെങ്കിൽ തന്നെ വീട്ടിൽ കൊണ്ടാക്കുമായിരുന്നില്ലല്ലോ? വരും വരും എന്ന പ്രതിക്ഷയോടെ എത്രനാൾ കാത്തിരുന്നു. അദ്ദേഹമൊ വീട്ടുകാരൊ വന്നില്ല. വീട്ടിൽ നിന്നാരെങ്കിലും തന്നെ അവിടെ കൊണ്ടു ചെന്നാക്കിയിരുന്നെങ്കിൽ എന്നുകൊതിച്ചു. ചേച്ചി ആവതു പറഞ്ഞുനോക്കി. എന്തുഫലം? കൊല്ലും കൊലയുമുള്ള വീട്ടിലെ ആണുങ്ങളുടെ വെറും കളിപ്പാട്ടങ്ങളായിരുന്നു അവിടത്തെ സ്ത്രീകൾ. കൊണ്ടുവന്നാക്കിയവർ വന്നു കൊണ്ടുപോകട്ടെ എന്നു വാശിപിടിച്ച അപ്പൻ അതിനു കൂട്ടുനിന്ന സഹോദരന്മാർ, അന്നു അവരങ്ങനെ വാശിപിടിക്കാതിരു ന്നെങ്കിൽ ഒരു

ജീവിതമാണു അതുകൊണ്ടു ഹോമിക്കപ്പെടുന്നതെന്നു മനസ്സിലാക്കിയിരുന്നെങ്കിൽ.

'ആന്റി ! ഇതൊക്കെയൊന്നു പറഞ്ഞുകൊടുക്കാന്റീ. ആന്റി എന്തൊരാന്റിയാ നിന്നു സ്വപ്നം കാണുന്നത് കണ്ടില്ലേ?'

കൈയിലൊരാൽബവുമായി ഡെയ്സി. പുറകിൽ അവളെ മുട്ടിയുരുമ്മി അവളുടെ ഭർത്താവ്

ഇനിയെന്തു സ്വപ്നം മോളെ? അല്ലെങ്കിൽ തന്നെ സ്വപ്നം കാണാനുള്ള അവകാശം പോലും തനിക്കു നിഷേധിക്കപ്പെട്ടിരിക്കുന്നെന്നോ?

ആൽബത്തിന്റെ ഓരോപേജും മറിച്ചു വിവരിച്ച് കൊടുക്കുമ്പോൾ മനസ്സും അതോടൊപ്പം പറന്നു നടന്നു.

പന്തലിൽ വിരിച്ചിട്ട പുൽപ്പായിൽ സർവ്വാഭരണ വിഭൂഷിതയായി കസവു തുന്നിപ്പിടിപ്പിച്ച പട്ടുസാരി യണിഞ്ഞു ഗുരുവിനു ദക്ഷിണ കൊടുത്തു നിന്ന താൻ, അപ്പനോടും സഹോദരങ്ങളോടും പാദം തൊട്ട് വന്ദിച്ച് യാത്രപറയുന്ന താൻ, അമ്മയുടെ ഫോട്ടോയ്ക്കു മുന്നിൽ നിന്നും കണ്ണിരോടെ വിട ചോദിക്കുന്ന താൻ, ചേച്ചിയുമൊത്തു അലങ്കരിച്ച കാറിൽക്കയറുന്ന താൻ, പള്ളിയിൽ പുരോഹിതന്റെ മുന്നിൽ ഇടത്തും വലത്തുമായിനിന്ന അദ്ദേഹവും താനും, മാല വാഴ്ത്തൽ, മോതിരമിടീൽ, മിന്നുകെട്ട്, മന്ത്രകോടിയണിയി ക്കൽ......പള്ളിമുറ്റത്തു കുശലം പറഞ്ഞു നിൽക്കുന്ന താൻ, രാജോചിതമായി അലങ്കരിച്ച കാറിൽ ചെറു ക്കന്റെ വീട്ടിലേക്കു തിരിക്കുന്ന മണവാളനും മണവാട്ടിയും, പന്തലിൽ നെല്ലും നീരും വയ്ക്കൽ.......അ ങ്ങനെ അങ്ങനെ........

'ആന്റി ഇനി ഞങ്ങൾ പോയ്വരട്ടെ.'

കാപ്പികുടികഴിഞ്ഞപ്പോൾ അവൾ കൈപിടിച്ച് യാത്രചോദിച്ചു. പിറേന്ന് മധുവിധുവിനായി ആഗ്രക്കു പോകുന്ന മിഥുനങ്ങൾ.

മനസ്സിലെവിടെയോ മുള്ളു കൊള്ളുന്നു. ഒരു കാലത്തു താനും ഇങ്ങനെയൊരു മധു വിധു സ്വപ്നം കണ്ടിരുന്നതല്ലേ? മധുവിധു മാത്രമൊ? ഒന്നും പ്രായോഗികമായില്ല. പണമില്ലാഞ്ഞിട്ടല്ല. വിവാഹം കഴിയാഞ്ഞിട്ടല്ല. എന്തിനസൂയപ്പെടുന്നു. കുട്ടികളെങ്കിലും സന്തോഷിക്കട്ടെ.

കൈകോർത്തുപിടിച്ച് പടിയിറങ്ങുന്ന ആ ഇണക്കുരുവികളെ നോക്കി നിന്നപ്പോൾ മനസ്സ് മന്ത്രിച്ചു.

കുഞ്ഞുങ്ങളെ നിങ്ങളുടെ തുടക്കം ഞങ്ങളുടേതുപോലെ ഒരിക്കലും ആവാതിരിക്കട്ടെ.

ഇനി വൈകരുത്, വാശിപിടിച്ചിരുന്നവരൊക്കെ മൺമറഞ്ഞു അരുനിന്നവർക്കൊക്കെ ചിന്തി ക്കാനും കരുതാനും വേണ്ടപ്പെട്ട ആൾക്കാരായി. താനിന്നവർക്കൊരുഭാരം മാത്രം. തുടക്കത്തിലൊ അശു ഭതയായിരുന്നു അത് അവസാനത്തിലെങ്കിലും അങ്ങനെയാവാതിരിക്കട്ടെ.

11. മങ്ങാത്ത വസന്തം

'മാലു! നിന്റെ ഈ കണ്ണുകൾ, ഈ നിങ്ങിടം പെട്ട മിഴികൾ ഇതിലാരാണലിഞ്ഞു ചേരാത്തത്? എന്നെ മാത്രമല്ല ഒരു സാമ്രാജ്യം മുഴുവൻ ഉടക്കിനിർത്താനുള്ള കഴിവുണ്ടീകണ്ണുകൾക്ക്. ഈ കൺമുന ക്കോണുകൾ കൊണ്ട് കവിണയെറിഞ്ഞാൽ ആരാണതിൽ വീഴാത്തത്? മാലു! ഇങ്ങോട്ട് നോക്കൂ. ആ മാൻമിഴികൾ നിന്റയീ ബാലേട്ടനൊന്നു കാണട്ടെ.'

മാലിനി മെല്ലെ മുഖം ഉയർത്തി.അവളുടെ കണ്ണുകളിൽ മുൻപൊരിക്കലും കണ്ടിട്ടില്ലാത്ത ഒരു ഭാവവ്യത്യാസം അയാൾ ശ്രദ്ധിച്ചു അവളുടെ കണ്ണുകൾ ബാലന്റെ കണ്ണുകളിൽ ചൂഴ്ന്നിറങ്ങി ആ കണ്ണു കൾക്ക് എന്തൊക്കെയൊ പോരായ്മകളുണ്ടെന്നവൾക്കു തോന്നി. ഒരു വെറുപ്പ് ആ കണ്ണുകളുടെ നേർക്കു തോന്നുന്നില്ലേ?

'എന്താ മാലു! എന്താണു നീ എന്നെയിങ്ങനെ നോക്കുന്നത്. എന്തോ ഒരു വല്ലാത്ത ഭാവം നിന്നിൽ കാണുന്നല്ലൊ. എന്തുപറ്റി.'

'ഒന്നുമില്ല ബാലേട്ടാ'

പെട്ടെന്നു ചിന്തയിൽ നിന്നുണർന്നവളെപ്പോലെ അവൾ പറഞ്ഞു

എനിക്കു കുറച്ചു പഠിക്കാനുണ്ട് ഞാൻ പോകുന്നു.

മറുപടിക്കു പോലും കാത്തു നിൽക്കാതെ അവൾ അവളുടെ മുറിയുടെ പടികടന്നു കഴിഞ്ഞു മാത്രമല്ല, ആ കതകുകൾ അയാൾക്കു മുന്നിൽ അടയുകയും ചെയ്തു .

ബാലൻ ഒന്നുമറിയാതെ തരിച്ചു നിന്നു എന്തായിരിക്കും ഒരിക്കലും കണ്ടിട്ടില്ലാത്ത ഈ ഭാവത്തിനു കാരണം മുൻപെങ്ങും മാലിനി ഇങ്ങനെയായിരുന്നില്ല. ജനലഴികളിൽ മുഖം ചേർത്ത് വഴിയിലേക്കു കണ്ണും നട്ട് തന്റെ വരവിനായി കാത്തുനിൽക്കാറുണ്ടായിരുന്ന ഈ പെൺകുട്ടിക്കിന്നെന്തു പറ്റി. ഉത്തരം കാണാത്ത ചോദ്യങ്ങൾ ഉള്ളിൽ ഉരുത്തിരിയവെ ബാലന്റെ പാദങ്ങൾ അയാളറിയാതെ തന്നെ ചരൽ വിരിച്ച മുറ്റം പിന്നിട്ട് ഗേറ്റു കടന്നു.

പഠിക്കുവാൻ മുറിക്കുള്ളിലെത്തിയ മാലിനി നിലക്കണ്ണാടിക്കു മുന്നിലാണു ചെന്നുനിന്നത്. ബാലന്റെ വാക്കുകളായിരുന്നു ഉള്ളിൽ, ശരിയാണ്. തന്റെ കണ്ണുകൾക്കു ഒരു പ്രത്യേക വശ്യതയാണ്. കോളേജിൽ

വച്ച് മോളി പീറററ് പറഞ്ഞതവളോർത്തു. മാലിനിയുടെ കണ്ണുകൾ ഷേക സ്പിയറൊ ഷെല്ലിയൊ കണ്ടിരുന്നെങ്കിൽ........ബാലേട്ടനെക്കൂട്ടി ഇത്രാമത്തെ ആളാണു തന്റെ കണ്ണുകളെ പുകഴ്ത്തിയിരിക്കുന്നത്, അവൾ വിരലിലെണ്ണിനോക്കി...ഹൈ! വിരലിലെണ്ണിയാൽ തീരില്ലല്ലോ. ബാലേട്ടൻ പറഞ്ഞതവളോർത്തു പാവം ബാലേട്ടൻ ! അമ്മയും അണ്ണനും അംഗീകരിച്ച ബന്ധം. അനവധി സ്വത്തുക്ക ളുടെ എകാവകാശി. ഒരമ്മക്കൊരോമന പുത്രൻ അണ്ണന്റെയൊപ്പം ശബളം വാങ്ങുന്ന ഉദ്യോഗം, സുമുഖൻ, സുന്ദരൻ. അണ്ണന്റെ ഉറ്റ സുഹൃത്ത്. പിന്നെന്തുവേണം അംഗീകാരത്തിന്,എങ്കിലും എന്തോ ഒരു പന്തിയി ല്ലായ്മ ഇന്നലെവരെ തോന്നാത്ത എന്തോ ഒരകൽച്ച ബാലേട്ടനോടു തനിക്കു തോന്നുന്നില്ലേ? ബലേട്ടന്റെ കണ്ണുകളല്ലേ അതിനു കാരണം. ആ കണ്ണകൾക്കു തന്റേതിനോട് കിടനിൽക്കാനാകുമൊ? തന്റെയീ മാൻ മിഴികളോട് അവ ചേരുമോ? ഒരു സാമ്രാജ്യം മുഴുവൻ ഉടക്കിനിർത്താൻ കെൽപ്പുള്ള മിഴികളാണിവ. അതു അങ്ങനെതന്നെ ആയാലെ മതിയാവൂ. അല്ലെങ്കിലീ മിഴികൾക്കെന്ത് വില.

അവളുടെ മനോമുകുരത്തിൽ നിന്നും ബാലേട്ടന്റെ രൂപം നേർത്തുനേർത്തു വന്നു. പകരം ചുരുണ്ടു കഴു ത്തററം വരുന്ന മുടിയും കവിളിലേക്കു ഇറക്കി വെട്ടിയ വീതുളികൃതാവും ചുണ്ടിൽ എരിയുന്ന സിഗറററും റ്റൈറ്റ് പാൻസും പുള്ളി ഷർട്ടുമുള്ള ഒരു ചെറുപ്പക്കാരന്റെ രൂപം തെളിഞ്ഞു വന്നു എം. എ. പ്രീവിയസിനു പഠിക്കുന്ന രാജൻ ബോസ്. മൃണാളിനിയുടെ നാട്ടുകാരനായ രാജൻ ബോസ്,

കോളജിലേക്കു പോകുമ്പോൾ അവൾക്കു ഒരു ചിന്ത മാത്രം. കൺകോണുകളിൽ ഒരു സാമ്രാജ്യം..........രാജൻബോസ്..

വളരെ പാടുപെട്ട് രാജൻ ബോസിന്റെ പരിചയം സമ്പാദിക്കാൻ മൃണാളിനിയെ പല തവണ ഐസ്ക്രീം സ്റ്റാളിൽ കയററി ആവശ്യമില്ലാതിരുന്നിട്ടു കൂടി മൃണാളിനിയിൽ കൂടി ബോസിന്റെ പുസ്തക ങ്ങൾ വാങ്ങി. എന്തിനെന്നു ചോദിച്ചപ്പോൾ അണ്ണനു റഫറൻസിനെന്നു പറഞ്ഞു. ഒടുവിൽ ഈ ചൂണ്ടലിൽ കൊത്തിവലിച്ചപ്പോൾ ആത്മാഭിമാനം കൊണ്ടു ഉൾപുളകമണിഞ്ഞു. രാജൻ ബോസിനോടൊപ്പം ബീച്ചിലും പാർക്കിലും ചുററിക്കറങ്ങുമ്പോൾ അലക്സാണ്ടർ ദി ഗ്രയ്ററിനെക്കുറിച്ചോർത്തു.

ഒരു തവണ രാജൻ ബോസുമൊത്തു തീയേററിലേക്കു കയറുമ്പോഴാണു അയാളെ കണ്ടത്. അയാൾക്കു മുന്നിൽ രാജൻ ബോസ്, തീരെ ചെറുതായതുപോലെ തോന്നി അവൾക്ക്,

രാജന്റെ തോളിലേക്കു ചാരി കടൽക്കാറേററ് വെടിപറഞ്ഞിരിക്കുമ്പോൾ വീണ്ടും അയാളെ കണ്ടു. ആ ഇരിപ്പിൽ തന്നെ അവളുടെ കൺമുനകൾ ചലിച്ചു. അതു കൊളേളണ്ടിടത്തു തന്നെ കൊണ്ടു. പിറേറന്നു രാജൻ ബോസിനെക്കൂടാതെയാണ് ബീച്ചിലേക്കു പോയത്, പ്രതീക്ഷിച്ചെന്നപോലെ നിൽക്കുന്നു അയാൾ ചിരകാല സുഹൃത്തുക്കളെപ്പോലെ അവർ ആ മണൽത്തരിയിലിരുന്നു നർമ്മസല്ലാപത്തിൽ മുഴുകി. തലയുയർത്തിയപ്പോൾ കണ്ടത് രാജൻ ബോസിന്റെ പരിഭവമൂറുന്ന കണ്ണുകളാണ്, അവളതു കണ്ടില്ലെന്നു നടിച്ചു. ഇത്തരുണത്തിൽ ഒന്നും പറയാതെ പോകുന്നതാണുചിതമെന്നു രാജനു തോന്നി. 'അല്ലെങ്കിലും കൊക്കിൽ കൊള്ളാത്തതു തുപ്പിക്കളയുകയല്ലേ ഭംഗി.

ദിവസങ്ങൾ പെട്ടെന്നാണു ഓടിമറഞ്ഞത് ഫൈനൽ ഇയറിന്റെ പരീക്ഷക്ക് ഇനി ഏതാനും ദിവസങ്ങളെ ഉള്ളു.

'മാലിനി!'

അണ്ണന്റെ വിളി കേട്ടാണവൾ ദിവാസ്വപ്നത്തിൽ നിന്നുണർന്നത്, തുറന്നുവച്ച പുസ്തകം അപ്പാടെ മുന്നിലിരിപ്പുണ്ട്. അവൾക്ക് വല്ലാത്ത ജാള്യത തോന്നി

എന്തായാലും ഇക്കൊല്ലം നിന്റെ പഠിപ്പവസാനിക്കും . നിന്റെയീപോ ക്കിനു ജയിക്കുന്ന കാര്യവും കണ്ടറിയണം, അല്ല ജയിച്ചാലും ഉദ്യോഗത്തിനൊന്നും പോകുന്ന പ്രശ്നമുദിക്കുന്നില്ലല്ലോ. അപ്പോൾ പിന്നെ അതങ്ങു നടത്തുകയല്ലേ നല്ലത്?

' ഏതാണ്ണാ ?'

''ഓ ഒന്നുമറിയാത്ത കുട്ടി, പൂച്ച പാലുകുടിക്കുന്ന പോലെ, ഞങ്ങൾക്കതിഷ്ടമാണ്, നിനക്ക് എല്ലാം കൊണ്ടും യോജിക്കും ബാലൻ എന്തു പറയുന്നു? ''

'അണ്ണൻ എന്നെ കൂടുതൽ നിർബന്ധിക്കരുതു്. ബാലേട്ടനെ വിവാഹം ചെയ്യുവാനെനിക്കു സാധ്യമല്ല.'

എന്താണു കാര്യം കുട്ടി? എന്തായിരുന്നാലും നിനക്കെന്നോടു തുറന്നുപറയാം .

അണ്ണൻ വാശിപിടിക്കരുത്. ഞങ്ങൾ തമ്മിൽ യോജിക്കില്ല. അതു മാത്രമെ എനിക്കു പറയുവാ നുള്ളൂ,

ബാലന്റെ ചെറിയ ചൈതന്യമില്ലാത്ത കണ്ണുകൾ അവളുടെ മുന്നിൽ തെളിഞ്ഞു നിന്നു.

രണ്ടു ദിവസങ്ങൾക്കുള്ളിൽ അറിഞ്ഞു ബാലേട്ടനു ദുരെ ഒരു സ്ഥലത്തേക്കു സ്ഥലം മാററമാണ്. ഒരാഴ്ചക്കുള്ളിൽ ബാലേട്ടൻ മുന്നിലെത്തി.

മാലു!ഓ ക്ഷമിക്കണം മിസ് മാലിനീ! എന്റേതെന്നാശിച്ചിരുന്ന മാലിനി എനിക്കു നഷ്ടപ്പെട്ടു എനി ക്കിനി ഈ നാട്ടിൽ ജീവിക്കണമെന്നാശയില്ല. ഞാനിറങ്ങട്ടെ.

വേദന കനംതൂങ്ങിയ ആ കണ്ണുകൾ അവളുടെ മനോഹര നേത്രങ്ങളോടു വിടപറഞ്ഞപ്പോൾ നേരത്തെ ആ കണ്ണുകളോടൂ തോന്നിയ വെറുപ്പ് അലിഞ്ഞലിഞ്ഞില്ലാതെ ആയതുപോലെ തോന്നി .

കോളേജടച്ചപ്പോൾ വിവാഹാലോചനകളുടെ ഒരു ഘോഷയാത്ര തന്നെയായിരുന്നു അവളുടെ കോളജ് ജീവിതത്തെപ്പറ്റി അമ്മയുടേയും അണ്ണന്റെയും ചെവികളിലെത്തിയെന്നു തോന്നി. എത്രയും വേഗം ആരുടെയെങ്കിലും തലയിൽ കെട്ടി വയ്ക്കണമെന്ന ചിന്തയായിരുന്നു അവർക്ക്,

എൻജിനീയർ പ്രഭ പെണ്ണുകാണലിനു വരുന്നതിനു മുൻപുതന്നെ അവൾ ആ വിവാഹം വേണ്ടെന്നു തറപ്പിച്ചു പറഞ്ഞു. കാരണം അവൾ പറഞ്ഞില്ല. നേരത്തെ തന്നെ അയാളുടെ ഫോട്ടോ അവൾ കണ്ടിരുന്നു. അവളുടെ സങ്കല്പത്തിലെ കണ്ണുകൾ ആ ഫോട്ടോയിലവൾ കണ്ടെത്തിയില്ല. അമ്മ അവളെ കുറ്റപ്പെടുത്തി. കൂട്ടത്തിൽ അണ്ണനേയും, അച്ഛനില്ലാത്ത അല്ലലറിയിക്കാതെ ലാളിച്ചു വളർത്തി പെണ്ണ് വഷളായിരിക്കുന്നു അവൾക്കു ഏതിനും കൂട്ടുനിൽക്കാൻ പററിയൊരു ചേട്ടനും

അവളുടെ കോളജിലെ പ്രഫസ്സർ ചന്ദ്രശേഖരനും ഡോക്ടർ മധുസൂദനനും വന്നപ്പോഴും അവൾ പഴയ പല്ലവി തന്നെ ആവർത്തിച്ചു. അവർക്കാർക്കും അവളുടെ ഭാവനയിലെ സുന്ദരനാകാൻ കഴിഞ്ഞില്ല.

ഋതുക്കൾ പലതവണ മാറിവന്നു. വസന്തകാലത്തിലെ സായാഹ്നങ്ങളിൽ പുതുപൂക്കൾ പൊട്ടിച്ചിരി ക്കുകയും പറവകൾ പാറിനടക്കുകയും ചെയ്തപ്പോൾ അവൾ എന്തിനോ ദാഹിച്ചു നിന്നു

വിവാഹാ ലോചനകളുടെ ഘോഷയാത്രയ്ക്കു ഒരു വിരാമമിട്ടപോലെ തോന്നി. അനുജത്തിയെ പറഞ്ഞയച്ചിട്ടേ വിവാ ഹിതനാകു എന്നു തീരുമാനമെടുത്തിരുന്ന അണ്ണൻ മനസ്സിനിണങ്ങിയ ഒരു പെൺകുട്ടിയെ വിവാഹം കഴിച്ചു. രാത്രിയുടെ നിശബ്ദതയിൽ അണ്ണന്റെ മുറിയിൽ നിന്നു അമർത്താനാവാത്ത പൊട്ടിച്ചിരികൾ മുഴങ്ങി, കികിളിപ്പെടുത്തുന്ന സംസാരത്തിന്റെ അലകളുയർന്നു. അതവളെ അസഹ്യപ്പെടുത്തി

ആ ആലോചന പൊന്തി വന്നതു പെട്ടന്നാണ്. രണ്ടാഴ്ചത്തെ അവധിയിലെത്തിയിരിക്കുന്ന അയാൾ ബോംബെയിൽ ഒരിടത്തരം കമ്പനിയിൽ ക്ലർക്കാണ്. പെണ്ണുകാണലും മറ്റും ഒരു ചടങ്ങിനുവേണ്ടി നിർവ്വഹിച്ചു. കാണാൻ വരുമ്പോൾ അയാൾ ഒരു കനത്ത കണ്ണട ധരിച്ചിരുന്നു അതു ആ മുഖത്തിനു നന്നെ ഇണങ്ങുന്നുണ്ടെന്നു അവൾക്കു തോന്നി. എന്തോ കഴിഞ്ഞ ഓരോ പ്രാവശ്യത്തെയും പോലെ അംഗ പ്രത്യംഗം പരിശോധിക്കാൻ അവൾ മിനക്കെട്ടില്ല.

അമ്മ അവളുടെ സമ്മതമറിയാൻ കാത്തു നിന്നപ്പോൾ താനറിയാതെ ഒരു മൂളൽ ഉള്ളിൽ നിന്നുയർന്ന തെന്തെ എന്നവൾ സ്വയം ചോദിച്ചു. അമ്മയുടേയും അണ്ണന്റേയും മുഖത്തു വളരെ നാളുകളായി കാണാ തിരുന്ന പ്രകാശം വീണ്ടും തെളിഞ്ഞു.

വിവാഹരാത്രിയിൽ ആ മറുനാടൻ മലയാളി ഭർത്താവ് അവളെ വിളിച്ചു. ആ വിളിയിലെ ആ ശബ്ദ ത്തിലെ പന്തിയില്ലായ്മ അവൾ ശ്രദ്ധിച്ചു. അകലെയെങ്ങോ നിന്നു മാലു എന്നു ആരോ വിളിക്കുന്നു ണ്ടെന്നവൾക്കു തോന്നി.

മാലിനീ! നോക്കു ഒരു കാര്യം നിന്നോടു പറയണമെന്നുണ്ടായിരുന്നു പറയാൻ സാധിക്കാത്തതിൽ മറെറാന്നും തോന്നരുത്

അവൾ അത്ഭുതത്തോടെ ആ മുഖത്തേക്കു നോക്കി. എന്താവും പറയാനുണ്ടാവുക? മുഖത്തു നിന്നു കണ്ണട എടുത്തുമാററി തന്റെ ഇടതു കണ്ണിലേക്കു വിരൽ ചൂണ്ടി അയാൾ പറഞ്ഞു.

'ഇതു കണ്ടോ ഈ കണ്ണ് എന്റെ സ്വന്തമല്ല ഇതു വെപ്പുകണ്ണാണ് പുറമെ ഒന്നും തോന്നുകയില്ല കിലും ഇതു നിർജീവമാണ്, എന്റെ ഒരു കണ്ണിനെ കാഴ്ചയുള്ളു ………'

ബാക്കി പറഞ്ഞതൊന്നും അവൾ കേട്ടില്ല അവളുടെ തല കറങ്ങുന്നതായി തോന്നി എല്ലാം ഒരുമായ പോലെ തോന്നി അവൾക്ക്. ആ

മങ്ങലിൽ കണ്ണുകളുടെ ഒരുനിര അവൾക്കു മുന്നിലുയർന്നു. വിഷാദം കനംതൂങ്ങിയ ബാലേ ട്ടന്റെ കണ്ണുകൾ, പരിഭവമൂറുന്ന രാജൻബോസിന്റെ കണ്ണുകൾ, അപരിചിതനായ സുഹൃത്തിന്റെ കണ്ണുകൾ, എൻജിനീയർ പ്രഭയുടെ കണ്ണുകൾ, പ്രഫസ്സർ ചന്ദ്രശേഖരന്റെ,....ഡോക്ടർ മധുസൂദനന്റെ......

തീവണ്ടിയിലെ മൂന്നാം ക്ലാസ് കംപാർട്ടുമെന്റിൽ അയാളോടൊത്തിരിക്കുമ്പോൾ അവൾ എല്ലാം വിധിയെന്നു സമാധാനിച്ചു കഴിഞ്ഞതെല്ലാം മറന്ന് പുതിയ ചുറ്റുപാടുകളോടിണങ്ങി ചേരാമെന്നവൾ വ്യാമോഹിച്ചു

നാലക്ക ശമ്പളം വാങ്ങുന്ന ബാലേട്ടന്റെ സ്ഥാനത്ത്, തന്റെ ഭർത്താവു എന്തുവാങ്ങുന്നു എന്നു മനസ്സിലാക്കാൻ അധികനാൾ വേണ്ടിവന്നില്ല. മാത്രമല്ല ഭാര്യയിൽ മാത്രം ഒതുങ്ങി നിൽക്കുന്ന ജീവിതമല്ല അയാളുടേതെന്ന് ഒരോ ദിവസത്തേയും അനുഭവം അവളെ പഠിപ്പിച്ചു

ബഹളം നിറഞ്ഞ പട്ടണത്തിലെ ഏകാന്തതയിൽ ഒരു കൂട്ടിനായി ഒരു കുഞ്ഞെങ്കിലും ഉണ്ടായിരുന്നെങ്കിൽ അവൾ ആശിച്ചു. ഒരോ മാസവും അവൾ പ്രത്യാശയോടെ കാത്തിരിക്കും. ആ കാത്തി രിപ്പിനു അർത്ഥമില്ലെന്നവൾക്കു മനസ്സിലായി. കാരണം ഭർത്താവിനു വിവാഹം കൊണ്ടു തനിക്കു വച്ചുവി ളമ്പുന്ന, തന്റെ ആവശ്യങ്ങൾ നിറവേറ്റുന്ന ഒരു ഭാര്യയെ ആയിരുന്നു ആവശ്യം. അവളിൽ ഒരു കുഞ്ഞുണ്ടാ കുക എന്നതു അയാൾക്കൊരാവശ്യമായി തോന്നിയില്ലെന്ന് മാത്രമല്ല അതൊരനാവശ്യമായാണയാൾ വീക്ഷി ച്ചിരുന്നത്,

വിരസങ്ങളായ ദിനങ്ങൾ ഒച്ചുകളെപ്പോലെ ഇഴഞ്ഞു നീങ്ങി. ജീവിതത്തിനൊരർത്ഥവുമില്ല എന്നു ഒരോ ദിവസം കഴിയുംതോറും അവൾ കരുതി. സ്വന്തം വീട്ടിൽ അമ്മയോടൊത്തു ശേഷിച്ച ജീവിതം കഴി ച്ചുകൂട്ടുകയല്ലേ ഭംഗി. അവൾ തിരുമാനമെടുത്തു.

സ്വന്തം നാട്ടിലെ റെയിൽവേ സ്റ്റേഷനിലെ പ്ളാറ്റുഫോമിൽ കാലുകുത്തുമ്പോൾ കണ്ടു. ബാലേട്ടൻ. ബാലേട്ടന്റെ വിരൽത്തുമ്പിൻ തൂങ്ങി ഒരു പൂമ്പാറ്റയെപ്പോലെ തുള്ളിച്ചാടുന്ന ഓമനയായ പെൺകുട്ടി. ആ കുട്ടിയുടെ കുഞ്ഞിക്കണ്ണുകളിൽ ആയിരം മാരിവില്ലിന്റെ പ്രഭ. ആ കവിളിൽ ചെമ്മാന ത്തിന്റെ ചെങ്കതിർ ഇതു ബാലേട്ടന്റെ കുട്ടിയോ? ഇടതുവശത്തായി ബാലേട്ടനെ തൊട്ടുരുമ്മി നിൽക്കുന്ന യുവതിയെ ശ്രദ്ധിച്ചു. ആ കണ്ണുകളുടെ തിളക്കത്തിൽ, ആ ലാവണ്യത്തിന്റെ മധുരിമയിൽ താനും തന്റെ കണ്ണുകളും നിഷ്പ്രഭങ്ങളാകുന്നതവൾ അറിഞ്ഞു.

12.ജീവിതം സുന്ദരമാണ്

പുറത്തേക്ക് നോക്കി. മരച്ചില്ലകൾക്കിടയിലൂടെ തെളിഞ്ഞ നീലാകാശം കാണാം. ചുറ്റുപാടും കാട്ടു പൂച്ചെടികളും കായ്കനികൾ നിറഞ്ഞ വള്ളിപ്പടർപ്പുകളും അവയ്ക്കിടയിലൂടെ പറന്നുനടക്കുന്ന കുരുവി കളും ഒത്തിണങ്ങി പ്രകൃതിയുടെ മനോഹാരിത വർദ്ധിപ്പിക്കുന്നു. പച്ചിലകൾക്കിടയിലൂടെ ഇക്കിളികൂട്ടി മർമ്മരശബ്ദം പുറപ്പെടുവിച്ച് ഒഴുകി നടക്കുകയാണു സുഗന്ധവാഹിയായ മന്ദമാരുതൻ, സുന്ദരമായ സായാഹ്നം. പുറത്തിറങ്ങി എല്ലാം ആസ്വദിക്കണമെന്നു തോന്നി. പക്ഷേ പാടില്ല. തന്നെ ആരെങ്കിലും കണ്ടാൽ...........അന്തർജ്ജനങ്ങളെക്കാൾ കഷ്ടമാണു തന്റെ സ്ഥിതി. അല്പം കൂടി ഇരുട്ട് വീണിരുന്നെ ങ്കിൽ ആരും കാണാതെ പുറത്തിറങ്ങി എല്ലാം കാണാമായിരുന്നു, തക്കസമയത്തിനു ആരെയെങ്കിലും കിട്ടിയാൽ ഒരു കൈനോക്കുകയും ചെയ്യാമായിരുന്നു.

ഇന്നെന്താണു തനിക്കിത്ര ഉന്മേഷം. എന്തിനൊക്കെയൊ വേണ്ടി ദാഹിക്കുകയാണ് ആവേശം കൊള്ളുകയാണ്. ഇന്നുവരെ മോഹങ്ങളില്ലാത്തതല്ല. എല്ലാം അടക്കുകയായിരുന്നു. വളർന്നിട്ടില്ല എന്നൊരു തോന്നൽ. ഇനി അതു സാധ്യമല്ല. തനിക്കുതാൻ പോന്ന ആളായിരിക്കുന്നു. ഇനിയും ഒതുങ്ങി ക്കഴിയുകയൊ? ജീവിതം സുഖിക്കാനുള്ളതാണ്. ഇന്നല്ലെങ്കിൽ നാളെ മരണം നമ്മെ വന്നു വിഴുങ്ങും. അതിനുമുൻപു എല്ലാം ജീവിതത്തിൽ നേടണം അനുഭവിക്കാനുള്ളതു മുഴുവൻ അനുഭവിക്കണം. ആസ്വ ദിക്കാനുള്ളവ ആസ്വദിക്കണം. ഇനി ഒട്ടും താമസിച്ചുകൂടാ. ഇപ്പൊഴിവ നഷ്ടപ്പെടുത്തിയാൽ പിന്നീടൊരി ക്കലും ലഭിച്ചില്ലെന്നു വരും.

സ്വശരീരത്തിലേക്കു നോക്കിയപ്പോൾ മതിപ്പ് തോന്നി. കൊഴുത്തുരുണ്ട, സ്ഫടികത്തിനു തുല്യം മിനുസമായ, മൃദുത്വവും കുളിർമ്മയും ഉള്ള ദേഹം. ആരു കണ്ടാലും ഒരിക്കൽക്കൂടി നോക്കും. നീലയും കറുപ്പും വെള്ളയും കലർന്ന ഉടയാട തന്റെ ശരീരകാന്തിക്കു മാറ്റുകൂട്ടുന്നുണ്ട്. കൗമാരത്തിൽ നിന്നു യൗവ്വനത്തിലേക്കു കാലൂന്നിയിരിക്കുന്നു. രക്തത്തിളപ്പിന്റെ പ്രായം. ഇന്നുമതിമറന്നൊന്നാടണം. കുഴലു വിളിക്കാനോ താളം കൊട്ടാനൊ ആരുമില്ല. എല്ലാറ്റിനും താൻ മാത്രം. എന്തായാലും തനിക്കിന്നൊരു സുദി നമാണ്. ആഗ്രഹങ്ങൾ പതഞ്ഞുപൊങ്ങി മത്തുപിടിപ്പിച്ചിരിക്കയാണു തന്നെ.

വളരെ പതുക്കെയാണു ചുവടുകൾ ആരംഭിച്ചത്, ആരോ തനിക്കുവേണ്ടി പാടുകയും കുഴലൂതു കയും താളം പിടിക്കുകയും ചെയ്യുന്നുണ്ടെന്നൊരു തോന്നൽ വളരെ സാവധാനത്തിലാരംഭിച്ച ആട്ടത്തിനു വേഗത കൂടിവന്നു. നിർത്തണമെന്നു തോന്നിയതേയില്ല. ഇല്ല. ആട്ടം

നിർത്താൻ പാടില്ല. ശരീരം കുഴയുന്ന തുവരെ ആടണം . ചുട്ടുപഴുത്തു പതഞ്ഞു പൊങ്ങുന്ന രക്തമാണ് സിരകളിലൂടെ ഒഴുകുന്നത് അതു തണുത്ത് ആവേശം കെട്ടടങ്ങുന്നതുവരെ ആടണം. ഹാ ആരെങ്കിലുമൊന്നു വന്നിരുന്നെങ്കിൽ .... തന്നെ ഈ സ്ഥിതിയിലൊന്നു കണ്ടിരുന്നെങ്കിൽ

എത്രനേരം ആടിയെന്നറിഞ്ഞുകൂടാ അഭ്യുദയകാംക്ഷിയായ ഇരുട്ട് തന്റെ ചെയ്തികൾക്കു മറപിടി ക്കാനായി ഓടിയണഞ്ഞു. ഹൊ! ആകെ കുഴയുന്നല്ലോ ശരീരം മുഴുവൻ വേദനിക്കുന്നു വയ്യ ഇനി അല്പം കിടക്കാതെ പറ്റില്ല. പുറത്തിറങ്ങി അമ്മ കിടക്കാറുണ്ടായിരുന്ന സ്ഥലത്തു കിടക്കാം. അവിടെക്കിടന്നാൽ അവിടെ വരുന്ന വരെയൊക്കെ കാണാം. അതു വഴി കടന്നുപോകുന്നവർ, കാറ്റു കൊള്ളാൻ വരുന്നവർ അങ്ങനെ പലരും. എത്രപേരെ വേണമെങ്കിലും വശത്താക്കാം .

കുളിർക്കാറേറ്ററു മയങ്ങിക്കിടന്നപ്പോൾ അമ്മയെ ഓർത്തു അമ്മ സുന്ദരിയായിരുന്നു അമ്മയുടെ ചെറുപ്പ കാലത്തെക്കുറിച്ചോർത്തപ്പോൾ അസൂയ ഫണം വിടർത്തി. എന്തായാലും തനിക്കു അമ്മയെക്കാൾ ഒരു പടികൂടിയെങ്കിലും ഉയർന്നുനിന്നേ മതിയാവൂ.

ഹൊ! എന്താണ് തനിക്കു ഭാഗ്യമെന്നതു തൊട്ടുതീണ്ടിയിട്ടു കൂടിയില്ലേ? ഒറ്റ ഒരാൾ പോലും അതുവഴി കടന്നു പോകുന്നില്ലല്ലോ ഒരു പക്ഷേ തന്റെ ഭാഗ്യനക്ഷത്രം തെളിയാനിരിക്കുന്നതെയുള്ളായി രിക്കാം ഹാ! തെളിഞ്ഞു കഴിഞ്ഞു. അതാ വരുന്നുണ്ട് ഒരാൾ ചെറുപ്പക്കാരനാണെന്നു തോന്നുന്നു. നല്ലത്. യുവത്വവും യുവത്വവും. അമ്മ പറഞ്ഞിട്ടുള്ള വിദ്യയെല്ലാം മനസ്സിലോർത്തു. എത്ര തവണ റിഹേഴ്സൽ നടത്തിയിരിക്കുന്നു. ഇനി അതൊക്കെയൊന്നു പ്രായോഗിക മാക്കണം . അത്രമാത്രം. ഇതുവഴി ഇപ്പോൾ കടന്നുപോകും അതിനു മുൻപ്........ങാ ! ആ പാറയിലിരിക്കാനാണോ ഭാവം. എങ്കിൽ അത്രയും പ്രയാസം കുറഞ്ഞു പാവം താടിക്കു കൈയും കൊടുത്താണിരുപ്പ്. ശ്രദ്ധ ഇവിടെങ്ങുമല്ല. എന്തു പറ്റിയൊ ആവൊ? കവിളിലൂടെ കണ്ണിരൊഴുകുന്നല്ലോ. അതിനു താനെന്തു വേണം.? തനിക്കതൊന്നും നോക്കേണ്ട കാര്യമില്ല. ജീവിതം സുഖിക്കാനുള്ളതാണ്. രമിക്കാനുള്ളതാണ്. തന്റെ ആനന്ദമാണ് തനിക്കു വലുത്,

അയാൾ തന്നെ കാണരുത്. കണ്ടുപോയാൽ അമ്മ പറഞ്ഞിട്ടുള്ളതാണ് തന്റെ കൂട്ടരെക്കാ ണുമ്പോൾ ആളുകൾ ഓടിഒളിക്കുമെന്ന്. കരിയിലപോലും അനങ്ങി ഒരു ശബ്ദവും ഉണ്ടാകരുതെന്നു കരുതി അത്ര ശ്രദ്ധിച്ചാണു നീങ്ങിയത്, ഒരുവിധം രക്ഷപെട്ടു. എന്തൊ അഗാധ ചിന്തയിലായതു നന്നായി. അല്ലെങ്കിൽ ഇതിനകം തന്നെ കണ്ടെത്തിയേനെ. ഇനി ആ ചാഞ്ഞ

മരത്തിനടുത്തെത്തിയാൽ കാര്യം എളുപ്പമായി ഇല്ല തന്റെ സമീപനം ഒരിക്കലും, അറിയുകയില്ല ചെവിയിൽ കതിനാവെടി പൊട്ടിച്ചാൽക്കൂടി അറി യില്ലാത്ത അവസ്ഥയാണ്. ഹാ എത്തി. ഇനി പേടിക്കാനില്ല ഒരു കുതിപ്പ്. അത്രമാത്രം അടിപതറിയാൽ കാലിടറിയാൽ താഴെ വീഴും. ഇല്ല തനിക്കു അടിപതറുകയില്ല.

ഒറ്റക്കുതിപ്പ്, തെറ്റിയില്ല തോളിൽ തന്നെയാണു വീണത് പിന്നെ താമസിച്ചില്ല മിന്നൽ വേഗത്തി ലാണു കൊത്തിയത്. മർമ്മത്തിൽതന്നെ കൊള്ളുകയും ചെയ്തു. എന്ത് വാപൊളിക്കുന്നോ? ഒച്ചയൊന്നും കേൾക്കാൻ പോകുന്നില്ല. കഴുത്തിലാണു ഞാൻ ചുറ്റിയിരിക്കുന്നത് ഇതെന്റെ ആദ്യത്തെ സംരംഭമാണ്. ഇതു വിജയിച്ചില്ലെങ്കിൽ എനിക്കെന്നല്ല എന്റെ വർഗ്ഗത്തിനുതന്നെ അപമാനമാണ്.

നിൽക്കക്കെള്ളിയില്ലാതെ താഴെ വീഴുകയാണോ? ഹാ ഞാൻ വിജയിച്ചിരിക്കുന്നു. ഇനി ഒരിക്കലും എന്റെ സമൂഹത്തിൽ എനിക്കു തലകുനിക്കേണ്ടി വരുകയില്ല. ഹാ! എത്ര രസം. ലോകം കാണട്ടെ എന്റെ വിജയം , ഇന്നത്തേക്കിതു ധാരാളമാണ്,

ശരീരത്തിൽ ചുറ്റിയിരുന്ന ഭാഗങ്ങൾ സാവധാനം വിടർത്തിയെടുത്ത്, ചലനമറ്റ നീല നിറമാർന്ന ആ ജഡം വിജയിയായി ഒന്നു കടാക്ഷിച്ചിട്ടു ആ വലിയ മൂർഖൻ തന്റെ മാളത്തിലേക്കു ഇഴഞ്ഞു നീങ്ങി.

13.അവളുടെ നാട്

രാമനും രാമയ്യനും ചാളയിൽ നിന്നു പുറത്തേക്കിറങ്ങുമ്പോൾ പ്രഭാത സൂര്യൻ ഭൂമിദേവിയെ പുൽകുവാൻ വെമ്പൽ കൊള്ളുകയായിരുന്നു. ഒരിറക്കു കടുംചായ മോന്തിക്കൊണ്ടുള്ള ഇറക്കമാണ്. ഇനി ഒരു നേരമാകും തിരിച്ചെത്താൻ. ഒരു പക്ഷെ അന്തിക്കതിരവൻ കടലമ്മയുടെ മടിത്തട്ടിൽ മയങ്ങാൻ തുടങ്ങുമ്പോഴുമാവാം.

'രണ്ടു പേരും വെളിയെ പോയിടാതെ ഉള്ളയെ ഉക്കാരുങ്കൊ,'

രാമയ്യൻ തിരിഞ്ഞു ചാളയുടെ വാതിൽ മറഞ്ഞു നിൽക്കുന്ന മക്കളോട് ഉപദേശിച്ച് മുന്നോട്ടു നടന്നു.

പഴന്തുണിയും ചാക്കും തകരത്തുണ്ടുകളും കൊണ്ടു മറച്ച ചാള, പറയുന്നതിലർത്ഥമില്ല എങ്കിലും ഒരു പിതാവിന്റെ കടമ അയാൾ നിർവ്വഹിച്ചുവെന്നു മാത്രം. അനുസരണയുള്ള മക്കൾ അപ്പന്റെ വാക്കു കൾക്കു തലകുലുക്കി സമ്മതം മൂളി.

അന്യനാട്ടുകാരനായതുകൊണ്ടോ ഒപ്പം നടക്കുന്ന രാമനെ കണ്ടിട്ടൊ എന്തൊ വഴി വക്കിലുള്ളവർ അവരെ ഇമയനക്കാതെ നോക്കി നിന്നു.

പരിചയമില്ലാത്ത നാടായതു കൊണ്ടാവണം. രാമൻ ഓരോ അടി മുന്നോട്ടു വയ്ക്കുമ്പോഴും തിരിഞ്ഞു പുറകെ നടക്കുന്ന രാമയ്യനെ നോക്കി. അപ്പോഴൊക്കെ രാമയ്യന് പോകണ്ട വഴി അതു തന്നെ എന്ന മട്ടിൽ അവന് ഉത്തേജനം നൽകി. ഇടയ്ക്കു പല തവണ അവന്റെ മിഴികൾ കുടിലിന്റെ വാതിൽ ക്കൽ അവരെ അനുധാവനം ചെയ്യുന്ന രണ്ടു ജോഡി മിഴികളിൽ തറച്ചു നിന്നു. ആ കണ്ണുകൾ അവരെ വിട്ടു പിരിയാനുള്ള അവന്റെ ഹൃദയദൗർബല്യം വിളിച്ചറിയിച്ചുകൊണ്ടിരുന്നു. രാവും പകലും അവരോ ടൊത്തു കഴിയാനുള്ള അഭിവാഞ്ഛ ആ മിഴികളിൽ തെളിഞ്ഞു മിന്നി,രാമ യ്യനും പിൻതിരിഞ്ഞ് വാതിൽ ക്കൽ കാവൽ നിൽക്കുന്ന മക്കളെ വീക്ഷിച്ചു. അയാളുടെ പ്രിയപ്പെട്ടവളുടെ പ്രതിഛായകളായ ആ പെൺകുട്ടികൾ അയാളിൽ ഉറഞ്ഞു കൂടി കിടന്നിരുന്ന ദുഃഖത്തിന്റെ കയത്തിൽ അലകൾ സൃഷ്ടിച്ചു.

കറങ്ങിത്തിരിഞ്ഞു് അമ്മയുടെ നാട്ടിൽ എത്തിയിരിക്കുകയാണ വർ, പക്ഷേ ഇങ്ങനെയൊരു സന്ദർ ശനമാണോ അവർ ആഗ്രഹിച്ചിരുന്നത്?

അയാളുടെ മിഴികൾ പഴയ ഓർമ്മകളുടെ വേലിയേറ്റത്തിൽ ഈറൻ നനിഞ്ഞു.

തൊട്ടടുത്ത വാടക വീട്ടിലെ മലയാളികുടുംബത്തിന്റെ വേലക്കാരിയായി വന്നവൾ അയാളുടെ ഹൃദയ നായികയായതും തന്റേടത്തോടെ അയാളോടൊത്തു ജീവിക്കുവാൻ അയാളുടെ കുടിലിലേക്കവൾ ഇറങ്ങിച്ചെന്നതും അയാൾ ദുഃഖത്തോടെ ഓർത്തു, സ്നേഹസാന്ദ്രമായിരുന്നു വിവാഹമെന്ന കർമ്മമില്ലാതെ അവർ കെട്ടിപ്പടുത്ത ദാമ്പത്യ ജീവിതം, മലയാളത്തു മങ്കയ്ക്കൊരു തമിഴ്നാടൻ കണവൻ. പക്ഷെ ഒരിക്കൽ പോലും അവൾ അയാളെ ഒരു വെറും തമിഴനായി കണ്ടില്ല, കണവനെ കൺകണ്ട ദൈവം എന്ന ആദർശക്കാരിയായിരുന്നു അവൾ, അവളുടെ ഓരോ പെരുമാറ്റത്തിലും അതു മുന്നിട്ടു നിന്നു, ഒന്നിനു പിറകെ അടുത്തടുത്ത രണ്ടു കുഞ്ഞുങ്ങൾ കൂടി ജനിച്ചപ്പോൾ അവരുടെ ബന്ധം അരക്കിട്ടുറപ്പിക്കപ്പെട്ടു. ഓമനത്തമുള്ള പെൺകുട്ടികൾ. അവളുടെ നാടിന്റെ മഹിമയെ മാനിച്ച് അവൾ അവർക്ക് അന്നയെന്നും ചിന്നയെന്നും പേരു വിളിച്ചു. അയാളുടെ നാട്ടുരീതി അനുസരിച്ചു് അവർക്കു് അയാൾ അന്നത്താ യിയെന്നും ചിന്നത്തായി എന്നും പേരിട്ടു. ഒന്നോ രണ്ടോ വയസ്സിനു വ്യത്യാസമുണ്ടെങ്കിലും ഒരേ ഞെട്ടിൽ രണ്ടു പൂക്കളെന്ന പോലെ നീയോ ഞാനോ എന്ന മട്ടിൽ അവർ വളർന്നു. മക്കളെ നോക്കി അവൾ എപ്പോഴും ഒരു പല്ലവി ഉരുവിട്ടിരുന്നു. പെൺമക്കളാണ് വഴിപിഴച്ചു പോകരുത്. ഏതു പരിതസ്ഥിതിയിലാ യാലും കളങ്കമറ്റ പെൺ മണികളായാവണം അവർ മണിയറ പൂകേണ്ടതു്.

അവളുടെ വാക്കുകൾ വേദവാക്യം പോലെ അയാൾ കാത്തുസൂക്ഷിച്ചു. കോടാലി തോളത്തു തൊടുത്തിട്ടു പടിവാതിലുകൾ നിരങ്ങി. കാടും മലകളും ചവുട്ടി. മറ്റാരും കയറാത്ത വൻ കാടുകളിൽ ഒറ്റക്കു കടന്നുചെന്നു ആരോഗ്യമുള്ള ചെറുപ്പക്കാർ പോലും കയറാൻ മടികാണിക്കുന്ന വൻവൃക്ഷ ങ്ങളുടെ അഗ്രം വരെ കയറി ശിഖരങ്ങൾ മുറിച്ചിട്ടു. കൊത്തിക്കീറിയ വിറകു കഷണങ്ങൾ അട്ടിയട്ടിയായി അടുക്കിക്കെട്ടി വീടുകളിലോ ചന്തകളിലാ എത്തിച്ചു. എന്നും വൈകുന്നേരം തിരികെയെത്തുമ്പോൾ കൈയിൽ അത്താഴത്തിനും പിറേറന്നു അത്താഴം വരെയുമുള്ള വീട്ടുസാമാനങ്ങൾ കരുതിക്കൊണ്ടുവന്ന് പ്രിയപ്പെട്ടവളുടെ കൈയിൽ കൊടുത്തു. അല്പസ്വല്പം മിച്ചം പിടിച്ചു. പെൺകുട്ടികളല്ലേ വളർന്നു വരുന്നത്. നാട്ടുനടപ്പനുസരിച്ച് മാനം മര്യാദയായി ഇറക്കിവിടണ്ടേ? പക്ഷെ എല്ലാം ഒന്നാകെ തകർന്നു. തകർച്ചയുടെ ആദ്യം അവളുടെ തീരാനഷ്ടമായിരുന്നു. പറക്കപെറാത്ത രണ്ടു കുഞ്ഞുങ്ങളെ അയാളെ ഏൽപ്പിച്ച് മരണത്തിന്റെ ക്രൂരഹസ്തം അവളെ അയാളിൽ നിന്നും തട്ടിയെടുത്തു. പനി മൂർഛിച്ചു സന്നി പാതജ്വരമായി മാറിയ മരണം. പ്രിയപ്പെട്ടവളുടെ വിയോഗം അയാളെ

ഒരു ദുഃഖപുത്രനാക്കി മാറ്റി. തന്നെയും മരണം വിഴുങ്ങുന്നതും കാത്തു അയാളും കുടിലിനുള്ളിൽ ദുഃഖത്തിന്റെ ദിനങ്ങൾ തള്ളി നീക്കി.

വീട്ടിൽ ചടഞ്ഞു കൂടിയിരുന്നാൽ വയറുപിഴപ്പിനെന്തു ചെയ്യും, കുഞ്ഞുങ്ങളെ പട്ടിണിക്കിട്ടു കൊല്ലാനവരെന്തു തെറ്റു ചെയ്തു. നിവൃത്തിയില്ലാതെ വന്നപ്പോൾ അയാൾ പുറത്തേക്കിറങ്ങി. താങ്ങാനാ വാത്ത ദുഃഖഭാരവും പേറി മരക്കൊമ്പിൽ വലിഞ്ഞു കയറിയതു മാത്രം അയാൾക്കോർമ്മയുണ്ടു്. കണ്ണ് തുറന്നതും ആശുപത്രിക്കുള്ളിൽ. മരത്തിൽ നിന്നുള്ള വീഴ്ച ആരൊക്കെയോ താങ്ങിയെടുത്ത് ആശുപ ത്രിയിലാക്കി. ആ കിടപ്പ് ഒന്നോ ഒന്നരയോ മാസം കിടന്നു. എന്തൊക്കെയോ നഷ്ടപ്പെട്ടവനായി ആശുപത്രി വിടുമ്പോൾ ഒരു സത്യം അയാളെ പല്ലിളിച്ചു കാട്ടി. ഇനി ഒരിക്കലും മരം കയറാനാവില്ല, അതുമാത്രമല്ല കട്ടിയുള്ള ജോലികളൊന്നും തന്നെ ചെയ്തുകൂടാ.

ഉപജീവനം! അതൊരു മറികടക്കാനാവാത്ത കോട്ടയായി അയാളുടെ മുന്നിൽ ഉയർന്നു. അയാൾ പല വഴികളും ആലോചിച്ചു. പല വാതിലുകളും മുട്ടി, ഒന്നും ശരിയായില്ല. ഒടുവിലയാളൊരു തീരുമാന ത്തിലെത്തി. വീടും നാടും ഉപേക്ഷിക്കുക. മക്കളുടെ കളിക്കൂട്ടുകാരനായ രാമനെക്കൊണ്ടു ഉപജീവനം നടത്തുക. അന്തിനേരത്തു എവിടെ ചെന്നെത്തുന്നൊ അവിടെയൊരു ചാള തല്ലിക്കൂട്ടി അന്തിയുറങ്ങുക. മക്കളെ അതിലിരുത്തി രാവിലെ തോറും രാമനുമായി പുറത്തേക്കിറങ്ങുക. നാട്ടുകാർക്കു രാമനോടുള്ള പ്രതിപത്തി കുറയുമ്പോൾ ആ നാടു വിടുക.പ്രിയപ്പെട്ടവളുടെ പ്രിയപ്പെട്ട നാട്, അവളെ പരിചയപ്പെട്ട അന്നു മുതൽ ആഗ്രഹിക്കുന്നതാണ് ഇവിടെയൊന്നു കാലുകുത്താൻ. അവളോടൊപ്പം മക്കളുടെ കൈപിടിച്ച് അഭിമാനത്തോടെ കടന്നു വരേണ്ട നാടാണ്. പക്ഷെ വിധി ഈ വിധത്തിലാണിവിടെയെത്താൻ പാതയൊരുക്കിയതു്.

തിരക്കൊഴിഞ്ഞ പാതയുണ്ടാക്കിയ സ്വാതന്ത്ര്യം രാമനെ ഉത്സാഹത്തിമിർപ്പോടെ മുന്നോട്ടോടാൻ പ്രേരിപ്പിച്ചപ്പോൾ രാമയ്ന് പരിസരബോധം വന്നു.

കെട്ടും മട്ടും കണ്ടിട്ട് ഒരു സ്കൂൾ കെട്ടിടമാണെന്നു തോന്നി രാമയ്ന്, ഗേററിനകത്തും പരിസരങ്ങ ളിലുമായി ചുറ്റിക്കറങ്ങുന്ന കുട്ടികളെ കണ്ടപ്പോഴാണ് രാമയ്ൻ താൻ പിന്നിട്ട സമയത്തെക്കുറിച്ച് ബോധ വാനായതു്.

ഇവിടെയാകട്ടെ ആരംഭം. കാരുണ്യത്തിന്റെ മൂർത്തിമത് ഭാവങ്ങളാണ് തന്റെ നാട്ടുകാരെന്ന് അവൾ എത്ര തവണ

ഉൽഘോഷിച്ചിരിക്കുന്നു.   ഇന്നറിയാം   അവളുടെ   വാക്കിനെന്തു വിലയുണ്ടെന്ന്. മലയാള മണ്ണിനു എന്തു ഗുണമുണ്ടെന്ന് .

രാമയ്യൻ പൊതു നിരത്തിൽ സ്കൂൾ ഗേറ്റിനു സമീപത്തായി തന്റെ ആസ്ഥാനമുറപ്പിച്ചു. തോളത്തെ മുഷിഞ്ഞ തോർത്തെടുത്ത് അരയിൽ കെട്ടി നിലത്തു ചമ്രം പടഞ്ഞിരുന്നു. ചെണ്ടയിൽ കൊട്ടി അയാളൊരു ശബ്ദം പുറപ്പെടുവിച്ചു.   രാമനുള്ള   സിഗ്നലായിരുന്നു   അതെന്നു   രാമനും അയാൾക്കും മാത്രമെ അറിയാമായിരുന്നുള്ളൂ. രാമൻ അതു കേൾക്കാത്ത താമസം രാമയ്യന്റെ മുന്നിൽ ചെന്ന് അറ്റൻ ഷനായി നിന്നു, അടുത്ത ആജ്ഞ സ്വീകരിക്കാൻ. അതനുസരിച്ച് പ്രവർത്തിക്കാൻ.

ആദ്യമായി കാണുന്നൊരു കാഴ്ച പോലെ ജിജ്ഞാസാഭരിതരായ കുട്ടികൾ കൗതുകത്തോടെ ഓടിക്കൂടി. രാമയ്യനും അവരുടെ കണ്ണുകളിൽ നിഴലിട്ട ഔത്സുക്യം പ്രോത്സാഹജനകമായിരുന്നു.അയാൾ രാമനു പല നിർദ്ദേശങ്ങളും കൊടുത്തു.

"രാമാ! പിള്ളെകളുക്കു സലാം പോടടാ,"

'രാമാ! തലയെ കീളെ പോട്ടു നടടാ, ''

"രാമാ ഡാൻസാടടാ, ''

"രാമാ ! മാർച്ച് പാസ്റ്റ് പോടടാ.''

രാമൻ ഓരോന്നും വളരെ തന്മയത്വ പൂർവ്വം പ്രകടിപ്പിക്കുന്നതു കണ്ടപ്പോൾ കുട്ടികൾ കൈയടിച്ചു രാമനെ അഭിനന്ദിച്ചു. ആ അഭിനന്ദനം രാമയ്യനു് ഉത്തേജദായകമായിരുന്നു. ഇതാണു പറ്റിയ സന്ദർഭം. അയാൾ രാമനോടു പറഞ്ഞു.

'രാമ ! പസങ്കൾ കിട്ടെ കാസു കേളടാ'.

രാമൻ അവർക്കു ചുറ്റും വലയം സൃഷ്ടിച്ച ഓരോരുത്തരേയും സമീപിച്ച് അവന്റെ കുഞ്ഞിക്കൈ നീട്ടി.

കല്ലെറിഞ്ഞ കാക്കക്കൂട്ടം പോലെ ചുറ്റും നിന്ന കുട്ടികൾ കാഴ്ച മതിയാക്കി ഓടിയകന്നപ്പോൾ രാമയ്യന്റെ കണക്കുകൂട്ടലുകൾ തെറ്റി. ചുരുക്കം ചില കുട്ടികൾ അവർ വണ്ടിക്കൂലിക്ക് വേണ്ടിയോ പുസ്തകമോ ബുക്കോ   വാങ്ങാനായൊ കൊണ്ടു വന്നിരിക്കുന്ന പൈസയിൽ നിന്നു

രാമന്റെ കയ്യിലിടാൻ എന്തെങ്കിലും കാണുമോ എന്ന് മനക്കണക്ക് കൂട്ടി അവരവരുടെ പോക്കറ്റുകളിൽ പരതി. മറ്റു ചില കുട്ടികൾ തങ്ങൾ ഐസ്ക്രീമും നിലക്കടലയും വാങ്ങാനായി കൊണ്ടു വന്നിരിക്കുന്ന പൈസ എങ്ങനെ രാമനു കൊടുക്കും എന്ന് ചിന്താക്കുഴപ്പത്തിൽ നിന്നു. വേറെ ചില കുട്ടികൾ എന്തും വരട്ടെ എന്ന ഭാവത്തിൽ രാമന്റെ കൈയിലേയ്ക്ക് എന്തൊക്കെയാ ഇട്ടു കൊടുത്തു. സ്കൂളിൽ ബല്ലടിച്ചപ്പോൾ രാമയ്യൻ രാമനെ അരികിൽ വിളിച്ച് അവന്റെ കയ്യിലിരുന്ന പണം വാങ്ങി എണ്ണി നോക്കി അയാളുടെ ചങ്കിടിച്ചു പോയി. വെറും പതിനഞ്ചു പൈസാ മാത്രം , കണ്ണുകൾ നിറയാതിരിക്കാൻ പണിപ്പെട്ട് അയാൾ സ്വയം സമാധാനിച്ചു. പള്ളിക്കൂടം കുട്ടികളല്ലേ അവരുടെ പക്കൽ എന്തു പൈസ കാണാൻ? രാമയ്യൻ മെല്ലെ എഴുന്നേറ്റു ഭാണ്ഡം മുറുക്കി രാമനേയും കൂട്ടി നടന്നു.

അന്തിയാകുവോളം നഗരത്തിന്റെ പല ഭാഗങ്ങളിലായി രാമയ്യൻ താവളമടിച്ചു. രാമന്റെ അഭ്യാസപ്രകടനങ്ങൾ കാഴ്ച വച്ചു. പക്ഷെ വലിയ മെച്ചമൊന്നുമുണ്ടായില്ലെന്നു മാത്രമല്ല അന്നാട്ടിലെ മനുഷ്യരുടെ മനസ്ഥിതി ഏതു തരത്തിലുള്ളതാണെന്ന് പഠിച്ചെടുക്കാൻ രാമയ്യനു സാധിക്കുകയും ചെയ്തു. സിനിമാ പോസ്റ്ററുകളിൽ കണ്ണു നട്ടു നാൽക്കവലകളിൽ, വഴി നടന്നു പോകുന്ന ലലനാമണി കളെ കണ്ടു കൺകുളിർത്തു നിൽക്കുന്ന പൂവാലന്മാരുടെയും മടിശീല വീർത്ത കുഞ്ഞച്ചന്മാരുടേയും അഭിരുചികൾ അയാൾ മനസ്സിലാക്കി, അവരുടെ മടിശീലകൾ എവിടെ അഴിഞ്ഞു വീഴുമെന്നയാൾ സങ്കല്പിച്ചു.

'എന്തായിത് കുരങ്ങുകളിയൊ ഞാൻ കരുതി വല്ല പതിനാറിന്റേം നഗ്ന നൃത്തമായിരിക്കുമെന്ന് , കുരങ്ങുകളി എന്തു കാണാനാടോ, അങ്ങോട്ടു മാറി നിന്നാൽ നല്ല വല്ല ചരക്കുമുണ്ടോന്നു നോക്കാം.'

പലരും ആൾക്കൂട്ടത്തിനിടയിലൂടെ എത്തിനോക്കി കമന്റു പാസ്സാക്കി കടന്നു പോകുന്നതു രാമയ്യന്റെ ശ്രദ്ധയിൽ പെടാതിരുന്നില്ല. തമിഴ്നാട്ടുകാരനായതുകൊണ്ട് മലയാളം മനസ്സിലാവില്ലെന്നവർ തെറ്റിദ്ധരിച്ചിരിക്കും .

വഴി വിളക്കുകൾ കണ്ണ് ചിമ്മിത്തുറന്നപ്പോൾ രാമയ്യൻ മതിയാക്കി. മടിയിൽ വീണ ചില്ലറത്തുട്ടുകൾ എണ്ണിത്തിട്ടപ്പെടുത്തുമ്പോൾ രാമയ്യൻ ഒരു തീരുമാനത്തിലെത്തി. നാടോടുമ്പോൾ നടുവെ ഓടുക.

ദിവസവും ഒരിറക്കു മോന്തുന്നതാണ് എല്ലാം മറക്കാൻ ക്ഷീണം തീർന്നുറങ്ങാൻ ഇന്ന് അതിനു പോയിട്ടു അരി തികച്ചു വാങ്ങാൻ പറ്റിയില്ല ചാളയിൽ ഉറങ്ങാനാവാതെ കിടക്കുന്ന പ്രിയപ്പെട്ട പിതാവിന്റെ ഹൃദയവ്യഥ മക്കൾ മനസ്സിലാക്കിയില്ല. ഉത്തുംഗസൗധങ്ങൾ തിങ്ങി നിറഞ്ഞ, തെങ്ങിൻ

തലപ്പുകൾ കാറ്റിലു ലയുന്ന, പച്ചിച്ച പാടങ്ങൾ മോടിപിടിപ്പിക്കുന്ന പുതിയ നാടിനെക്കുറിച്ചായിരുന്നു അവരുടെ സംസാരം മുഴുവൻ. ഇത്ര നല്ലൊരു നാടും അവരുടെ ദേശാടനത്തിനിടയിൽ ആദ്യമായാണു കാണുന്നത്. അമ്മ വരച്ചു കാട്ടിയ അമ്മയുടെ നാട് ഇത്ര സൗന്ദരൈശ്വര്യങ്ങളുടെ വിള നിലമായിരിക്കുമെന്നും ഒട്ടും പ്രതീ ക്ഷിച്ചിരുന്നില്ല അവർ.

പിറേന്നു രാമനുമൊത്തിറങ്ങുമ്പോൾ രാമയ്യൻ ഒപ്പം മക്കളേയും ചേർത്തു. പലപ്പോഴും ആഗ്രഹം പ്രകടിപ്പിച്ചിട്ടു പോലും ഒരിക്കലും തന്നോടൊത്തു ചുറ്റിക്കറങ്ങാൻ പെൺകുട്ടികളെ അനുവദിക്കാതിരുന്ന പിതാവ് ഇപ്പോൾ ആവശ്യപ്പെടാതെതന്നെ തങ്ങൾ കൂടി ഒപ്പം ചെല്ലണമെന്ന് താൽപ്പര്യപ്പെട്ടതിൽ അത്മുത പ്പെട്ടുകൊണ്ടും ഉള്ളതിൽ മെച്ചപ്പെട്ട വേഷങ്ങളണിഞ്ഞും അവർ പുറത്തു വന്നപ്പോൾ രാമയ്യൻ പുഞ്ചി രിച്ചു. ആ പുഞ്ചിരിയുടെ അർത്ഥമിതായിരുന്നു. ഇന്ന് ചൂണ്ടയിൽ കൊരുക്കുന്ന ഇര വളരെ ബലമുള്ളതാണ് അപ്പോൾ കൊത്തുന്നതും അതിനനുസരിച്ചാവണം.

തലേന്നാളത്തെപ്പോലെ അന്നും രാമയ്യൻ നഗരത്തിന്റെ പല ഭാഗങ്ങ ളിലും താവളമടിച്ചു. ഒരു വ്യത്യാസം മാത്രം. തലേന്ന് അഭ്യാസ പ്രകടനങ്ങൾ നടത്തിയത് രാമനായിരുന്നെങ്കിൽ അന്നത്തേത് കൗമാരത്തിൽനിന്ന് യൗവന ത്തിലേക്ക് കാലൂന്നികൊണ്ടിരുന്ന പ്രിയപ്പെട്ട മക്കളായിരുന്നു. രാമനു കൊ ടുത്ത ചെണ്ടയിൽ അവൻ താളം തുടങ്ങിയപ്പോൾ ഇളയവൾ പാടിയ പാട്ടി നൊത്ത് മൂത്തവൾ അംഗങ്ങൾ ചലിപ്പിച്ച് നൃത്തം ചവിട്ടി. അപ്പോൾ ചുറ്റും തിങ്ങിക്കൂടിയ ജനത്തെ കണ്ട് രാമയ്യൻ പോലും അത്മുതപ്പെട്ടുപോയി തമാ ശക്കു വേണ്ടിയാണെങ്കിലും അടുത്ത വീട്ടിലെ പെണ്ണ് മക്കളെ വിളിച്ച് നൃത്ത ത്തിന്റെ ചുവടുകൾ പഠിപ്പിച്ചത് എത്ര നന്നായി, എന്നയാൾ ഓർത്തു.

അന്നു നാലുമണിയോടടുക്കുന്നതിനു മുൻപു തന്നെ രാമയ്യന്റെ മടിശ്ശീല നിറഞ്ഞു. അയാളതെണ്ണി നോക്കി തലേന്നത്തിന്റെ പത്തിരട്ടി.രാമയ്യനു സന്തോഷാധിക്യത്താൽ പൊട്ടിച്ചിരിക്കണമെന്ന് തോന്നി, കുശാലായ ഒരത്താഴ വിരുന്നിനുള്ള സാധന സാമഗ്രികളോടൊപ്പം ഒരു കുപ്പിയും സജ്ജമാക്കി രാമയ്യൻ മക്കളോടൊപ്പം ചാളയെ ലക്ഷ്യമാക്കി നടന്നു, രാമയ്യന്റെ മനസ്സിന്റെ പ്രതിഫലനം പോലെ അയാളുടെ ചുണ്ടിൽ നിന്നും ഏതോ ഒരു തമിഴ് പാട്ടിന്റെ ഈരടി ഉതിർന്നു കൊണ്ടിരുന്നു, രാമനും മുൻപിൽ ചാഞ്ചാടി നിന്ന് അവന്റെ സന്തോഷം വെളിപ്പെടുത്തി. വിജനമായ പാതയിലേക്കു പ്രവേശിച്ചിരുന്നതു കൊണ്ട് രാമന് യഥേഷ്ടം ചാടിനടക്കാമായിരുന്നു. പെട്ടെന്നു ചീറിപ്പാഞ്ഞു വന്ന ഒരു കാറ് കണ്ട് രാമയ്യനും മക്കളും ഓരം ചേർന്നു. എത്ര ശ്രമിച്ചിട്ടും അതു അവരിലൊരാളെ തട്ടിത്തെറിപ്പിക്ക തന്നെ ചെയ്തു. ദൂരെ തെറിച്ചുവീണ ഇളയ മകളെ കണ്ടു ചേച്ചിയും അപ്പനും പൊട്ടിക്കരഞ്ഞു.ഒരാക്സിഡന്റ് വരുത്തിവച്ച സാഹചര്യത്തിനു രാമയ്യനേയും മക്കളേയും പുലഭ്യം പറഞ്ഞുകൊണ്ടു

കാറിലുണ്ടായിരുന്ന ചെറുപ്പക്കാർ ചിന്നത്തായിയെ കോരിയെടുത്ത് കാറിലാക്കി ആശുപത്രിയിലെത്തിക്കുവാനുള്ള വ്യഗ്രത യോടെ, ഒപ്പം കണ്ണുനീർ വീഴ്ത്തിക്കൊണ്ടു ചാടിക്കയറിയ രാമയ്യനേയും മകളേയും അവർ പിന്തിരിപ്പിച്ചു. രാമനെ കാറിൽ കയറ്റാൻ സാധിക്കില്ലത്രെ. രാമയ്യൻ അല്പനേരം കുഴങ്ങി നിന്നു. രാമനെ ഉപേക്ഷിക്കു കയോ? പിന്നെ നാളെ എന്തു ചെയ്യും? ഒടുവിൽ അന്നത്തായിയെ രാമനെ കാവലേൽപ്പിച്ച് ഒരു മരത്തണലിലിരുത്തി രാമയ്യൻ ഇളയ പുത്രിയോടൊപ്പം കാറിൽ കയറി.

രാമയ്യനേയും മകളേയും ആശുപത്രിക്കെട്ടിടത്തിലാക്കി കാർ വീണ്ടും പുറത്തേക്കു പാഞ്ഞു. ഡോക്ടറും നേഴ്സുമാരും മാറിമാറി പയറ്റിനോക്കി പിൻവാങ്ങിയ മകളുടെ ചലനമറ്റ ശരീരത്തിൽ നോക്കി ആ പിതാവ് ഒട്ടുനേരം നിശ്ചലനായി നിന്നു, പിന്നീട് വെള്ളവിരിപ്പ് വലിച്ചുമൂടിയ ഓമന മകളുടെ തണുത്തു തുടങ്ങിയ ശരീരത്തിൽ വീണയാൾ പൊട്ടിക്കരഞ്ഞു.

പരിസരബോധം വന്നപ്പോൾ രാമയ്യൻ ജീവിച്ചിരിക്കുന്ന മകളെക്കുറിച്ചോർത്തു. അവളെ വിളിച്ചുകൊണ്ടു വരണം. പൊന്നനുജത്തിയുടെ മുഖം അവസാനമായി അവളും ഒരു നോക്കു കണ്ടു കൊള്ളട്ടെ.

തപ്പിത്തടഞ്ഞു വഴി തെരഞ്ഞു പിടിച്ചു മകളെ ഇരുത്തിപ്പോന്ന വൃക്ഷച്ചുവട്ടിൽ ചെന്നപ്പോൾ തികഞ്ഞ വിജനതയാണ് ആ പിതാവിനെ എതിരേറ്റതു. അല്പം അകലെയായി അനാഥനാക്കപ്പെട്ടവ നെപ്പോലെ അലഞ്ഞു നടന്ന രാമനെക്കണ്ട് അയാൾ ദിഗന്തങ്ങൾ പൊട്ടുമാറ് ഉച്ചത്തിൽ വിളിച്ചു.

'അന്നത്തായി........!

ആ വിളി അയാൾ പലതവണ ആവർത്തിച്ചു. പക്ഷെ ഒരു ദിക്കിൽ നിന്നും അതിന്റെ മറുപടി പൊന്തി വന്നില്ല. എണ്ണക്കറുപ്പിലും ഏഴഴകുള്ള ആ പെൺകുട്ടികളിൽ കണ്ണുടക്കിയ ഒരു കൂട്ടം കാമാസ ക്തർ കരുതിക്കൂട്ടി ഒരുക്കിയ ഒരു കെണിയായിരുന്നു അതെന്ന് ആ വൃദ്ധ പിതാവ് ലേശം പോലും ശങ്കിച്ചില്ല. .അയാൾക്കു ചെറുതായൊരാഘാത മേൽപ്പിച്ച് വഴിയരികിൽ തള്ളിയിട്ട് രണ്ടുപേരെയും കൊണ്ടു കടന്നു കളയാമെന്നായിരുന്നു അവർ നെയ്ത വല. പക്ഷെ അവരുടെ കണക്കു കൂട്ടലിൽ ചെറിയൊരു പാകപ്പിഴ പറ്റി.

പിറേന്നു നഗരം കണ്ടത് ശരീരമാസകലം ക്ഷതങ്ങളേറേ നിലയിൽ തണുത്തു മരവിച്ചു കിടന്ന രണ്ടു ശവ ശരീരങ്ങളായിരുന്നു. ഒന്നു

നഗരത്തിന്റെ ഹൃദയഭാഗത്തുതന്നെ കുസൃതിക്കുട്ടന്മാരായ തെരുവു കുട്ടികളുടെ അടിയും കല്ലേറും കൊണ്ടു കീറി മുറിഞ്ഞ് അവശനാക്കപ്പെട്ട രാമൻ. രണ്ടാമത്തേതു് ഓരോണം കേറാമൂലയിൽ നഖ ദന്തക്ഷതങ്ങളേററ് നഗ്നത മറയ്ക്കാൻ പോലും ഉടുതുണിയില്ലാതെ മരവിച്ചു കിടന്ന ഒരു മധുരപ്പതിനേഴുകാരിയുടെ.

പോലീസുകാർ എത്തിച്ച ആ ശരീരം അറുത്തുമുറിക്കപ്പെട്ട നിലയിൽ ഏറെറടുക്കാനാളില്ലാത്ത മറെറാരു പെൺകുട്ടിയുടെ ശരീരത്തോടൊപ്പം ആശുപത്രി കെട്ടിടത്തിനുള്ളിൽ വിറങ്ങലിച്ചു കിടന്നു. അപ്പോഴും നഗരത്തിന്റെ വിരിമാറിലൂടെ ഒരു വൃദ്ധൻ അലഞ്ഞു നടക്കുന്നുണ്ടായിരുന്നു. മക്കളെ പേരു ചൊല്ലി വിളിച്ചു കൊണ്ട് അരികത്തില്ലാത്ത രാമനു നിർദ്ദേശങ്ങൾ കൊടുത്തു കൊണ്ടു. ചിലപ്പോൾ പൊട്ടിച്ചിരിച്ചു കൊണ്ട്, പ്രിയപ്പെട്ടവളുടെ വാക്കിനെ മാനിച്ചു പെൺമക്കളെ പവിത്രരായി കാത്തുസൂ ക്ഷിച്ചു മണിയറ പൂകിക്കാൻ വെമ്പൽ കൊണ്ടു നടന്ന പ്രീയപ്പെട്ട പിതാവ്.

14.സ്റ്റെല്ല മേരി ഡിക്രൂസ്.

തോളറ്റം ബോബു ചെയ്ത്, ഷാംപൂവിട്ട്, മിനുക്കിയ മുടി. കവിളിൽ റൂഷ്. ചുണ്ടിൽ ലീപ്സ്റ്റിക് മിഴികളിൽ മ സ്കാര. കഴുത്തിലും കയ്യിലും പേളിന്റെ ആഭരണങ്ങൾ. നീട്ടി വളർത്തിയ നഖങ്ങളിൽ ക്യൂടെക്സ് . കടും നിറത്തിലുള്ള വേഷങ്ങൾ. മടമ്പുയർന്ന ബാക്ക് സ്ട്രാപ്ഡ് സ്ളിപ്പേഴ്സ് അതായിരുന്നു സ്റ്റെല്ല. സുന്ദരിയായ സ്റ്റെല്ല മേരി ഡിക്രൂസ് നഗരത്തിലെ ഏക വനിതാ കോളേജിലെ ഏക ആംഗ്ലോ ഇൻഡ്യൻ പെൺകുട്ടി.

ചിവീടിനെപ്പോലെ സദാ ചിലച്ച് നടക്കുന്ന പെൺകുട്ടി. അഭിപ്രായങ്ങൾ വെട്ടിത്തുറന്നു പറഞ്ഞ് വഴക്കു വിലയ്ക്കു വാങ്ങുന്ന പെൺകുട്ടി. തമാശകൾ പൊട്ടിച്ച് മറ്റുള്ളവരെ പൊട്ടിച്ചിരിപ്പിച്ച് സ്വയം പൊട്ടിച്ചിരിച്ചു പാറി നടക്കുന്നു പെൺകുട്ടി.

ഹോസ്റ്റൽ വരാന്തകളിലും പൂന്തോപ്പിലും ഒപ്പം ശാലിനി എന്ന ശാലീനയായ കൂട്ടുകാരി. അമിത ഭാഷിയായ സ്റ്റെല്ലയും മിതഭാഷിയായ ശാലിനിയും എങ്ങനെ കൂട്ടുകാരായി? വിഭിന്ന സംസ്കാരങ്ങളുടെ പ്രതീകങ്ങളായ ആ രണ്ടു പെൺകുട്ടികൾക്ക് എങ്ങനെ ഒരുമിച്ച് നടക്കാനാകുന്നു? പലരുടെയും മനസ്സിൽ ഉത്തരം കിട്ടാത്ത ചോദ്യങ്ങളായിരുന്നു അവ.

കോളജിനു പുറത്ത് കൂടെ സുമുഖനായ പ്രകാശ് എന്ന ചെറുപ്പക്കാരൻ, ഹോട്ടലുകളിൽ, സിനിമാ തീയേറ്ററുകളിൽ, പാർക്കുകളിൽ, ബീച്ചിൽ ....എവിടെയും.

സ്റ്റെല്ലയും ശാലിനിയും പ്രകാശ് എന്ന ചെറുപ്പക്കാരനെ പരിചയപ്പെട്ടതും ഒരു പ്രത്യേക സാഹചര്യ ത്തിലായി രുന്നു അതുകൊണ്ടു തന്നെയാവണം ആ സൗഹൃദം വളർന്നു വലുതായി മറ്റെന്തൊക്കെയൊ ആയി മാറിക്കൊണ്ടിരു ന്നതും.

'ഇതു ഞങ്ങളുടെ കഥ' എന്ന സിനിമ കവിഞ്ഞ സദസ്സുമായി ഓടിക്കൊണ്ടിരുന്ന ഒരു സന്ദർഭം. തിയേറററിലെ ഇരുളടഞ്ഞ കോണിൽ നിന്നും നിശബ്ദതയുടെ നിഗൂഢതയിൽ ' അയ്യോ എന്റെ അമ്മേ' എന്നൊരു ദീനരോദനം ഉയർന്നു. അതൊരു പുരുഷശബ്ദമായിരുന്നു. കാര്യമറിഞ്ഞപ്പോൾ ചുറ്റുമുണ്ടാ യിരുന്ന പ്രേക്ഷകരിൽ ചിലർ ഊറിച്ചിരിച്ചു. ചിലർ പൊട്ടിച്ചിരിച്ചു. ചില പെൺകുട്ടികൾ കയ്യടിച്ച് അഭിന ന്ദനം പാസ്സാക്കി.

സ്റ്റെല്ലയും ശാലിനിയും ഇരുന്ന സീറ്റിനു പിന്നിലായിരുന്നു അന്നു പേരറിയാൻ പാടില്ലാത്ത ആ ചെറുപ്പക്കാരൻ. ലൈററുകളണഞ്ഞപ്പോൾ ചെറുപ്പക്കാരനിലെ കുസൃതി ഫണമുയർത്തി. മുന്നിലിരിക്കുന്ന പെൺകുട്ടിയെ ഒന്നു സ്പർശിക്കണം. ശാലിനിയായിരുന്നു മുന്നിൽ. ചെറുപ്പക്കാരൻ മുന്നോട്ടല്പം ആഞ്ഞി രുന്നു സീററിനു മുകളിലൂടെ കൈവെച്ച്. ശാലിനിയുടെ തോളത്തു തന്നെ. ശാലിനി ഞെട്ടി. തിയേറററാണ്. വളരെയധികം ആൾക്കാർ കൂടുന്ന സ്ഥലം.നാലുപേരറിഞ്ഞാൽ നാണക്കേടു തനിക്കു മാത്രം. കളങ്കം വരുന്നത് തന്റെ പേരിനു മാത്രം. അവളതറിഞ്ഞതായി ഭാവിച്ചില്ല. ശാലിനിയുടെ പെരുമാററം ചെറുപ്പക്കാ രനെ അല്പം കൂടി തന്റേടിയാക്കി. എങ്കിൽ ഇവളെ ഒന്നു ചുംബിച്ചാലോ? ചെറുപ്പക്കാരൻ അതിനുള്ള തയ്യാറെടുപ്പിലായിരുന്നു. സ്റ്റെല്ലയുടെ ഏറുകണ്ണുകൾ ശാലിനിയുടെ പുറകിലൂടെ ഇതെല്ലാം ശ്രദ്ധിക്കു ന്നുണ്ടായിരുന്നു, അവളുടെ കൈവിരലുകൾ നീണ്ടുചെന്നതു ചെറുപ്പക്കാരന്റെ ശ്രദ്ധയിൽ പെട്ടിരുന്നില്ല. അവളുടെ കൈക്കുള്ളിൽ ഒതുക്കിപ്പിടിച്ചിരുന്ന അവളുടെ ഫ്രോക്കിന്റെ പിൻ അയാൾ കണ്ടിരുന്നില്ല. ചുംബിക്കാനാഞ്ഞ അയാളുടെ മുഖത്തേററ സൂചിക്കുത്തിന്റെ പ്രത്യാഘാതമായിരുന്നു ആ തിയേറററിലെ നിശബ്ദതയിൽ മാറ്റൊലിക്കൊണ്ടത്.

" അവനിട്ടു രണ്ടു കൊട്, ' അവനേം അവളേം കൂടെ ക്യാബിനിലേക്ക് വിടു',

ആൾക്കൂട്ടത്തിൽ അവിടവിടെ നിന്നായി അശരീരികൾ ഉയർന്നു തുടങ്ങി.

രംഗം കൂടുതൽ വഷളാകാനും തങ്ങളെ ആൾക്കാർ മനസ്സിലാക്കാനും സാധ്യതയുണ്ടെന്നു തോന്നിയപ്പോൾ ശാലിനി എഴുന്നേററു. ശാലിനിയുടെ നിർബന്ധത്തിനു വഴങ്ങി സ്റ്റെല്ലയും. വഴിനീളെ ശാലിനിയെ ഭള്ളുപറഞ്ഞു കൊണ്ടു സ്റ്റെല്ലയും സ്റ്റെല്ലയുടെ എടുത്തുചാട്ടത്തെ ദുഷിച്ചു കൊണ്ട് ശാലിനിയും നടന്നു.

പിറേറന്നു വൈകുന്നേരം കോളേജ് വിട്ട് ഹോസ്റ്റലിലെത്തിയ സഖികൾ ശാലിനിയുടെ മുറിക്കു ള്ളിൽ സൊറ പറഞ്ഞിരിക്കുമ്പോൾ ആരോ വന്നു പറഞ്ഞു.

'സ്റ്റെല്ലക്കും ശാലിനിക്കും വിസിററർ'

രണ്ടുപേരെയും ഒരുമിച്ച് കാണാനാരവും എത്തിയിരിക്കുക എന്നാലോചിച്ചുകൊണ്ടു രണ്ടുപേരും വിസിറേററഴ്സ് റൂമിൽ കടക്കുമ്പോൾ

കസേരയിൽ നിന്നെഴുന്നേററു ഭവ്യതാപൂർവ്വം മാറിനിൽക്കുന്ന തലേന്നു കണ്ട സുന്ദരനായ ചെറുപ്പക്കാരൻ. സ്റ്റെല്ലയ്ക്കു കഠിനമായ കോപമാണു തോന്നിയതു്. സിനിമാ കാണാനോ സമ്മതിച്ചില്ല. ഇപ്പോഴിതാ ഹോസ്റ്റലിലും എത്തിയിരിക്കുന്നു. എന്തിന്റെ പുറപ്പാടാണോ എന്തോ?

സ്റ്റെല്ല അവൾക്കു തോന്നിയ മട്ടിൽ കുറെയേറെ ശകാരവർഷങ്ങൾ ചൊരിഞ്ഞു. അപ്പോഴൊക്കെ ശാലിനി സ്തബ്ദയായി നിൽക്കുകയായിരുന്നു. ശരവർഷം പോലെ സ്റ്റെല്ലയിൽ നിന്നടർന്നുവീണ ഭർത്സന വാക്കുകൾ ഒട്ടൊന്നടങ്ങിയപ്പോൾ ചെറുപ്പക്കാരൻ മുരണ്ടു.

'ഞാൻ ക്ഷമ ചോദിക്കാനാണ് വന്നതു' വെറുതെ ഒരു തമാശ തോന്നിയതാണ്, അതിത്രമേൽ ആഘാതം സൃഷ്ടിക്കുമെന്നോർത്തില്ല. ഞാൻ മൂലം നിങ്ങൾക്കു സിനിമ കാണാനൊത്തില്ല. ആളുകളിൽ നിന്നും അപഹാസവും ഏൽക്കേണ്ടി വന്നു '

പെട്ടന്നു ചൂടാവുകയും പെട്ടന്നു തണുക്കുകയും ചെയ്യുന്ന ഒരു സ്വഭാവക്കാരിയായിരുന്നു സ്റ്റെല്ല. ചെറുപ്പക്കാരന്റെ വാക്കുകൾ അവളിൽ സഹതാപം ഉണർത്തി.

പാവം! പ്രായത്തിന്റെതായ ഒരു ചാപല്യം കാട്ടി. ഇതല്ലെ ചെയ്തുള്ളു കഷ്ടം! തന്റെ വാക്കുകൾ അല്പം അതിരു കടന്നു പോയി.

പിന്നെ പരിചയപ്പെടലായി പരിചയപ്പെടുത്തലായി. അന്നുമുതൽ പ്രകാശ് സ്റ്റെല്ലയുടെ ഒരു നിത്യ സന്ദർശകനായിരുന്നു. ചിലപ്പോഴൊക്കെ സ്റ്റെല്ലയുടെ നിർബന്ധത്തിനു വഴങ്ങി ശാലിനിയും ആ വിസിറേഴ്സ് റൂമിൽ ഹാജർ കൊടുത്തിരുന്നു.

ഒരു സുപ്രഭാതത്തിൽ കോളേജ് ഹോസ്റ്റൽ ഉണർന്നതു ഞെട്ടിപ്പിക്കുന്ന ആ വാർത്ത കേട്ടാണ്. സ്റ്റെല്ല അവളുടെ ബഡ്ഡിൽ മരിച്ചു കിടക്കുന്നു. മേശപ്പുറത്തു സ്ലീപ്പിംഗ് പിൽസിന്റെ ഒഴിഞ്ഞ കുപ്പി. ഒപ്പം മമ്മിക്കും ഡാഡിക്കുമുള്ള ഒരെഴുത്തും. ജീവിതത്തോടുള്ള താൽപ്പര്യം നശിച്ചിരിക്കുന്നതുകൊണ്ടു ആത്മഹത്യ ചെയ്യുന്നു. അത്ര മാത്രം.

കേട്ടവർ കേട്ടവർ ഓടിയെത്തി. കണ്ടവർ കണ്ടവർ മൂക്കത്തു വിരൽ വച്ചു. സ്റ്റെല്ല എന്തിനിതു ചെയ്തു? പ്രകാശ് വെറുമൊരു ബോയ് ഫ്രണ്ടല്ല തന്റെ വുഡ്ബിയാണ്, അടുത്ത മിഡ്സമ്മർ വെക്കേഷ നിൽ മാര്യേജുണ്ടാവും എന്നു പറഞ്ഞു ചാടിത്തുള്ളി നടന്നിരുന്ന പെൺകുട്ടിയാണ്. പിന്നെന്തു സംഭവിച്ചു?

പ്രകാശുമായി പങ്കിട്ട ഉല്ലാസകരങ്ങളായ സായം സന്ധ്യകളുടെ പരിണിതഫലം അവളിൽ രൂപമെടുത്തു തുടങ്ങിയിരിക്കുമോ? എങ്കിൽ മറ്റെന്തിനെയും പോലെ ലാഘവബുദ്ധിയോടെ അതു കൈകാര്യം ചെയ്യാൻ സ്റ്റെല്ല എന്തു കൊണ്ടു കൂട്ടാക്കിയില്ല?

ഹോസ്റ്റലിൽ സ്റ്റെല്ലയുമായി അടുത്തും അകന്നും ഇടപഴകുന്ന അന്തേവാസികൾ കൂടിയിരുന്നു കഴിഞ്ഞു പോയ നാളുകളിലെ സ്റ്റെല്ലയുടെ രൂപഭാവങ്ങളെ വിലയിരുത്തി.

പോസ്റ്റുമോർട്ടം റിപ്പോർട്ടിൽ അവരുടെ സംശയം അസ്ഥാനത്താണെന്നു കണ്ടപ്പോൾ അവർ വീണ്ടും ഒത്തു കൂടി. ആരോപറഞ്ഞു.

സ്റ്റെല്ല ഒരു നിത്യരോഗിയാണ്. ഹാർട്ടിന്റെ വാൽവിനു തകരാറു്. ഇന്നല്ലെങ്കിൽ നാളെ സമീപ ഭാവിയിൽ മരണം നിശ്ചയം.

ശാലിനി പറഞ്ഞറിഞ്ഞ വസ്തുതയായതുകൊണ്ടു അതു അവിശ്വസിക്കാൻ സാധ്യമല്ല. പക്ഷെ സ്റ്റെല്ലയെപ്പോലെ കാഴ്ചയ്ക്കു ആരോഗ്യവതിയായ ഒരു പെൺകുട്ടി തീരാരോഗിയാണെന്നു പറഞ്ഞാൽ ആർക്കു വിശ്വസിക്കാനാവും? ആണെങ്കിൽ തന്നെ ശാസ്ത്രത്തിനു വിട്ടു കൊടുക്കാതെ സ്റ്റെല്ല ഈ വഴി തെരഞ്ഞെടുത്തതെന്ത്?

ഉത്തരം കിട്ടാത്ത ഒരു കടംകഥയായി, സ്റ്റെല്ലയുടെ മരണം. അവരുടെ മനസ്സിൽ ഉരുത്തിരിഞ്ഞ പ്പോൾ കുഴി മാടത്തിന്നരികിൽ കൂടിനിന്നവർക്കിടയിൽ നിന്ന് വീർപ്പുമുട്ടുകയായിരുന്നു പ്രകാശും ശാലി നിയും. ഈറനണിഞ്ഞ അവരുടെ മിഴികൾ പലതവണ ഏറ്റുമുട്ടി. അപ്പോഴൊക്കെ അവരുടെ ഇടനെഞ്ചിൽ ഓരോ കൊള്ളിയാൻ മിന്നി. താനാണു സ്റ്റെല്ലയുടെ കൊലപാതകി എന്നു ശാലിനിക്കു മനസ്സിലായിരിക്കുമൊ? പ്രകാശ് ചിന്തിച്ചു. ശാലിനിയും ചിന്തിച്ചതു മറിച്ചായിരുന്നില്ല. ഒരു തരത്തിൽ താനല്ലേ അവളെ മരണത്തിലേക്കു തള്ളിവിട്ടത്? തന്റെ ഒരു വാക്കിനായി അവൾ ഏറെനേരം കാത്തുനിന്നു. തന്റെഭാവം അനുകൂലമല്ലെന്നു കണ്ടപ്പോൾ അവൾ ആ ഉദ്യമത്തിൽ നിന്നു പിന്തിരിഞ്ഞു. പക്ഷെ ആ പിന്തിരിയൽ ഇത്തരമൊരു പുറപ്പാടിനായിരിക്കുമെന്നു താൻ സ്വപ്നത്തിൽ പോലും കരുതിയില്ല. പാവം പ്രകാശ് താൻ മൂലം ഒറ്റപ്പെട്ടു. ചിന്താ ഭാരത്തിന്റെ വേലിയേറ്റം ആ മുഖത്തു പ്രതിഫലിച്ചു കാണാം,

ശരിയായിരുന്നു. പ്രകാശിന്റെ മനസ്സിന്റെ വെള്ളിത്തിരയിൽ തലേന്നു സ്റ്റെല്ലയുമായി നടന്ന കൂടിക്കാഴ്ചയായിരുന്നു തെളിഞ്ഞു

നിന്നിരുന്നതു്. അതിന്റെ പ്രതിഫലനം ആ മുഖത്ത് തെളിയുകയും ചെയ്തിരുന്നു.

കഷ്ടം! തന്റെ പരുഷമായ സമീപനം ഒന്നു മാത്രമാണു സ്റ്റെല്ലയുടെ ഇത്തരമൊരന്ത്യത്തിനു കാരണം. താനവളെ ഒരു വേശ്യയായി മാത്രം കണക്കാക്കി. അവളൊ...തന്നെ മാത്രം വിശ്വസിച്ച് തന്നിൽ എല്ലാം അർപ്പിച്ചു. ഒരിക്കൽ അവൾ പറഞ്ഞു.

'പ്രകാശ് ഞങ്ങളുടെ സംസ്കാരം എന്താണെന്നു പ്രകാശിനറിയാമല്ലൊ. ക്ലബ്ബും ആൽക്കഹോളും ഡാൻസും സ്വിമ്മിംഗ്പൂളും എല്ലാം ആണും പെണ്ണും ഒരുമിച്ചേതിനും. പക്ഷെ എനിക്കെന്തോ അതു രുചിച്ചില്ല. ഞാൻ പഠിച്ചതു കോൺവെന്റു സ്കൂളിലാണ്. ആ അന്തരീക്ഷത്തിൽ വളർന്നതുകൊണ്ടാവും. പക്ഷെ ഇവിടെ ഞാൻ വീണുപോയി. പ്രകാശ് ഇല്ലാത്ത ഈ നഗരം എനിക്കു വിഭാവനം ചെയ്യുവാൻ കൂടി കഴിയുന്നില്ല.'

അന്നു മുതൽ താൻ ആ വാക്കുകളുടെ മുതലെടുക്കുകയായിരുന്നു. നീണ്ട രണ്ടുമൂന്നു വർഷക്കാലം. പുതുമ കുറയുമ്പോൾ മെല്ലെ മെല്ലെ അടർത്തി മാറാമെന്നായിരുന്നു മോഹം. പക്ഷെ ഇത്ര പെട്ടെന്നു ഇങ്ങനെ ഒരന്ത്യം വേണ്ടി വരുമെന്ന് സ്വപ്നേപി വിചാരിച്ചതല്ല.

തമാശയിൽ തുടങ്ങിയ സംഭാഷണം അവസാനിച്ചതു് വിവാഹത്തെക്കുറിച്ച്, ഉടുത്തിരുന്ന പുതിയ വേഷവിധാനത്തെക്കുറിച്ച് തന്റെ അഭിപ്രായം അറിയണം. താൻ തുറന്നടിച്ചു പറഞ്ഞു. സാരിയാണ് നമ്മുടെ നാടിനു പററിയതെന്നു് എന്നു പ്രകാശിനു സ്വന്തമാകുന്നൊ അന്നു മുതൽ സാരി ധരിക്കാ മെന്നായി അവൾ. അവളുമായിട്ടെന്നല്ല വിവാഹമെന്നതിനെക്കുറിച്ചു ചിന്തിച്ചുകൂടിയില്ലായിരുന്ന താൻ മൗനമവലംബിച്ചു. അതവളെ ചൊടിപ്പിച്ചു. രണ്ടിലൊന്നറിഞ്ഞേ ഒക്കു എന്ന പിടിവാശിയിലായി അവൾ. പെട്ടന്നങ്ങനെ പിടിവാശി പിടിക്കാൻ കാരണമെന്താവും. കോളേജ് ജീവിതം അവസാനിക്കാൻ പോകുന്നതു കൊണ്ടാവുമൊ? അതൊ താനവളിൽ നിന്നും അകലുന്നതായി അവൾക്കു തോന്നിയിരി ക്കുമൊ? കണ്ണുകൾ നിറമുള്ള മറ്റു പുഷ്പങ്ങളിൽ തങ്ങി നിൽക്കാൻ തുടങ്ങിയിരുന്നു. അതുകൊണ്ട് താനും ഔട്ട് ഓഫ് മൂഡിലായിപ്പോയി. അല്പം മയമായി സംസാരിച്ച് ആ സംഘർഷം അവസാനിപ്പിക്കാമാ യിരുന്നു. പക്ഷെ തനിക്കു തെറ്റു പററി. അവൾക്കതു ഒരടിയേൽക്കുന്നതിനു സമാനമായിരുന്നു. സ്വന്തം വ്യക്തിത്വത്തെ ചോദ്യം ചെയ്യുന്ന ഒരടി. അതവളുടെ ജീവിതം തന്നെ അപഹരിച്ചു. പാവം !

'പ്രകാശ്'

പ്രകാശ് അറിയാതെ മുഖം തിരിച്ചു. ശാലിനി. ആളുകളെല്ലാം പിരിഞ്ഞിരിക്കുന്നു. താൻ ചിന്താഭാര ത്തിലായിരു ന്നതുകൊണ്ട് യാതൊന്നും അറിഞ്ഞില്ല. സെമിത്തേരിയിൽ താനും ശാലിനിയും മാത്രം.

'പ്രകാശ് എനിക്കു സമ്മതമാണ്. എന്റെ സ്റ്റെല്ലയുടെ അവസാനത്തെ ആഗ്രഹമാണത്. ഞാനതിനു അപ്പഴേ സമ്മതം മൂളിയിരുന്നെങ്കിൽ എന്റെ സ്റ്റെല്ല ഒരിക്കലും എന്നെ വിട്ടു പിരിയില്ലായിരുന്നു. ഇപ്പോഴീ ലോകത്തോടു യാത്ര പറയില്ലായിരുന്നു.'

ഒരു പൊട്ടിക്കരച്ചിലോടെയാണ് ശാലിനി അത്രയും പറഞ്ഞത്. പ്രകാശ് ഒന്നും മനസ്സിലാകാതെ അന്തം വിട്ടു നിന്നു. ശാലിനി! എന്താണീ പറയുന്നതു, ശാലിനിക്കെന്താണു സമ്മതമെന്നു പറഞ്ഞത്, 'ശാലിനി എന്താണ് പറയുന്നതു?

'പ്രകാശ് ഞാനാണ് സ്റ്റെല്ലയെ കൊന്നതു'

പ്രകാശ് ഞെട്ടി, ശാലിനി പറഞ്ഞുകൊണ്ടുവരുന്നതു..?

'അവളിന്നലെ എന്റെ മുറിയിൽ വന്നിരുന്നുപ്രകാശ്. പ്രകാശിനെ ഞാൻ വിവാഹം കഴിക്കണ മെന്നും നിർബന്ധിച്ചു.' ഞാനതിനെ എതിർത്തു.

പ്രകാശ് വീണ്ടും ഞെട്ടി. അപ്പോളവൾ അതു ശാലിനിയോടാവശ്യപ്പെട്ടിരിക്കുന്നു. അങ്ങനെയൊ രർത്ഥത്തിലല്ല താനവളോടു പറഞ്ഞതു.

"വിവാഹം കഴിക്കുന്നെങ്കിൽ അതു ശാലിനിയെപ്പോലൊരു പെൺകുട്ടിയെ ആയിരിക്കും, നിന്നെ പ്പോലെ ഒരു തികഞ്ഞ വേശ്യയെ അല്ല!

പറഞ്ഞു കഴിഞ്ഞപ്പോൾ ഒരു നിമിഷം അവൾ തന്നെ തറപ്പിച്ചൊന്നു നോക്കി. പിന്നെ പൊട്ടിക്ക രഞ്ഞു, വേഗം ബാഗും എടുത്തു തോളിലിട്ട് യാത്രപോലും പറയാതെ മുറിക്കു പുറത്തു കടന്നു.

ശല്യം ഒഴിവായല്ലോ എന്നു താൻ ആശ്വസിച്ചു. പക്ഷെ ആ യാത്ര ഒരന്ത്യയാത്രക്കുള്ള മുന്നോടിയാ യിരിക്കുമെന്നു താൻ അശ്ശേഷം ചിന്തിച്ചില്ല.

പ്രകാശ് നെററിക്ക് കൈത്തലം ചേർത്ത് അടുത്തു മാർബിൾ പാകിയ കല്ലറയുടെ മുകളിൽ ഇരുന്നു. അല്പ നേരത്തെ നിശബ്ദത. ഒരു സിഗരറെടുത്തു ചുണ്ടിൽ പിടിപ്പിച്ച് പ്രകാശ് തന്നെ മൗനം ഭഞ്ജിച്ചു.

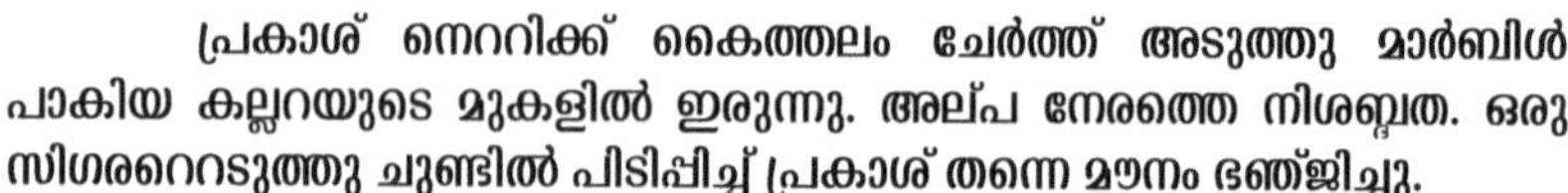 'ശാലിനി ! ശാലിനി ഒരിക്കലും തെറ്റുകാരിയല്ല. ശാലിനിയുടെ സ്ഥാനത്ത് ഞാനായിരുന്നാലും അതേ പറയൂ. എന്റെയും സ്റ്റെല്ലയുടേയും കഥകൾ അപ്പാടെ അറിയാവുന്ന ഒരേ ഒരാൾ ശാലിനി മാത്രമാണ്. ഇനി ശാലിനി എന്നെ വിവാഹം ചെയ്യാമെന്നു സമ്മതിച്ചിരുന്നാൽ തന്നെ സ്റ്റെല്ല ആത്മഹത്യ ചെയ്യുമായിരുന്നു. കാരണം, അവളാ തീരുമാനത്തിലാണ് ഇന്നലെ എന്റെ മുറിയിൽ നിന്നും പുറത്തു കടന്നത്.'

'അപ്പോൾ സ്റ്റെല്ല ഒരു രോഗിയായിരുന്നെന്നതു പ്രകാശിനറിയാമായിരുന്നു അല്ലേ? പക്ഷെ സ്റ്റെല്ല പറഞ്ഞത് പ്രകാശിനോടതേപ്പററി പറഞ്ഞിട്ടില്ലെന്നാണല്ലോ.'

'എന്തു സ്റ്റെല്ല രോഗിയായിരുന്നെന്നോ എന്തു രോഗം? ശാലിനിയെന്തൊക്കെയാണീ പറയുന്നതു? എനിക്കൊന്നും മനസ്സിലാകുന്നില്ല.

'പ്രകാശ്, സ്റ്റെല്ല എന്നോടു പറഞ്ഞതു കഴിഞ്ഞ വെക്കേഷനിൽ വീട്ടിലിരുന്നപ്പോൾ അവൾക്കു പെട്ടെന്നൊരസുഖമുണ്ടായി., അടുത്ത വീട്ടിലെ ഡോക്ടറങ്കിൾ പരിശോധിച്ചു പറഞ്ഞു. അവളുടെ ഹാർ ട്ടിന്റെ വാൽവിനു എന്തോ തകരാറാണ്. അധിക നാൾ മുന്നോട്ടുപോകാനാവില്ല എന്ന്. ഞാനും പ്രകാശും വിഷമിക്കുമെന്നറിയാവുന്നതുകൊണ്ട് ആരോടും അവൾ പറഞ്ഞില്ലത്രെ. അവൾ മൂലം പ്രകാശ് ഒരിക്കലും ദുഃഖിക്കാനിടവരരുത്. പ്രകാശ് എന്നും സന്തോഷവാനായി അവൾക്കു കാണണം. അതിനാണ് പ്രകാശിനെ ഞാൻ തന്നെ വിവാഹം കഴിച്ചുകാണാനാഗ്രഹിക്കുന്നതെന്നു.'

'ഹൊ ഞാനെന്താണീ കേൾക്കുന്നതു. സ്റ്റെല്ല അങ്ങനെയാണു ശാലിനിയോടു പറഞ്ഞതല്ലേ? പാവം സ്റ്റെല്ല. എന്റെ സന്തോഷത്തിനുവേണ്ടി അവളെ സ്വയം രോഗിയാക്കിയവൾ ചിത്രീകരിച്ചു. മനസാ വാചാ കർമ്മണാ എന്നെ മാത്രം ധ്യാനിച്ച് നടന്ന എന്റെ സ്റ്റെല്ലയെ ഞാൻ മനസ്സിലാക്കിയില്ല. എന്നെ ജീവനു തുല്യം സ്നേഹിച്ച എന്റെ സ്റ്റെല്ലയെ ഞാൻ അണുപോലും സ്നേഹിച്ചില്ല. എന്നെ വിശ്വസിച്ച് എന്നെ അഭയം പ്രാപിച്ച അവളെ ഞാൻ തള്ളിക്കളഞ്ഞു ശാലിനി. അവളെ വിവാഹം കഴിക്കാനാവില്ലെന്നു ഞാനിന്നലെ അവളോടു തുറന്നു പറഞ്ഞു. കഷ്ടം! ആ ആഘാതമാണു എന്റെ സ്റ്റെല്ലയെ ഇത്തരമൊ രന്ത്യത്തിനു പ്രേരിപ്പിച്ചതു.'

എല്ലാം കേട്ട് സ്തബ്ധയായി നിന്നുപോയ ശാലിനിയെ പ്രകാശ് നിർബന്ധിച്ചു. 'ശാലിനി പോകൂ, '

മടിച്ചുനിന്ന ശാലിനിയോടു പ്രകാശ് വീണ്ടും പറഞ്ഞു.

'ശാലിനി പൊയ്ക്കൊള്ളൂ. '

കുഴിമാടത്തിനു മുകളിൽ കമഴ്ന്നു വീണു കരച്ചിലടക്കാൻ ബദ്ധപ്പെടുന്ന പ്രകാശിനെ ഒറ്റക്കു വിട്ടുകൊണ്ടു ശാലിനി ആ സെമിത്തേരിയിൽ നിന്നു പുറത്തു കടന്നു.

15.കാമിനിയുടെ കണ്ണുനീർ

താൻ തൊണ്ടിസഹിതം പിടിക്കപ്പെട്ടിരിക്കുന്നു. ജീവിതത്തിലാദ്യമായാണിത്തരമൊരനുഭവം.

അവൻ യജമാനന്റെ മുഖത്തേയ്ക്കുററു നോക്കി, ആ മുഖം ഇതിനു മുൻപൊരിക്കലും ഇത്ര ക്രൂരമായി കണ്ടിട്ടില്ല. ആ കണ്ണുകൾ കോപം കൊണ്ടു തുടുത്തിരിക്കുന്നു. ആ മേൽമീശ വിറകൊള്ളുന്നു. ആ പുരികക്കൊടികൾ വളഞ്ഞൊടിഞ്ഞിരിക്കുന്നു.

അവനൊന്നും പറയാൻ തോന്നിയില്ല. അല്ലെങ്കിൽത്തന്നെ തെറ്റു ചെയ്യുന്നവന് വാ തുറക്കാനെന്ത വകാശം.

"എടാ നീയെന്തിനിതു ചെയ്തു? നിനക്കു വിശന്നിട്ടാണോ? മൂന്നു നേരവും വയറു നിറച്ചാഹാരം തരുന്നില്ലേ ഇവിടെ. പിന്നെ നീയിതു ചെയ്തതു?"

യജമാനന്റെ ശബ്ദമുയർന്നു. ദഹിപ്പിക്കാൻ പോരുന്ന നോട്ടവുമായി കൊച്ചമ്മ യജമാനന്റെ പുറ കിൽ നിൽക്കുന്നതവൻ കണ്ടു. അവരും യജമാനനോടൊത്തു നിന്നു ശകാരത്തിനു മൂർച്ചകൂട്ടുകയാണ്.

'എടാ ഇവിടെ വന്നതിൽ പിന്നെ ഒരിക്കലെങ്കിലും നീ ദാഹിച്ചിരുന്നിട്ടുണ്ടോ? വിശന്നു നടന്നി ട്ടുണ്ടോ? വിശന്നിട്ടാണോ നീയി ചെയ്തു ചെയ്തതു ? '

അല്ല വിശന്നിട്ടല്ല താനതു ചെയ്തതു. ദാഹിച്ചിട്ടുമല്ല, എല്ലാം തന്റെ ബുദ്ധിമോശംകൊണ്ടു സംഭവി ച്ചതാണ്. മറ്റുള്ളവരുടെ ചൊല്ലുകേട്ട് ആലോചനയില്ലാതെ പ്രവർത്തിച്ചാൽ ഇതാണനുഭവമെന്ന് തനിക്കറി ഞ്ഞുകൂടായിരുന്നു. അവൻ യജമാനനെ ദയനീയമായി നോക്കി. ആ കണ്ണുകളിലെ ദൈന്യത കണ്ടിട്ടാ വണം യജമാനന്റെ കോപം അല്പമൊന്നടങ്ങി. പകരം ആ മുഖത്ത് പരിഭവവും വേദനയും നിഴലിച്ചു. അദ്ദേഹത്തിൽ നിന്നു പരിഭവത്തിൽ പൊതിഞ്ഞ വാക്കുകൾ പുറത്തുവന്നു.

'അല്ലെങ്കിലും എനിക്കിതു കിട്ടണമെടാ. ചോറു തന്ന കയ്യിൽ തിരിച്ചു കടിക്കുക. വഴിയരുകിൽ ഉറുമ്പരിച്ചു കിടന്ന നിന്നെ എടുത്തു പാലും മുട്ടയും തന്നു വളർത്തി. ഒത്ത ഒരാളാക്കിയപ്പോൾ... ഞാ ! വേലിതന്നെ വിളവു തിന്നുന്ന കാലം. നടക്കട്ടെ നടക്കട്ടെ.'

ശരിയാണ് അച്ഛനുമമ്മയും ഉപേക്ഷിച്ച നിലയിൽ വഴിയരുകിലെവിടെയോ കിടന്ന തന്നെ എടുത്തുവളർത്തിയതദ്ദേഹമാണ്. ഇന്നുവരെ അദ്ദേഹത്തിനനിഷ്ടമായതൊന്നും ചെയ്തിട്ടില്ല. അദ്ദേഹത്തെ പോലെതന്നെ വളരെ സ്നേഹപൂർവ്വമാണ് കൊച്ചമ്മയും തന്നോടു പെരുമാറാറുള്ളത്. മൂന്നുനേരവും വയറുനിറച്ചാഹാരം തരും. എന്നിട്ട് ചോദിക്കും എടാ നിനക്കു വയറു നിറഞ്ഞോ എന്നു പിന്നെ നിറുക യിലോ പുറത്തോ തലോടിക്കൊണ്ടു പറയും 'നല്ലതു പോലെ തിന്നണം എങ്കിലേ മിടുക്കനാകൂ.' താൻ അനുസരണയുള്ള ഒരു കൊച്ചു കുട്ടിയെപ്പോലെ കൊച്ചമ്മയോടു ചേർന്നു നിൽക്കും.

കിടക്കാൻ നല്ല കമ്പിളിപ്പുതപ്പ്. കുളിക്കാൻ സുഗന്ധമുള്ള സോപ്പ്. ഇതൊക്കെ തന്നു. എന്നിട്ടു കൂടി താനദ്ദേഹത്തോട് ഈ ചതി കാണിച്ചു.

എല്ലാറ്റിനും കാരണം അവൾ ഒറ്റ ഒരുത്തിയാണ്, അവളുടെ സംസാരം കേട്ടതുകൊണ്ടാണ് തനിക്കിന്ന് യജമാനന്റെ മുമ്പിൽ ചൂളി നിൽക്കേണ്ടി വന്നത്.

ആ പ്രദേശത്തുള്ളതിൽ ഏറ്റവും സുന്ദരി അവളാണ്. താൻ മാത്രമല്ല എത്ര പേരാണ് അവളെ മോഹിച്ചു നടക്കാറുള്ളതു്. ആദ്യമൊക്കെ തന്നെ കാണുമ്പോൾ അവൾ മുഖം വെട്ടിത്തിരിച്ച് ഓടിക്കളയുമാ യിരുന്നു. ഇപ്പോഴാണ് അല്പമെങ്കിലും ചായ്‌വ് കാട്ടിത്തുടങ്ങിയത്. അതും എത്രയെത്ര അടവുകൾ പ്രയോഗിച്ചതിൽ പിന്നെ. അവൾ തന്റേതാകുമെന്നറിഞ്ഞപ്പോൾ കണക്കറ്റു സന്തോഷിച്ചു. നാലുപേരു കാൺകെ അവളോടു സംസാരിച്ചു നിൽക്കുമ്പോൾ ഏതോ സാമ്രാജ്യം പിടിച്ചടക്കിയ വീരയോദ്ധാവിന്റെ ഭാവമാണു തനിക്കുണ്ടാവുക അഭിമാനം കൊണ്ട് താനറിയാതെ തല ഉയർന്നു പോകാറുണ്ടായിരുന്നു.

അന്നും അവളുമായി കുശലം പറഞ്ഞു നിൽക്കുകയായിരുന്നു. അപ്പോഴാണ് യജമാനന്റെ കൊഴുത്ത് മിനുത്തു തുടുത്ത കുറുഞ്ഞാലിപ്പിട കുണുങ്ങിക്കുണുങ്ങി അതുവഴി കടന്നുപോയത്. ആർ ത്തിയോടെയുള്ള അവളുടെ നോട്ടത്തിനു പിന്നിൽ ഇതാണെന്നു ആരറിഞ്ഞു. അവൾക്കതിനെ വേണം പോലും. താനതിനുവേണ്ട ഒത്താശകൾ ചെയ്തു കൊടുക്കണമെന്നും.

യജമാനന്റെ സമ്പത്ത് ഭൃത്യൻ തന്നെ നശിപ്പിക്കുകയോ? ഇത്രയും നാൾ തീറ്റിപ്പോറ്റിയ യജമാന നോട് നന്ദി കേട് കാണിക്കുകയോ? എത്ര ഒഴിവുകഴിവുകൾ നിരത്തി നോക്കി. എന്നിട്ടും അവൾ സമ്മതി ച്ചില്ല. അവൾ പിണങ്ങിക്കഴിഞ്ഞിരുന്നു.

'വലിയ ധൈര്യവാനാണെന്നാണു വയ്പ്പ്. സ്നേഹിക്കുന്നവൾ ഇത്ര നിസ്സാരമായ ഒരു സംഗതി ആവശ്യപ്പെട്ടിട്ടും അതു നിവർത്തിച്ചു കൊടുക്കാത്തവനാണോ ധൈര്യശാലി.'

പിറുപിറുത്തുകൊണ്ട് അവൾ പോകുവാൻ തിരിഞ്ഞു. തന്റെ വ്യക്തിത്വമാണ് ചോദ്യം ചെയ്യപ്പെട്ടിരി ക്കുന്നത് അവളെ അങ്ങനെ വിടാൻ അനുവദിച്ചാലൊ? എന്തു മാത്രം സാഹസത്തിനു മുതിർന്നതു കൊണ്ടാണ് അവൾ തന്നോടു അല്പമെങ്കിലും അടുക്കുവാൻ തുടങ്ങിയത്. എന്നിട്ടിപ്പോൾ ഒരു ചെറിയ കാര്യം കൊണ്ടു അവൾ തനിക്കു നഷ്ടപ്പെടുകയൊ? ഒരിക്കലും പാടില്ല. അതുകൊണ്ട് അവളോടു പറഞ്ഞു.

'നീയിപ്പോൾ പോകു. ഞാനതിനെയും കൊണ്ട് അങ്ങെത്താം.'

എല്ലാം വളരെ ബുദ്ധിപൂർവ്വമാണ് കൈകാര്യം ചെയ്തത്. എന്നിട്ടും താൻ പിടിക്കപ്പെട്ടിരിക്കുന്നു. അവൻ തന്റെ പിടിയിൽ നിന്നും വഴുതിവീണു പിടയുന്ന പുള്ളിപ്പിടയെ നോക്കി. കഷ്ടം ! താനതു ചെയ്യേ ണ്ടിയിരുന്നില്ല. പെൺചൊല്ല് കേട്ട് എന്തൊക്കെ ആപത്താണോ താൻ വലിച്ചു വച്ചത്.

'ഇതാ ഇതു വാങ്ങി അവന്റെ മുതുകത്തു രണ്ടെണ്ണം കൊട് അവന്റെ അധികപ്രസംഗം ഒന്നു കാണട്ടെ,'

കൊച്ചമ്മ ഒരു നീട്ടിയ പത്തലുമായി നിൽക്കുന്നു. അവന്റെ ഹൃദയം പട പടാ എന്നിടിച്ചു. യജമാനൻ ഇപ്പോഴതു വാങ്ങും, തന്നെ എല്ലു നുറുങ്ങു തല്ലുകയും ചെയ്യും. അവൻ യജമാനന്റെ മുഖ ത്തേക്കു കരുണ യാചിക്കുന്ന തരത്തിൽ നോക്കി. യജമാനന്റെ മനസ്സലിഞ്ഞു.

'ഇതാദ്യത്തേതായതുകൊണ്ട് ഇത്തവണ ക്ഷമിച്ചിരിക്കുന്നു. മേലിൽ ഇതാവർത്തിച്ചാൽ അന്നു മുട്ടുതല്ലിയൊടിച്ച് പടിക്കു വെളിയിലാക്കും. ഉം! പൊയ്ക്കാ എന്റെ കൺമുന്നീന്നു '

അപരാധബോധത്താൽ കുനിഞ്ഞ ശിരസ്സും ലജ്ജയാൽ താഴ്ത്തപ്പെട്ട വാലുമായി ടൈഗർ അവിടെ നിന്നു പുറത്തു കടന്നു. അപ്പോഴും ആ പുള്ളിപ്പിട അവിടെക്കിടന്നു പിടയുന്നുണ്ടായിരുന്നു. അന്ത്യ ശ്വാസം വലിച്ചുകൊണ്ട്, ഒരു തുള്ളി വെള്ളത്തിനു കേണുകൊണ്ട്.

16.തനിക്ക് താൻ പോന്നവൾ

ഡൺലപ്പ് മെത്തമേൽ ശരീരത്തിന്റെ മുൻ ഭാഗങ്ങളമർത്തി, കണങ്കാലുകൾ വായുവിൽ ഉയർത്തി പാദങ്ങൾ ചലിപ്പിച്ചു അവൾ കിടന്നു. പില്ലോയിലമർന്ന കൈകളിൽ ഒരു കത്തും. ആ മേഘസന്ദേശ ത്തിലൂടെ കണ്ണോടിച്ചിട്ടാവണം അവളുടെ ചുണ്ടിണയിൽ നാണത്തിൽ പൊതിഞ്ഞ ഒരു മന്ദഹാസം. പാതി വിടർന്നൊരു പൂമൊട്ടുപോലെ തത്തിക്കളിച്ചിരുന്നു.

ജാസ്മിന്റെ കയ്യിലിരുന്ന കത്ത് അവളുടെ മൂത്ത സഹോദരൻ ഫ്രാങ്കിളിന്റെതാണ്.

'ഇന്നു നിന്റെ ഇരുപത്തൊന്നാം പിറന്നാളാണല്ലൊ. എന്റെ പൊന്നു സഹോദരിക്ക് ഈ വല്യേട്ടന്റെ ജന്മദിനാശംസകൾ, വല്യേട്ടൻ ഇത്തവണ കൊച്ചനുജത്തിക്കു തരുന്ന ജന്മദിന സമ്മാനമെന്താണെന്നു മോൾക്കറിയാമോ? എങ്ങനെ അറിയാൻ അല്ലേ? എങ്കിൽ പറയാം. നിനക്കൊരു ജീവിത പങ്കാളി....

ആ ഭാഗം വായിച്ചപ്പോഴാണ് ജാസ്മിന്റെ ചുണ്ടുകളിൽ പൂപ്പുഞ്ചിരിയുടെ പൂത്തിരി കത്തിയത്. പക്ഷേ ബാക്കി ഭാഗത്തുകൂടി കണ്ണോടിച്ചപ്പോൾ ആ പുഞ്ചിരി ഓടിമറഞ്ഞു. ചുണ്ടുകൾ കോടിവളഞ്ഞു. അവിടെ വല്യേട്ടനോടുള്ള അമർഷം പതഞ്ഞുപൊന്തി.

'കൂട്ടത്തിൽ അല്പം കാര്യം കൂടി. ഇനി നിന്റെ കുട്ടിക്കളി മാറണം. ഒരു കുടുംബിനിയാകേണ്ട വളാണു നീ. അതുകൊണ്ടു വീട്ടിൽ അമ്മയോടൊപ്പം നടന്നു അല്പസ്വല്പം കാര്യങ്ങളൊക്കെ പഠിച്ചെടു ക്കണം. മറ്റുള്ളവരെക്കൊണ്ടു ചെയ്യിപ്പിക്കാനാണെങ്കിലും സ്വയം അറിഞ്ഞിരിക്കണ്ടേ?

വല്യേട്ടന്റെ കത്തു വായിച്ച് വരാനിരിക്കുന്ന നല്ല നാളയെക്കുറിച്ചാലോചിച്ച് ജാസ്മിൻ നിർവൃതിയ ടഞ്ഞു. ആ സമയത്തു കടലിനക്കരെ എണ്ണഖനികളുടെ നാട്ടിൽ ഒരെട്ടുനില മാളികയുടെ മട്ടുപ്പാവിൽ ഒരു ഗാർഡൻ പാർട്ടി നടക്കുകയാണ്. ഓമനപ്പെങ്ങളുടെ പിറന്നാൾ പുരസ്ക്കരിച്ച് വല്യേട്ടൻ നടത്തിയ ആഘോഷം.

കൊച്ചനുജത്തിയുടെ വിവിധ പോസുകളിലുള്ള ഫോട്ടോകൾ അടങ്ങിയ ആൽബങ്ങൾ ഗാർഡ നിലെ വിവിധ മേശകളിൽ നിരന്നു കിടന്നിരുന്നു. ഫ്രാങ്കിളും ഭാര്യയും മുതിർന്ന കുട്ടികളും മട്ടുപ്പാവിൽ

ഓടിനടന്നു. അതിഥികളെ സ്വീകരിക്കാൻ, സൽക്കരിക്കാൻ, കുശലപ്രശ്നങ്ങൾ ചെയ്യാൻ.

ചുറ്റും നടന്ന് അതിഥികളോടു കുശലപ്രശ്നങ്ങൾ ചെയ്ത് മടങ്ങിയെത്തിയ ഫ്രാങ്ക്ളിൻ കാണുന്നത് ആൽബം നിവർത്തിപ്പിടിച്ച് ജാസ്മിന്റെ ഫോട്ടോയിൽ തന്നെ കണ്ണുനട്ടു ദിവാസ്വപ്നത്തിൽ മുഴുകിയിരിക്കുന്ന റോബിൻസണെയാണ്. . ഏതുകൊണ്ടും യോഗ്യനായ ചെറുപ്പക്കാരൻ. അഞ്ചിനോ ടടുത്തക്കമുള്ള ശമ്പളം വാങ്ങുന്നു, ഉയർന്ന നിലവാരമുള്ള ഒരു കമ്പിനിയിലെ, ഉയർന്ന ഉദ്യോഗസ്ഥൻ. നാട്ടിലെ ഒരു ഉന്നത കുടുംബത്തിലെ ഏക സന്താനം. വല്യേട്ടന്റെ കണക്കു കൂട്ടലുകൾ തെറ്റിയില്ല. പുന്നാരപെങ്ങളുടെ പിറന്നാളാഘോഷത്തേക്കാളുപരി ആ സഹോദരന്റെ മനസ്സിൽ മറെറാന്നുണ്ടായിരുന്നു. കൊച്ചനുജത്തിക്കൊരിണയെ കണ്ടെത്തൽ. പററിയ ഇരയാണ് ചൂണ്ടലിൽ കൊരുത്തിരിക്കുന്നതും. ഏതു കൊണ്ടും യോഗ്യനായ ചെറുപ്പക്കാരൻ,

പക്ഷേ ഒരു പ്രയാസം മാത്രം. വിശ്വാസവഞ്ചന പാടില്ല. ഉള്ളതു പറഞ്ഞാൽ ജാസ്മിന് പാചക ത്തിന്റെ എ ബി സി ഡി അറിയില്ല. പിന്നെ, ഒരു വീടിനെ സംബന്ധിച്ച് യാതൊന്നും. ഏഴു മുതിർന്ന സഹോദരന്മാർക്കൊരു കൊച്ചു പെങ്ങളായി, അപ്പന്റെയും അമ്മയുടേയും പുന്നാര മകളായി വളർന്നു. കൈഞൊടിച്ചാൽ ആവശ്യങ്ങൾ നിറവേറ്റാൻ പരിചാരികമാർ. ഇഷ്ടത്തിനൊത്ത് താളം തുള്ളാൻ അപ്പനും അമ്മയും സഹോദരന്മാരും.

സഹോദരന്മാർ ഓരോരുത്തരും വിവാഹം കഴിച്ചു കൊണ്ടുവന്നപ്പോൾ വളർന്നു വരുന്ന കൊച്ചു നാത്തൂനെക്കണ്ടു കെട്ടിവന്ന പെണ്ണുങ്ങൾ ഭർത്താക്കന്മാരുടെ ചെവിയിൽ പറഞ്ഞു. പെണ്ണിനെ വല്ലതു മൊക്കെ പറഞ്ഞുകൊടുത്തു ചെയ്യിപ്പിച്ച് പഠിപ്പിച്ചാൽ നാലുപേർ കുറെറപ്പെടുത്തുകയില്ല. അന്നെല്ലാവരും എതിർത്തു.

' അവൾ കൊച്ചല്ലേ, വളരുമ്പോൾ തനിയെ പഠിച്ചുകൊള്ളും, '

വളർന്നു. പക്ഷെ ജാസ്മിൻ സ്വയം ഒന്നും പഠിച്ചില്ല. ആരും അതിനവളെ പ്രേരിപ്പിച്ചുമില്ല. മുൻ പിലിരിക്കുന്ന ചോറിനു പാകത്തിനുപ്പ് ചേർക്കാൻ പോലും അമ്മയുടെ സഹായം തേടുന്ന മകൾ. അതിന രുനിൽക്കുന്ന അമ്മയും.പറഞ്ഞു, മനസ്സിലാകുന്ന രീതിയിൽ തന്നെ. പക്ഷേ പ്രതികരണം മറെറാരു വിധ ത്തിലായിരുന്നു.

ഇപ്പോഴത്തെ പെൺകുട്ടികളെല്ലാമങ്ങനെയാണ്. ആവശ്യം സൃഷ്ടിയുടെ മാതാവാണെന്നല്ലേ? സമയം വരുമ്പോൾ തനിയെ മാറിക്കൊള്ളും.

ഇതങ്ങനെ തനിയെ മാറുന്ന കൂട്ടത്തിലാണെന്നു തോന്നുന്നില്ല.

തനിയെ മാറുന്നില്ലെങ്കിൽ മാറ്റിയെടുക്കാൻ നോക്കണം. ഏതായാലും നാട്ടിലേക്കൊരു കത്തയച്ചേക്കൂ.

കത്ത് നാട്ടിൽ യഥാസമയം കിട്ടി. ജാസ്മിൻ മോൾക്കു വേണ്ടി ഒന്നു രണ്ടു കല്യാണാലോചനകൾ വന്നിട്ടുണ്ട്.

രണ്ടുമൂന്നാഴ്ച കഴിഞ്ഞില്ല, മുല്ലമുറത്തെ മുറത്തൊരു കാർ വന്നു നിന്നു. അതിൽ നിന്നു യോഗ്യരെന്നു തോന്നുന്ന കുറേ ആൾക്കാർ ഇറങ്ങിവന്നു. മട്ടുപ്പാവിലെ സ്വന്തം മുറിയുടെ ജനാലക്കമ്പി കൾക്കിടയിലൂടെ പാഞ്ഞു ചെന്ന ജാസ്മിന്റെ മിഴികൾ അവരുടെ നടുവിൽ മന്ദം മന്ദം പടികടന്നു വരുന്ന വെളുത്ത സുമുഖനായ ചെറുപ്പക്കാരനിൽ തറഞ്ഞു നിന്നു.

ചുരുണ്ടിരുണ്ട മുടി, വീതിയുള്ള നെറ്റിത്തടം, തിളക്കമുള്ള കണ്ണുകൾ, നീണ്ടുവളഞ്ഞ നാസിക, നേർത്ത മേൽ മീശ, നിറത്തിനു യോജിച്ച് പാൻറ്സും ഷർട്ടും. ജാസ്മിന്റെ മിഴികൾ യുവാവിനെ അടിമുടി അളന്നു.

വല്യേട്ടന്റെ കത്തിലെ വാചകം അവളുടെ ഉള്ളിൽ നിറഞ്ഞു നിന്നു. ഇതാണോ വല്യേട്ടൻ തനിക്കു തരുന്ന പിറന്നാൾ സമ്മാനം.? എങ്കിൽ വല്യേട്ടന്റെ സെലക്ഷൻ ഒട്ടും മോശമല്ല... .

ഉപചാര വാക്കുകൾ, സ്വീകരണം, കൂൾഡ്രിംഗ്സ് എല്ലാം മുറപോലെ നടന്നു. അപ്പനും അമ്മക്കും പ്രത്യേക ആനന്ദം. അബുദാബിയിൽ ജോലിയുള്ള അഞ്ചക്ക ശമ്പളമുള്ള മരുമകനുണ്ടാവാൻ പോകുന്നു.

ഭക്ഷണമേശക്കരികിലിരുന്നു ചെറുക്കൻ പറഞ്ഞു,

'പെൺകുട്ടിയെക്കൂടി വിളിക്കു. കാലം മാറിയില്ലേ? ഞങ്ങൾ ഒരുമിച്ചു ഭക്ഷണത്തിനിരിക്കട്ടെ.

മറഞ്ഞു നിന്നിരുന്ന ജാസ്മിൻ മോളുടെ കർണ്ണപുടങ്ങളിൽ ആ വാക്കുകൾ അമൃതവർഷം ചൊരിഞ്ഞു. അടിവച്ചടിവച്ച് കണ്വാശ്രമത്തിലെ ശകുന്തളയെ അനുകരിച്ച് ജാസ്മിൻ ഭക്ഷണമേശക്കരി കിലേക്കു കടന്നുവന്നു അവൾക്കായി ഒഴിച്ചിട്ടിരുന്ന സീറ്റിലിരുന്നു. ചാട്ടുളിപോലെ

അവളിലേക്കു പാഞ്ഞുചെന്ന മിഴികൾ അവൾക്കു കണ്ടില്ലെന്നു നടിക്കാനായില്ല.

ഊണിനിടക്കു ചെറുക്കൻ ഒരു നഗ്നസത്യത്തിൽ കൈവച്ചു.

'ഇതൊക്കെ ജാസ്മിന്റെ കരവിരുതായിരിക്കുമല്ലേ? അസ്സലായിട്ടുണ്ടല്ലാം'

അപ്പനും അമ്മയും കൂടി നിന്ന മറ്റു ബന്ധുക്കളും കണ്ണിൽക്കണ്ണിൽ നോക്കി. ജാസ്മിന്റെ മുഖം പച്ചക്കുമ്പാള സമം വിളറിവെളുത്തു. അവളൊരുവിധം പറഞ്ഞൊപ്പിച്ചു.

അല്ല. ഇതൊന്നും എന്റെ പ്രിപ്പറേഷനല്ല. എനിക്കിതൊന്നും നല്ല വശമില്ല.

ഓഹോ സാരമില്ല. അല്ലെങ്കിലും ജാസ്മിനു അതിന്റെ ആവശ്യവുമില്ലല്ലൊ.

സംഭാഷണം ആ വിഷയത്തിൽ തുടരാനനുവദിക്കാതെ കൂട്ടത്തിൽ വന്ന ഒരു മാന്യൻ മറ്റുള്ള വരുടെ ശ്രദ്ധ തന്നിലേക്കാകർഷിക്കാൻ ശ്രമിച്ചു. രാഷ്ട്രീയമെന്ന ഉപാധിയിലൂടെ. എല്ലാവർക്കും ചൂടായി ചർച്ച ചെയ്യാവുന്ന ഒന്നാണല്ലോ രാഷ്ട്രീയം, എപ്പോഴും.

പ്രത്യേകിച്ചൊന്നും ഉരിയാടാതെ വിരുന്നുകാർ വിട പറഞ്ഞു. ജാസ്മിന്റെ വീട്ടിൽ എല്ലാവരുടെയും മനസ്സിൽ ആകാംക്ഷ. ജാസ്മിന്റെ ഉള്ളിൽ അങ്കലാപ്പ്. പരീക്ഷയുടെ റിസൽട്ടറിയാനുള്ള കുട്ടിയുടെ ജിജ്ഞാസപോലെ.

ദിനങ്ങൾ ഒച്ചുകളെപ്പോലെ ഇഴഞ്ഞു നീങ്ങി. രണ്ടാഴ്ച കഴിഞ്ഞില്ല, ദുതെത്തി, ആകാംക്ഷാ ഭരിതരായി കാത്തിരുന്നവരെ തികച്ചും ഭഗ്നാശയരാക്കിക്കൊണ്ടു ഹോട്ടലിലെ ഭക്ഷണത്തിൽ നിന്നൊരു മോചനം കിട്ടാൻ വേണ്ടി കൂടിയാണ് ഒരു ജീവിത പങ്കാളിയെ തേടുന്നത്. കൂട്ടത്തിൽ കൂടേണ്ടവൾക്ക് പാചകത്തിന്റെ എ ബി സി ഡി അറിയില്ലന്നു വന്നാൽ..

ജാസ്മിൻ കരഞ്ഞു, സൗന്ദര്യമുണ്ടു, സമ്പത്തുണ്ടു, പഠിപ്പുണ്ട്, പക്ഷെ എന്തു ഫലം ?

തുമ്മിയാൽ തെറിക്കുന്ന മൂക്കാണെങ്കിൽ അങ്ങോട്ട് പോട്ടെന്നു വയ്ക്കണം. ജാസ്മിൻ പിടിവാശി ക്കാരിയായിരുന്നു. മനസ്സിൽ താലോലിക്കാൻ തുടങ്ങിയ സുന്ദര കളേബരത്തെ അവൾ അടിയോടെ പിഴുതെറിഞ്ഞു,

ഇനിയൊരാൾ വന്നാൽ ഇക്കാര്യം പറഞ്ഞ് ആരും പുറന്തള്ളാൻ ഇടവരരുത്. ജാസ്മിൻ അല്പം അകലെയുള്ള നഗരത്തിലെ കേറററിംഗ് കോഴ്സ്സിൽ ചേർന്നു. ഓരോ ദിവസവും പഠിച്ചു വന്ന് അവൾ പരീക്ഷിച്ചു നോക്കിയ പരീക്ഷണങ്ങളുടെ വിജയത്തിൽ ജാസ്മിന്റെ മാതാവു പോലും വിസ്മയിച്ചു പോയി.

വീണ്ടുമെത്തി അവിചാരിതമായി മറെറാരു കൂട്ടർ. ഇത്തവണയും ജാസ്മിന്റെ മിഴികൾ അവളെ തേടിയത്തിയ സുന്ദരരൂപത്തെ തഴുകി. ആദ്യത്തെ കഥാപുരുഷനെക്കാൾ യോഗ്യനായി തോന്നി രണ്ടാമതെത്തിയ ചെറുപ്പക്കാരൻ. അയാളെക്കാൾ ഒരു പടി കൂടി ഉയർന്ന ഉദ്യോഗമാണുതാനും. പിന്നെ ന്തിനു ശങ്കിക്കണം?

ഇത്തവണ ജാസ്മിന്റെ മുറിയിലേക്കു തന്നെയാണ് ചെറുക്കൻ ആനയിക്കപ്പെട്ടത്. പെൺകുട്ടി യുമായി ഒരഭിമുഖ സംഭാഷണം. ഇപ്പോഴത്തെ പരിഷ്ക്കാരികൾക്കു അതു അനിവാര്യമായ ചടങ്ങായി മാറിയിട്ടുണ്ടല്ലൊ.

ജനാലയ്ക്കരികിൽ മുഖാമുഖമായി നിന്ന് പേര്, വയസ്സ്, പഠിച്ച കോളേജ്, എടുത്ത ഐഛിക വിഷയം എല്ലാം അന്വേഷിക്കുമ്പോൾ ഭാവിവരന്റെ കൈ വിരലുകൾ ജനൽപ്പടികളിൽ പററിക്കൂടിയിരുന്ന പൊടിക്കൂനകളിൽ ചിത്രം രചിച്ചു. അയാളുടെ മിഴികൾ അവയിലെ കീറിപ്പറിഞ്ഞു തൂങ്ങിക്കിടന്നിരുന്ന ഒരു കർട്ടൻ തുണിയിലും മാറാല പിടിച്ച ജനലഴികളിലും മാറിമാറിപതിക്കുന്നത് ജാസ്മിൻ അറിഞ്ഞു.

ചെറുപ്പക്കാരൻ ജനൽപ്പടിയിൽ പലയിടത്തായി നിർമ്മിച്ച വികൃതമായ ചിത്രം അവൾ മനസ്സുകൊ ണ്ടൊപ്പിയെടുക്കാൻ ശ്രമിച്ചു ജാസ്മിൻ. സ്വന്തം പേര് തന്നെ സ്വന്തമാക്കാനെത്തിയ ആളുടെ തന്നെ കൈവിരലുകൊണ്ടു കൊത്തിവച്ചിരിക്കുന്നതു കണ്ടപ്പോൾ ലജ്ജ എവിടെനിന്നോ ഊളിയിട്ടെത്തി അവളെ പൊതിഞ്ഞു. നമ്രശിരസ്സയായി കാൽവിരൽ കൊണ്ടു കളമെഴുതിനിൽക്കുന്ന ജാസ്മിനോടു അയാൾ ചോദിച്ചു.

കുട്ടിക്കു എന്നോടൊന്നും ചോദിക്കാനില്ലേ? വിവാഹം ചെയ്യാൻ പോകുന്ന ആളെപ്പറ്റി ഒന്നും അറിയണ മെന്നില്ലേ?

മറുപടിയായി ഒറ്റ ഓട്ടമായിരുന്നു. ചെറുപ്പക്കാരൻ സ്റ്റെയർകെയ്സ് ഇറങ്ങുന്നതു മനസ്സിലാക്കി യപ്പോൾ സ്വന്തം മാളത്തിലേക്കു തിരിച്ചു. ഡൺലപ്പിന്റെ മെത്തയിൽ വീണ് തടിച്ച പില്ലോയെടുത്തു മാറോടു ചേർത്തു അവളതിൽ പലവുരു ചുംബിച്ചു. ഇത്തവണ താൻ ജയിച്ചിരിക്കുന്നു. ജാസ്മിന്റെ മനസ്സ് ഹർഷോന്മാദം പൂണ്ടു.

പക്ഷെ പ്രതീക്ഷ തെറ്റി. താളം തെറ്റിയ ഒരു ശ്രുതിപോലെ ദൂതൻ കടന്നു വന്നു.

പെൺകുട്ടിയെ ഇഷ്ടപ്പെട്ടു. പക്ഷെ പെൺകുട്ടിക്കു ഗൃഹസംവിധാനമൊ കലാപരമായ കഴിവു കളൊ ഒന്നും തന്നെയില്ല. ഇട്ടുമൂടാൻ സ്വത്തും അനേകം പരിചാരകരും ഉണ്ടായാലെന്തു പ്രയോജനം. കഴിവുള്ള കരങ്ങൾ വീട്ടിലില്ലെങ്കിൽ? എത്ര പഠിപ്പുള്ള കുട്ടികളായാലും ഒഴിവുകാല ഹോബിയായി ട്ടെങ്കിലും വീടും പരിസരവും വൃത്തിയായും ഭംഗിയായും സൂക്ഷിക്കാൻ കഴിവില്ലാത്ത പെൺകുട്ടികൾ വീടിനൊരഭിമാനമല്ല, അപമാനമാണ്. അത്തരമൊരു പെൺകുട്ടിയെ വിവാഹം ചെയ്യുന്നതിൽ ഭേദം, വിഭാര്യ നായി കഴിഞ്ഞുകൂടുന്നതാണ്. ഒരു പൂച്ചെടി. വേണ്ട, വീടു മുഴുവൻ വേണ്ട, ഇരിക്കുന്ന മുറിയും അതിലെ ഉപകരണങ്ങളും പൊടിതട്ടിക്കുടഞ്ഞെങ്കിലും വൃത്തിയായി സൂക്ഷിച്ചുകൂടെ?

എല്ലാറ്റിനും അഭയം അവളുടെ ഡൺലപ്പായിരുന്നു. ജാസ്മിന്റെ കണ്ണീർക്കണങ്ങൾ വീണു് അവൾ പല വരു ചുംബിച്ച അവളുടെ പ്രിയപ്പെട്ട തലയിണ നനഞ്ഞു കുതിർന്നു,

പക്ഷേ തോറ്റു പിന്മാറുന്നവളായിരുന്നില്ല ജാസ്മിൻ. ആരോടും അവൾ ചോദിച്ചില്ല. ആരുടെയും അനുവാദത്തിനു കാത്തു നിന്നുമില്ല.

നഗരത്തിലെ പേരു കേട്ട ഒരു വനിതാ സംഘടന നടത്തുന്ന ക്ലാസ്സുകളിൽ അവൾ പതിവായി പോയിത്തുടങ്ങി. ഒരു ഗൃഹം എങ്ങനെയെല്ലാം മോടിപിടിപ്പിക്കാം? ഒരു പൂന്തോട്ടം എങ്ങനെ നിർമ്മിച്ചെ ടുക്കാം? ഒരു പച്ചക്കറിത്തോട്ടം എപ്രകാരം മെനഞ്ഞുണ്ടാക്കാം.? തിയറിയും പ്രാക്റ്റിക്കലും ഒത്തു ചേർന്ന ക്ലാസ്സുകൾ അവൾക്കു തന്നെ പ്രോത്സാഹജനകമായിരുന്നു.

സ്വതേ ഒളിഞ്ഞു കിടന്നിരുന്ന അവളുടെ കഴിവുകൾ വേണ്ട രീതിയിൽ നയിക്കുവാനും പ്രോത്സാ ഹിപ്പിക്കുവാനും ആളുണ്ടായപ്പോൾ അവൾക്കു പോലും സ്വന്തം കഴിവിൽ അത്ഭുതം തോന്നി.

അവൾ തുന്നിയെടുത്ത മേശ വിരിപ്പുകൾ, കർട്ടനുകൾ, ബഡ് കവറുകൾ, പില്ലോക്കവറുകൾ എല്ലാം അവളെ പുളകമണിയിച്ചു. അവൾ മെനഞ്ഞെടുത്ത പല നിറത്തിലും തരത്തിലുമുള്ള പ്ലാസ്റ്റിക് രൂപങ്ങൾ ചകിരിയും ചിരട്ടയും ഉണങ്ങിയ ഇലകളും കൊണ്ടു അവൾ നിർമ്മിച്ചെടുത്ത സൃഷ്ടികൾ. എല്ലാം അവളെത്തന്നെ അത്ഭുത പരതന്ത്രയാക്കി. ഇവയൊക്കെ നിർമ്മിച്ചെടുക്കാൻ തനിക്കെങ്ങനെ സാധിച്ചു? അവൾക്കു തന്നെ അതൊരത്ഭുതമായിരുന്നു.

അവിചാരിതമായിട്ടായിരുന്നു ഫ്രാങ്ക്ളിന്റെയും കുടുംബത്തിന്റെയും വരവ്. പുറകെ ബാക്കിയു ള്ളവരും മുൻ കൂട്ടി അറിയിക്കാതെയുള്ള അവരുടെ ആഗമനവും അതിന്റെ പിന്നിലെ സന്ദേശവും എല്ലാവരെയും ആനന്ദതുന്ദിലരാക്കി.

ജാസ്മിൻ മോളുടെ വിവാഹം. ഏററവും അടുത്ത ശുഭമുഹൂർത്തത്തിൽ. വരനു പേർഷ്യയിൽ ഉയർന്ന ഉദ്യോഗം. ചെറുക്കന് പെണ്ണിനെ കാണേണ്ടതില്ല പോലും. ഫോട്ടോ കണ്ടു തൃപ്തിപ്പെട്ടിരി ക്കുന്നത്രെ.

ഇനി ഒരു ചെറുക്കന്റെയും മുന്നിൽ പെണ്ണുകാണൽ ചടങ്ങിനു വേണ്ടി ഇറങ്ങിച്ചെല്ലില്ല എന്ന ജാസ്മിന്റെ ശപഥം നിറവേററപ്പെടേണ്ട ആവശ്യമില്ലാതെ അവളുടെ ഉള്ളിൽത്തന്നെ അലിഞ്ഞു ചേർന്നു.

വിരുന്നുകാരുടെയും ക്ഷണിച്ചു വന്നവരുടെയും മധ്യത്തിൽ വിരിച്ചൊരുക്കിയ മുല്ലപ്പന്തലിൽ കടന്നിരിക്കുമ്പോൾ മണവാട്ടി മണവാളനെ കടക്കണ്ണാൽ വീക്ഷിച്ചു. ആജീവനാന്തം കൂടെ കൊണ്ടുനട ക്കേണ്ട പെണ്ണിനെ നേരിൽ കാണാതെ വിവാഹത്തിനൊരുമ്പെട്ട ധീര പുരുഷനെ കാണാനുള്ള ആഗ്രഹം. തന്നെ നിസ്സാരമായ കാരണങ്ങളാൽ തിരസ്ക്കരിച്ച ശുംഭന്മാരെക്കാൾ എത്രയോ ഉത്തമൻ, ഒരു കണക്കിൽ അവർ വിവാഹത്തിനു സമ്മതിക്കാതിരുന്നതു തന്റെ ഭാഗ്യം.

വിരുന്നുകാർക്കും വീട്ടുകാർക്കും നിരത്തിയ വിഭവങ്ങളുടെ പരമ്പര ഒന്നൊതുങ്ങിയപ്പോൾ പരിചയപ്പെടുത്തലുകളായി, പരിചയപ്പെടലായി.

'ജാസ്മിൻ ! ഇതു സുരേന്ദ്രൻ, ഇതു അബുബക്കർ. നാട്ടിലെ എന്റെ ഉററ സുഹൃത്തുക്കൾ. ഇന്നു മുതൽ നിന്റെയും. '

ഔപചാരികമായി കണ്ണുകളുയർത്തി കൈകൾ കൂപ്പാനൊരുങ്ങുമ്പോൾ ഞെട്ടിപ്പോയി. താൻ ഒരു നിമിഷം മുമ്പ്

ആരെക്കുറിച്ചു വിചാരിച്ചുവോ ആര് നിസ്സാര കാരണങ്ങളാൽ തന്നെ തേജോവധം ചെയ്തുവോ ആ വമ്പന്മാർ. ഇവരൊ ഇദ്ദേഹത്തിന്റെ ഉറ്റ സുഹൃത്തുക്കൾ? ഇവരെയൊ താനും സുഹൃ ത്തുക്കളായി കരുതേണ്ടതു?

പരസ്പരം കണ്ണുകളിറുക്കി ആംഗ്യഭാഷയിൽ സംസാരിച്ചു നിൽക്കുന്ന അവരെ നോക്കിയപ്പോൾ പൊന്തിവന്ന ജാള്യം ജാസ്മിൻ ഒരു വിധത്തിൽ മറച്ച് ഒന്നുമറിയാത്തവളെപ്പോലെ നിന്നു.

വിരുന്നുകാരുടെ ബഹളം ഒട്ടൊന്നടങ്ങിയപ്പോഴറിഞ്ഞു നേരത്തെയുണ്ടായ പെണ്ണുകാണൽ ചടങ്ങുകൾ അവരെല്ലാവരും ഒത്തു ചേർന്നു നടത്തിയ ഒരന്തർനാടകമായിരുന്നു എന്ന്. തന്നെ തനിക്കു താൻ പോന്നവളാക്കാൻ, ഒരുത്തമ കുടുംബിനിയാക്കാൻ നടത്തപ്പെട്ട ഒരൊത്തു കളി.

17.നിലയും വിലയും

സെലക്ട് ചെയ്ത സാരി മടക്കിയെടുക്കുമ്പോൾ പരിചയമുള്ള സെയിൽസ്മേൻ ചോദിച്ചു.

'എന്ന സാർ നീങ്കമട്ടും ഒൻറുമെ പാർക്ക വില്ലയെ സാർ തിരുമണത്തുക്കു വയ്ഹുമട്ടും പട്ടുചേല പോട്ടു പോനാ പോതുമാ സാർ. നല്ല പാന്റു പീസും, ഷർട്ട് പീസും എല്ലാം ഇറുക്കിങ്കളെ. പോളിസ്റ്റർ, ടെറീൻ, ടെറിക്കോട്ടൺ, ഡബിൾനെറ്റ് ഏതാവതു പാർക്കട്ടുമാ സാർ?'.

പാവം ഷൺമുഖം. അവൻ കരുതിക്കാണും ഇത്ര വില കൂടിയ സാരി എടുക്കാമെങ്കിൽ കൂടെ ഒന്നോ രണ്ടോ പാന്റ് പീസോ ഷർട്ട്പീസോ എടുക്കുമായിരിക്കുമെന്ന്, തന്റെ കീശയുടെ സ്ഥിതി തനിക്കു മാത്രമല്ലേ അറിയാവു

ബിൽ പേ ചെയ്ത് പായ്ക്കു ചെയ്ത സാരിയുമായി ബസ്സ് സ്റ്റോപ്പിലേക്കു നടക്കുമ്പോൾ മനസ്സ് മന്ത്രിച്ചു. അവൾക്കിഷ്ടപ്പെടാതിരിക്കില്ല. അവൾ പറഞ്ഞ നിറം, അവൾ പറഞ്ഞ സ്റ്റഫ്, അവൾ ആഗ്രഹിച്ച തരത്തിൽ വീതിയിൽ കസവു്. അതും ഒരു കൈ വീതിയിൽ. ഉള്ളിൽ നിറയെ കസവു പൂക്കൾ

ബസ്സിൽ ഇരിക്കുമ്പോഴും മനസ്സിൽ അതുതന്നെയായിരുന്നു. അവളുടെ ചിരകാല സ്വപ്നം സാക്ഷാൽക്കരിക്കപ്പെടുന്നു. എത്ര നാളത്തെ ആഗ്രഹമാണ്. പറഞ്ഞും പറയിച്ചും മനസ്സിലൊതുക്കിയും ചിലപ്പോൾ ഒതുക്കാനാകാതെയും കൊണ്ടുനടന്ന ആഗ്രഹം അതിത്ര പെട്ടെന്നു സഫലമാകുമെന്നു അവൾ ഓർത്തിരിക്കില്ല.

സുസനാന്റിയുടെ മകന്റെ കല്യാണ വിവരം കാണിച്ചു് കത്തുവരുമെന്നു പറഞ്ഞപ്പൊഴെ മനസ്സിൽ കണ്ടു. ഇത്തവണ ചോദിക്കാതെ തന്നെ അവളുടെ ആഗ്രഹം നിറവേറ്റിക്കൊടുക്കണമെന്ന്, പോകാതിരി ക്കാൻ നിർവ്വാഹമില്ല. പിരിഞ്ഞു പോകുമ്പോഴും സൂസനാന്റി സരസ്വതിയുടെ കൈപിടിച്ചു പറയുന്നതു കേട്ടതാണ്.

'ഇതോടെ ബന്ധങ്ങൾ തീർന്നുവെന്നു വിചാരിക്കരുത്. നിങ്ങൾ നാട്ടിൽ വരുമ്പോഴൊക്കെ തീർച്ച യായും ഞങ്ങളുടെ അടുത്തു വരണം.'

രണ്ടാമത്തെ മകളുടെ വിവാഹത്തിനു പോകാൻ സാധിച്ചില്ല. ഇതിനും കൂടി ചെല്ലാതിരു ന്നാൽ...പോരാഞ്ഞ് വില്ല്യമങ്കിൽ മരിച്ചിട്ടും അധികമായില്ലല്ലൊ.

☐ സാരി കാണുമ്പോൾ മുഖത്തുണ്ടാകുന്ന സന്തോഷഭാവങ്ങൾ സ്വരുക്കൂട്ടിക്കൊണ്ടാണ് കയറി ച്ചെന്നത്,

കാപ്പി വച്ചു നീട്ടുമ്പോൾ സരസ്വതി പറഞ്ഞു.

'സൂസനാന്റിയുടെ മകന്റെ കല്യാണ പത്രിക വന്നിട്ടുണ്ട്.'

കത്തിലൂടെ വിവരമെല്ലാം അറിഞ്ഞതല്ലേ. ഇനിയെന്തിനു ഇൻവിറേഷൻ എന്നു മനസ്സിലോർത്തു.

സാരി പുറത്തെടുക്കുമ്പോൾ കോളേജിൽ പഠിക്കുന്ന മകൻ അഭിപ്രായപ്പെട്ടു.

"അമ്മയ്ക്കന്തിനാച്ചാ ഇത്ര വില കൂടിയ സാരി. കല്യാണപ്പെണ്ണുങ്ങൾ പോലും ഇക്കാലത്തു ഇതു പോലുള്ളത് ഉടുക്കില്ലല്ലൊ."

'നീ പോടാ അവിടുന്നു.'

'ഉടുത്തൊരുങ്ങിയാൽ ഒരു കൊച്ചു സുന്ദരിയാണ് നീ.'

അവളുടെ ചെവിയിലാണു പറഞ്ഞത് മകൻ കേൾക്കാതെ,

'ഓ കളിയാക്കയൊന്നും വേണ്ട. കസവു കുറെക്കൂടി വീതിയുള്ളതായിരുന്നു നല്ലത്. വീതിയിൽ ബോർഡറുള്ളതാണ് ഉടുത്താൽ ശേല്. '

ഓഹോ അപ്പോൾ അതാണല്ലെ കാര്യം. സാരി കണ്ടിട്ട് മുഖത്തു സന്തോഷഭാവം പ്രകടമാകാ ത്തതെന്ത് എന്നു മനസ്സിലോർത്തുകൊണ്ടിരിക്കുകയായിരുന്നു. കസവിനു വീതി കുറവാണത്രെ. സരസു നിനക്കറിയാമോ ഈ സാരിക്കെന്തു വിലയാണെന്നു, ആ കടയിലുണ്ടായിരുന്ന സാരികളിൽ ഏറ്റവും കൂടു തൽ വീതിയിൽ കസവുള്ള സാരിയാ ണിതു്. അഞ്ഞൂറു രൂപയുടെ സാരി കയ്യിൽ കിട്ടിയിട്ടും കൂടെ വരാ നുള്ള ഭർത്താവിനു ഷർട്ടോ പാന്റോ

എന്തെങ്കിലുമൊന്നെടുത്തോയെന്ന് നീ ചോദിക്കാക്കാത്തതെന്തു്. പെണ്ണല്ലേ സ്വർണ്ണത്തിനും ഡ്രസ്സിനുമുള്ള ആഗ്രഹത്തിനു അറുതിവരുമോ? നിനക്കിഷ്ടമായില്ലെങ്കിൽ മടക്കിയവിടെ വച്ചേക്കു. പ്രമീള വളരട്ടെ. അവൾക്ക് അവളുടെ കല്യാണത്തിനുപയോഗിക്കാം.

ഉള്ളിൽ പതഞ്ഞുപൊന്തിയ രോഷം സട കുടഞ്ഞു പുറത്തു ചാടിയില്ല. എന്തിനു വെറുതെ ഒരു സംഘർഷാവസ്ഥ സൃഷ്ടിക്കുന്നു.

' അമ്മേ കല്യാണത്തിനെങ്ങനെയാണ് പോവുക ബസ്സിലോ അതോ ട്രെയിനിലോ?'

മകന്റെ സംശയം,

'നീ ഒരു മണ്ടൻ തന്നെ. എടാ കല്യാണത്തിനെങ്ങനെയാ പോകുന്നതെന്നു എടുത്തു ചോദി ക്കണോ. പ്രത്യേകിച്ച് സൂസനാന്റിയുടെ മകന്റെ കല്യാണത്തിന്. നൂറു നൂറു പേരു വരുന്ന സ്ഥലമല്ലേ. കാറിൽത്തന്നെ പോകണം. അമ്മയുടെ മറുപടി കേട്ടപ്പോൾ ഒന്നും പറയാതിരിക്കാനായില്ല.'

'സരസു! നീ ഞാൻ പറയുന്നതൊന്നു കേൾക്ക്. നമുക്ക് ട്രെയിനിനു ചെന്നിറങ്ങി അവിടുന്നു ടാക്സിയിൽ പോകാം. അതാണു നല്ലത്.'

'പോര പോര നിങ്ങളെന്തായിപ്പറയുന്നതു്. സൂസനാന്റിയുടെ മകന്റെ കല്യാണത്തിനു ടാക്സിയിൽ ചെല്ലാനോ അതവർക്കു. കുറച്ചില്ലേ? നമുക്കാ ചാക്കോ സാറിന്റെ കാറൊന്നു ചോദിക്കാം. ഒരു ദിവസ ത്തേക്ക് തരാതിരിക്കില്ല.'

'എന്തിനു സരസു ആവശ്യമില്ലാത്ത പൊങ്ങച്ചം ? നമുക്കു നമ്മുടെ നിലയറിയണ്ടെ?.'

'ടാക്സിയിൽ ചെല്ലുന്നതാണോ നില. ഞാനില്ല ടാക്സിയിൽ പോകാൻ. നിങ്ങൾക്കു വയ്യെങ്കിൽ ഞാൻ പോകാം, ചാക്കോ സാറിനോടു ചോദിക്കാൻ,'

പിറ്റേന്നോഫീസിലേക്കു പോകാനിറങ്ങുമ്പോൾ സരസ്വതി ഓർമ്മിപ്പിച്ചു.

'നാളയല്ലേ കല്യാണം. മൂത്ത മകൾക്കു മോതിരമല്ലേ സമ്മാനം കൊടുത്തത്. ഞാനെത്ര പറഞ്ഞു നാലളു കാണുന്നതെന്തെങ്കിലും കൊടുക്കണമെന്ന്. ആരറിഞ്ഞു അതു കൊടുത്ത വിവരം. എന്തെ ങ്കിലും കൊടുക്കുന്നെങ്കിൽ നാലാളുകാണെ കൊടുക്കണം. ഇന്നു പോരുമ്പോൾ ഒരു നല്ല ടേബിൾ ഫാൻ വാങ്ങിക്കൊണ്ടു വരണം,' മറക്കരുത്,

നാളേക്കു ലീവെടുക്കാൻ മറക്കരുത് എന്നവൾ ഓർമ്മിപ്പിച്ചില്ല. ഒരു ഫാൻ വേണമത്രെ. അതും തീപിടിച്ച വിലയുള്ള നാട്ടിൽ നിന്ന്. ചെറുക്കൻ കെട്ടുന്ന മുറയ്ക്കു എന്തെങ്കിലും കൊടുക്കണോ. അഥവാ കൊടുക്കണമെങ്കിൽ തന്നെ അവിടെ ചെല്ലുമ്പോൾ വാങ്ങിയാൽ പോരേ? മനസ്സിലോർത്തു. വെറും കയ്യോടെ കയറിച്ചെന്നപ്പോൾ സരസ്വതിക്കാകെ വെപ്രാളം

'നാളെ കല്ല്യാണ ചെറുക്കനു സമ്മാനമൊന്നും കൊടുക്കണ്ടേ? ഞാൻ രാവിലെ ഇറങ്ങുമ്പോൾ കൂടി ഒർമ്മിപ്പിച്ചതല്ലേ?'

'സരസ്വതീ നീ ഒന്നടങ്ങ്. ഒരു ഫാൻ വേണമെങ്കിൽ വാങ്ങിക്കൊടുക്കാം. പക്ഷെ അതിവിടുന്നു തന്നെ കെട്ടിവലിച്ചുകൊണ്ടു പോകണമെന്നുണ്ടോ? അവിടെ ചെന്നിട്ടൊരെണ്ണം വാങ്ങിയാൽ പോരെ?'

'ഇവിടുന്നു വാങ്ങിക്കൊണ്ടു പോകുന്നതല്ലേ നല്ലത്. അവിടെ ചെല്ലാനൊ മറെറാ താമസിച്ചാൽ പിന്നെ മുഹൂർത്തം മുടങ്ങുകില്ലേ?'

'ഈ പറയുന്നതു കേട്ടാൽ നീ ആദ്യമായാണ് സൂസനാന്റിയുടെ വീട്ടിൽ പോകുന്നതെന്നു തോന്നും. അവർക്കു മുഹൂർത്തം എന്നൊന്നുണ്ടോ സരസൂ?'

പിറേന്നു ഒരുങ്ങിയിറങ്ങുമ്പോൾ സരസ്വതിയെന്താ ഫാഷൻ പരേഡിനൊ മറെറാ ആണോ എന്നു ചോദിക്കാനാഞ്ഞതാണ്. അതെ തുടർന്നുണ്ടാകാവുന്ന വാക്കേറ്റങ്ങൾ മനസ്സിൽ കണ്ടതുകൊണ്ടു മൗനമ വലംബിക്കുന്നതാണു നല്ലതെന്നു തോന്നി. ഇല്ലാത്ത തലമുടി ഉണ്ടാക്കി അവിടെയും ഇവിടെയും മുഴ പ്പിനും നിറുകവരെ കെട്ടി നിർത്തിയിരിക്കുന്നു. ചുറ്റും തലേന്നു മുത്തുവിനെ വിട്ടു വാങ്ങിപ്പിച്ചതാവണം കുറെ ജമന്തി പൂമാല ചൂടിയിരിക്കുന്നു. അഞ്ഞൂറു രൂപയുടെ കാഞ്ചീപുരം സാരി വാരി വലിച്ചുടു ത്തിറങ്ങിയപ്പോൾ അടിപ്പാവാടയുടെ തുമ്പു കണങ്കാൽ വരെയും വെളിയിൽ. സാരിയുടെ നിറത്തിനു ഒട്ടും യോജിക്കാത്ത ഒരു ബ്ളൗസും. ബ്ളൗസ് തയ്പിക്കാത്തതെന്തു എന്നു മനസ്സിലോർക്കുമ്പോൾ സരസ്വതി പറഞ്ഞു 'ബ്ളൗസ് തയ്ക്കാൻ

മുറിച്ചെടുത്താൽ സാരി ഉടുക്കാൻ നീളം കുറയും.'നല്ല നീളമുള്ള സാരി ഉടുത്തിരിക്കുന്നതിന്റെ ചന്തം ഒന്നും പറഞ്ഞറിയിക്കണ്ട.

ദാ ഈ കൊളുത്തു മുറുകിയാണൊ? '

ഇങ്ങനെയൊരു സംഗതി ഇപ്പോഴാണ് ശ്രദ്ധിച്ചത്. കഴുത്തിൽ താലിമാല കൂടാതെ ഒരു നെക്ലസ്സൂൾ പ്പെടെ അഞ്ചുമാലകൾ, കയ്യിൽ അതിന്റെ അഞ്ചിരട്ടിയോളം വളകൾ. ചോദിച്ചാൽ പിന്നെന്തിനു അച്ഛനി തൊക്കെ തന്നു കാണാനൊ എന്നൊരു മറു ചോദ്യം, വേണ്ട ചോദിക്കണ്ട.

കാറിൽ കയറുമ്പോഴാണ് മനസ്സിലാക്കിയത്. സരസ്വതി സ്ലിപ്പേഴ്സ് എടുത്തിട്ടില്ല. തമിഴരോടൊപ്പം ജീവിച്ച് അവളും ഒരസ്സൽ തമിഴ്മട്ടായിരിക്കുന്നു.

'സരസു പോയി ചെരുപ്പെടുത്തിട്ടുകൊണ്ടു വരു.'

ഓർമ്മിപ്പിച്ചപ്പോൾ മുഖത്തെ ജാള്യത മറക്കാൻ ശ്രമിച്ച് അവൾ പറഞ്ഞു.

'ഓ അതു ഞാൻ മറന്നു '

കാറിലിരുന്നു സമയം പോയതറിഞ്ഞില്ല. കൂടാൻ പോകുന്ന കല്യാണത്തെക്കുറിച്ചുള്ള സംസാര ങ്ങൾ. മകളുടെ വിവാഹത്തിനു പത്തായിരം പേർ സംബന്ധിച്ചു. ഊണിനു വിഭവങ്ങൾ ഏഴു കോഴ്സാ യിരുന്നത്രെ. ഇപ്പോഴത്തേതു ദുബായിൽ ജോലിയുള്ള മകന്റെയല്ലേ. അപ്പോഴതിലും കേമമായിരിക്കും. അങ്ങനെ അങ്ങനെ എത്ര പറഞ്ഞിട്ടും അവസാനിപ്പിക്കാൻ തോന്നാത്തതു പോലെ.

ദുബായിൽ ജോലിയുള്ള മകനു എന്തിനു ഫാൻ സമ്മാനിക്കണം. എന്നായിരുന്നു തന്റെ മനസ്സിൽ.

'എന്താ സരസു ഫാൻ തന്നെ വേണമെന്നുണ്ടോ? വേറെ എന്തെങ്കിലും ചെറിയ തോതിൽ പോരെ?

' ഒക്കില്ല ഫാൻ തന്നെ വേണം. '

ഫാൻ പായ്ക്ക് ചെയ്ത് കാറിൽ കയറിയപ്പോൾ സമയം വളരെ വൈകി. ഇനി വീട്ടിലേക്കു പോകാതെ പള്ളിയിലേക്കു പോകുന്നതായിരിക്കും ഭംഗി,

പള്ളിമുറത്തു കാർ നിർത്തി ഇറങ്ങുമ്പോൾ കൂടി നിന്നവരുടെ കണ്ണുകൾ സരസ്വതിയിലാണെന്നു തോന്നി. പുരുഷന്മാർ പോലും ഇത്രമേൽ വീക്ഷിക്കാൻ എന്തിരിക്കുന്നൊ ആവോ?

'ഹലോ സരസു ആന്റി അങ്കിൾ വരു വരു.

സൂസനാന്റിയുടെ മെഡിസിനു പഠിക്കുന്ന മകൾ ഓടി അരികിൽ വന്നു.

എത്ര സിമ്പിൾ ഡ്രസ്സ്. കല്യാണച്ചെറുക്കന്റെ അനുജത്തിയാണെന്നു പറയുകയേ ഇല്ല.

'ഇതാ ബ്രൈഡ് ആന്റ് ബ്രൈഡ് ഗ്രൂം. '

'ഹലോ അങ്കിൾ, '

ഷേക്കു ഹാന്റ് ചെയ്യുമ്പോൾ ഓർത്തു. ഇതാണോ ദുബായിലുള്ള കല്യാണച്ചെറുക്കൻ. ഡബിൾ മുണ്ടും വെള്ള സ്ലീവ്സ് ഷർട്ടും. പെൺകുട്ടിയൊ തൂവെള്ള സാരിയിൽ കസവിന്റെ കണികപോലുമില്ല. മുടിക്കെട്ടിൽ ഒരു വെള്ളപ്പൂവും. മുന്നിൽ അവളുടെ കൂപ്പുകൈ ഉയർന്നപ്പോൾ ഇവളൊരു ഡോക്ടറോ എന്നോർത്തു പോയി. എത്ര വിനയം. എത്ര ശാലീനത.

'ആൻറി' സൂസനാന്റിയുടെ മകൾ. ആന്റിയെന്താ ഈ നൂറ്റാണ്ടിലൊന്നുമല്ല ജീവിക്കുന്നതു. അവിടെ ന്യൂസ് പേപ്പറൊന്നും വരാറില്ലേ? നോക്കു ഇവിടാരെങ്കിലും ഇത്ര വില കൂടിയ സാരി അണിഞ്ഞു വന്നിട്ടുണ്ടോ? സ്ത്രീകൾ വിലകൂടിയ തുണിത്തരങ്ങളും ആഭരണങ്ങളും വർജ്ജിക്കാൻ തീരുമാനമെടുത്ത വിവരമൊന്നും ആന്റി വായിച്ചറിഞ്ഞില്ലേ?

ശരിയാണ്. ഒരു കൊച്ചു പെൺകുട്ടി പോലും വിലകൂടിയ ഒരുടുപ്പ് ധരിച്ചിട്ടില്ല. സ്ത്രീകളെല്ലാം തന്നെ നൂറോ നൂറ്റമ്പതോ രൂപയിൽ കൂടാത്ത ടെറീനോ, പോളിസ്റ്ററോ, ഓർഗണ്ടിയോ സാരികളിൽ. ആരുടെ കഴുത്തിലും ഒരു മാലയിൽ കൂടുതലില്ല. ഫോൾസ് ഹെയർ ഉപയോഗിക്കാതെ

ഉള്ളതുകൊണ്ടു ഭംഗിയിൽ കെട്ടിയ ചെറിയ ചെറിയ തല മുടിക്കെട്ടുകൾ. ഓരോ കൊച്ചു പൂക്കൾ ഓരോന്നിലും.

കഷ്ടം! താൻ മാത്രം. സരസ്വതിക്കു സ്വയം ഉരുകുന്നതുപോലെ തോന്നി. എങ്ങിനെയെങ്കിലും വീട്ടിലെത്തിയാൽ മതിയായിരുന്നു.

'പള്ളിയിലെ ചടങ്ങുകൾ തീർന്നു. ഇനി വീട്ടിലേക്കു പോകാം.'

ആരോ പറഞ്ഞു.

ചലിക്കുന്ന കാറുകളുടെ നിരകൾ.

പന്തലിൽ സൂസനാന്റിയുടെ പ്രസന്ന മുഖം.

ഒരു കോണിൽ ഉപവിഷ്ണനായപ്പോൾ ഫാൻ കാറിൽനിന്നെടുക്കാത്തതും ഉചിതമായി തോന്നി. പന്തലിലിരുന്ന ആരുടെ കയ്യിലും സമ്മാനപ്പൊതികൾ കാണുന്നില്ല. ഇൻവിറേഷൻ കാർഡ് വായിക്കാതിരു ന്നതു മണ്ടത്തരമായി. അതിൽ ഉണ്ടാവുമായിരിക്കും പ്രസന്റേഷൻ സ്വീകരിക്കില്ല എന്ന്.

പ്ലെയിററിൽ ബിസ്ക്കറ്റുകളും ട്രേയിൽ ചായക്കപ്പുകളുമായി സൂസനാന്റിയും മക്കളും തന്നെ പന്തലിലേക്കിറങ്ങിയപ്പോൾ അന്തംവിട്ടുപോയി. രണ്ടു ബിസ്ക്കറ്റിലൊതുങ്ങുന്ന കല്യാണ വിരുന്നോ? കാറി ലിരുന്നെന്തെല്ലാം കണക്കു കൂട്ടലുകളാണ് സരസ്വതി മെനഞ്ഞെടുത്തത്. പാവം സരസു.

നീട്ടിയ പ്ലെയിററിൽ നിന്നും രണ്ടു ബിസ്ക്കറ്റ് എടുത്തു ചവക്കുമ്പോൾ സൂസനാന്റി പ്രത്യേകം ഓർമ്മിപ്പിച്ചു.

'സരസ്വതിയും മിസ്റ്ററും കുറെ കഴിഞ്ഞേ പോകാവൂ.'

ഒഴികഴിവു പറയാനാഞ്ഞപ്പോഴേക്കും സൂസനാന്റി പ്ലെയിററുമായി അടുത്ത നിരയിലേക്കു കടന്നു കഴിഞ്ഞിരുന്നു.

18.കാനൽ ജലം

കയറിച്ചെല്ലുമ്പോൾ പതിവില്ലാതെ മുഖത്തു പ്രസാദഭാവം കണ്ടു. കയ്യിൽ നിന്നു ബാഗും കുടയും വാങ്ങി യഥാസ്ഥാനങ്ങളിൽ വച്ച് ലുങ്കിയെടുത്തു കയ്യിൽ പിടിപ്പിച്ച് അടുക്കളയിലേയ്ക്കോടിക്കഴിഞ്ഞിരി ക്കുന്നു. സാധാരണ ഗതിയിൽ ഓഫീസിൽ നിന്നെത്തിയാൽ ബാഗും കുടയും താൻ തന്നെ യഥാസ്ഥാ നങ്ങളിൽ വച്ച് ഡ്രസ്സ് മാറിക്കഴിയുമ്പോഴായിരിക്കും ശ്രീമതി അറിയുക തന്നെ. ഇന്നു തന്നെയും പ്രതീക്ഷി ച്ചെന്നപോലെയുള്ള ഈ നിൽപ്പിന്റെയും ഈ സ്നേഹപ്രകടനങ്ങളുടേയും പിന്നിലെന്താവും എന്നാലോ ചിച്ച് ചികഞ്ഞെടുക്കുവാൻ ശ്രമിക്കുമ്പോഴേക്കും കാപ്പിയും പലഹാരങ്ങളുമായി അവൾ ഡ്രസ്സിംഗ് റൂമിലേക്കു തന്നെ വരുന്നതു കണ്ടപ്പോൾ മനസ്സിൽ തോന്നിയ അത്ഭുതം ഇരട്ടിച്ചു. ഇന്നെന്താണ് പതിവി ല്ലാതെ കാപ്പിയുമായി ഇങ്ങോട്ട്. എന്നും ഡ്രസ്സ് മാറി ഡൈനിംഗ് ഹോളിലേക്കു താൻ തന്നെ ചെല്ലുകയോ, ലതമോളെ വിട്ടു തന്നെ വിളിപ്പിക്കുകയോ ആണു പതിവ്. ഇന്നെന്താകും ഇതിന്റെയൊക്കെ പിന്നിൽ.

ഡ്രസ്സിംഗ് ടേബിളിനടുത്തേക്കു കസേര വലിച്ചിട്ട് അതിലിരുന്നു കാപ്പി കുടിക്കുവാൻ തുടങ്ങുമ്പോൾ കസേരക്കു പിന്നിൽ അവൾ സ്ഥാനമുറപ്പിച്ചതു മനസ്സിലാക്കാൻ ബുദ്ധിമുട്ടേണ്ടി വന്നില്ല.

'നോക്കൂ ഇത്തവണ എനിക്കൊരു ചുട്ടീം ചെയിനും തീർത്തു തരണം. കഴിഞ്ഞ വട്ടം എന്നെ ഒരു സാരിയിലൊതുക്കിക്കളഞ്ഞില്ലേ?'

കഷണ്ടി കയറിത്തുടങ്ങിയ തലമുടിയിഴകളിൽ വിരലോടിച്ച് അവൾ അവളുടെ മനസ്സിൽ ഒളി പ്പിച്ചു വച്ചിരുന്ന മുത്തു പുറത്തേക്കിട്ടു.

കഴിഞ്ഞ തവണ സാരിയിൽ ഒതുക്കിക്കളഞ്ഞെന്നോ? എന്താണു പറയുന്നതെന്നു മനസ്സിലാക്കാ നാവാതെ തല ചരിച്ച് ഭൈമിയുടെ മുഖത്തേക്കു നോക്കിയപ്പോൾ വീണ്ടും വന്നു വാക്കുകൾ. ശരവർഷ ങ്ങളായി.

'കഴിഞ്ഞ തവണ ശമ്പളം പുതുക്കി അരിയേഴ്സ് കയ്യിലെണ്ണി വാങ്ങിയിട്ടേ എനിക്കൊരു സാരി യല്ല വാങ്ങിത്തന്നുള്ളു. ഇത്തവണ എനിക്കൊരു ചുട്ടീം ചെയിനും തീർത്തു തരണം.'

ഓഹോ! അപ്പോഴതാണു കാര്യം. പത്രത്തിൽ ശമ്പള പരിഷ്ക്കരണത്തെക്കുറിച്ച് വാർത്ത വന്നിരുന്നു. കഴിഞ്ഞ തവണത്തെ

അരിയേഴ്സ് കിട്ടിയിട്ട് തനിക്കൊരു സാരി വാങ്ങാൻ തികഞ്ഞല്ലോ എന്നു സമാധാനിക്കാനുള്ളതിനു പകരം അതിലും അസംതൃപ്തി. ദിവസം പ്രതി ബസ്സിലെ ഇടിയും തള്ളും കൊണ്ടു ഓഫീസിലെ ഫയലിന്നിടയിലെ പൊടി തിന്നും കണക്കുകൾ നോക്കി തലയും പെരുപ്പിക്കുന്ന ഭർത്താവിനു എന്തെങ്കിലുമൊന്നു വാങ്ങാത്തതെന്തന്നല്ല. ഹൊ ഈ പെണ്ണെന്ന വർഗ്ഗത്തെ എങ്ങനെ തൃപ്തിപ്പെടുത്തുമൊ ആവൊ? സാരി, ആഭരണം, പാത്രങ്ങൾ, ഏതുറ ക്കത്തിലായാലും ഇവ മൂന്നുമാണവരുടെ മനസ്സിൽ.

'എന്താ ഒന്നും മിണ്ടാത്തത് പററില്ലെങ്കിൽ പററില്ലെന്നു പറയണം. ഞാൻ വീട്ടിൽ പോയി അച്ഛാ യനെക്കൊണ്ടു വാങ്ങിപ്പിച്ചോളാം.'

അത് അടവുകളിൽ ഒന്ന്, മിന്നു കെട്ടിയ ഏതു പുരുഷനാണതു സമ്മതിക്കുക. വിവാഹശേഷം ഭാര്യക്കാവശ്യമുള്ളതു വാങ്ങിക്കൊടുക്കേണ്ടതു ഭർത്താവല്ലേ? അതിനു കഴിയാത്തവൻ എന്ന് അവരെ ക്കൊണ്ടു പറയിക്കാൻ, അഭിമാനത്തെ ചോദ്യം ചെയ്യുന്ന അത്തരമൊരു പ്രവർത്തിക്കു ആരാണു സമ്മതി ക്കുക.

'നീ ധൃതിപ്പെടാതെ. കാള പെററന്നുകേൾക്കുമ്പോഴെ കയറെടുത്താലൊക്കുമൊ? എന്തെങ്കിലു മൊന്നറിയട്ടെ. എന്നിട്ടു തീരുമാനിക്കാം'.

തെളിഞ്ഞ മുഖത്തോടെ ഭാര്യ ഒഴിഞ്ഞ ഗ്ലാസ്സും പാത്രങ്ങളും എടുത്തു അടുക്കളയിലേക്കു പോകുന്നതു കണ്ടപ്പോൾ മനസ്സിൽ സ്വയം അഭിനന്ദനം പാസ്സാക്കി.

ഒരു സംഘർഷാവസ്ഥ നീക്കിക്കളയാൻ ഇത്തരം നല്ല വാക്കുകൾക്കേ സാധിക്കു. മറെറന്തു പറഞ്ഞാലും അതൊരു ഉരസലിലെ കലാശിക്കു. നിനക്കിനിയെന്തിനാ ചുട്ടീം ചെയ്നുമെന്നു ചോദിച്ചാൽ അതവളുടെ പ്രായത്തിനു നേരെയൊരു വിരൽ ചൂണ്ടലായിരിക്കും. ഏതു പെണ്ണാണതു സഹിക്കുക. നിനക്കിപ്പോഴെന്തിനാ ചുട്ടീം ചെയിനു മെന്നു ചോദിച്ചാൽ തൊട്ടുത്ത വീടുകളിലെ പെണ്ണുങ്ങളുടെ കഴുത്തിലെല്ലാം നിങ്ങളതു കാണുന്നില്ലെ. പിന്നെ എനിക്കായാലെന്താ. എന്നാകും മറുപടി. അല്ലെങ്കിൽ കാലത്തിനനുസരിച്ചു കോലം കെട്ടാൻ പഠിക്കണം, വെറുതെ സമ്പാദിച്ചിട്ടെന്താ കാര്യം. എന്നൊക്കെയുള്ള തത്വ സംഹിതകളുടെ കെട്ടഴിക്കലായിരിക്കും. ഇപ്പോൾ പണമില്ലെന്നു പറഞ്ഞു ഒഴിയാമെന്നു വച്ചാൽ പത്രത്തിൽ വെണ്ടക്കാ മുഴുപ്പിൽ വന്നവാർത്ത അവൾ കണ്ടുകഴിഞ്ഞിരിക്കുന്നു. ഓരോ സംസ്ഥാന ജീവനക്കാരനും ശരാശരി നൂറ്റമ്പതു രൂപ പ്രതിമാസ വർദ്ധനവ് അതും മുൻകാല പ്രാബല്യത്തോടെ,

കുളികഴിഞ്ഞു അല്പം വിശ്രമിക്കുമ്പോഴാണ് മകന്റെ ആഗമനം

'പപ്പ എനിക്കൊരു സൈക്കിൾ വാങ്ങിത്തരണം കാലത്തും വൈകുന്നേരവുമുള്ള നടപ്പുകൊണ്ടു ഞാൻ മടുത്തു.'

ഒന്നര മൈലുണ്ട് അവൻ പഠിക്കുന്ന സ്കൂളിലേക്ക്, ബസ്സ്റൂട്ടാണ്. വേണ്ടത്ര ബസ്സുകളുമുണ്ടു്. എന്നാൽ ഉള്ള ബസ്സുകളിലെല്ലാം രണ്ടു ബസ്സുകളുടെ ആൾക്കാരാണ് കയറുന്നതെങ്കിൽ അതിൽ ഭേദം നടപ്പല്ലേ? മിനിററിനു മിനിററിനു ബസ്സും കാറും ലോറിയും ഇറങ്ങിക്കൊണ്ടിരിക്കുന്ന ഈ മോട്ടോർ യുഗത്തിൽ രാവിലെയും വൈകുന്നേരവും ഉള്ള നടത്തം അല്പം ദുഷ്ക്കരം തന്നെ. അവന്റെ ഡിമാൻഡും അംഗീകരിക്കത്തക്കതാണ്, സാധിച്ചുകൊടുക്കേണ്ടതുമാണ്. പക്ഷേ തന്റെ കോശസ്ഥിതി. നിൽക്കുന്ന നിൽപ്പിൽ പത്തെണ്ണൂറു രൂപ എവിടെന്നുണ്ടാകും? പ്രൊവിഡന്റ് ഫണ്ടിൽ നിന്നു ഇനി അഞ്ചാറു മാസം കഴിയാതെ ഒന്നും എടുക്കാൻ കഴിയില്ല. കഴിഞ്ഞ മാസത്തിലാണ് അനുജത്തിയുടെ വിവാഹം പ്രമാണിച്ച് എടുക്കാവുന്നതിന്റെ പരമാവധി എടുത്തത്. '

'പൈസ ഉണ്ടാകട്ടെ മോനെ. വാങ്ങിത്തരാം കേട്ടോ.'

'മകന്റെ തോളിൽ തട്ടി സമാശ്വസിപ്പിച്ച് പറഞ്ഞയക്കാമെന്നു കരുതിയതു വ്യർത്ഥമായി.'

'പപ്പായ്ക്കൊക്കെ ശമ്പളം കൂട്ടാൻ പോകുവല്ലേ? അപ്പോ കുറെ രൂപ കിട്ടില്ലേ? '

ഓഹോ അപ്പോൾ അമ്മയെപ്പോലെ അവനും അതിൽ നോട്ടമിട്ടിരിക്കയാണ്. '

'കാശു കയ്യിൽ കിട്ടട്ടെ മോനെ. എന്നിട്ടു തീരുമാനിക്കാം. '

പൂത്തിരി കത്തിച്ചതു പോലെ അവന്റെ മുഖം സന്തോഷംകൊണ്ടു വിടർന്നു. ഒരു മൂളിപ്പാട്ടുമായി അവൻ അവന്റെ മുറിയിലേക്കു കടന്നപ്പോൾ ചിന്തിക്കുകയായിരുന്നു. ജോലിയിൽ പ്രവേശിച്ചിട്ട് പത്തു പതിനേഴു വർഷങ്ങളായി. അന്നന്നത്തെ കാര്യങ്ങൾ ഒരുവിധം ഭംഗിയായി നേടിപ്പോകുമെന്നല്ലാതെ ഒന്നും സമ്പാദിച്ചുവച്ചിട്ടില്ല. അതിനു മിനക്കെട്ടില്ല. എങ്ങോട്ട് സ്ഥലം മാററപ്പെടുന്നോ അവിടെയൊക്കെ വാടക വീടുകളിൽ അഭയം തേടുന്നു. ജീവിതത്തിന്റെ മധ്യാഹ്നം കഴിഞ്ഞതുകൊണ്ടാവും ഇപ്പോൾ തോന്നുന്നു വല്ലതും നാലുകാശു സമ്പാദിച്ച് ഒരു താവളമുറപ്പിക്കണം.

നാട്ടിൻപുറത്ത് അരയേക്കർ ഭൂമിയും അതിലൊരു കൊച്ചു വീടുമുണ്ട്. ജോലിയൊന്നുമില്ലാതെ കൃഷിപ്പണിയുമായി കഴിഞ്ഞു കൂടുന്ന ജ്യേഷ്ഠനും കുടുംബവുമാണവിടെ താമസം. അറത്തുമുറി ച്ചെങ്ങനെ ആ വീടും പറമ്പും സ്വന്തമാക്കും? ഭാഗം വച്ചാൽത്തന്നെ എന്തു കിട്ടാൻ. വേണ്ട അത്രയും ജ്യേഷ്ഠനുതന്നെ ഇരിക്കട്ടെ. എവിടെയെങ്കിലും കുഞ്ഞുങ്ങൾക്കു പഠിക്കാൻ സൗകര്യമുള്ള സ്ഥലം നോക്കി ഒരു കൊച്ചു വീടും അല്പം സ്ഥലവും കണ്ടുപിടിക്കണം. പോകുന്ന പുറകെയെല്ലാം അവരെയും കൊണ്ടു നടന്നു അവരുടെ പഠിത്തവും ഉഴപ്പും. ഭാവിയും നശിക്കും. ഇലക്രിസിററി ബോർഡുകാർക്കു കിട്ടിയതുപോലെയാണെങ്കിൽ കുറഞ്ഞതു പത്തുസെന്റു സ്ഥലമെങ്കിലും എഴുതിക്കാം. ചുട്ടീം ചെയിനും സൈക്കിളുമൊക്കെ അവിടെ കിടക്കട്ടെ. കേറിക്കിടക്കാനൊരിടം നോക്കിയിട്ടല്ലെ അതൊക്കെ.

'പപ്പാ! പപ്പാ എപ്പൊ വന്നു?'

ലതമോൾ തുള്ളിച്ചാടി വന്നു കഴുത്തിൽ തൂങ്ങിയപ്പോഴാണ് ചിന്തയുടെ ചിതയിൽ നിന്നുണർ ന്നെഴുന്നേററതു്.

'മോളെവിടെയായിരുന്നു ഇതുവരെ?'

'ഞാൻ സൂസന്റെ വീട്ടിൽ കളിക്കുവാരുന്നു പപ്പാ.

' ഓഹോ ശരി. പോയി വല്ലതും പഠിക്ക്. '

'പപ്പാ ഞാനൊരു കൂട്ടം ചോദിക്കട്ടെ?'

'എന്താ മോളേ?'

പപ്പായ്ക്കു ശമ്പളം കൂട്ടാൻ പോവ്വാണോ?'

ഏഴു വയസ്സുകാരി മകൾക്കും കിട്ടിയിരിക്കുന്നു ന്യൂസ്.

'ങാ! എന്നൊക്കെ കേൾക്കുന്നു മോളെ. ആരു പറഞ്ഞു മോളോടു?'

'സൂസന്റെ മമ്മി. '

'സൂസന്റെ മമ്മി എന്തു പറഞ്ഞു? '

'പപ്പാക്കു ശമ്പളമൊക്കെ കൂട്ടാമ്പോവാ. ഇനി എമ്പടി രൂപാ കയ്യിൽ കിട്ടും. അപ്പൊ പപ്പാ എനിക്കും ചേട്ടനും നല്ല നല്ല ഉടുപ്പും ചെരുപ്പുമൊക്കെ വാങ്ങിത്തരുമെന്ന്, പപ്പാ എനിക്കെമ്പിടി ഉടുപ്പൊക്കെ ഉണ്ടല്ലോ.

പപ്പാക്കു കാശു കിട്ടുമ്പം എനിക്കൊരു കൂട്ടം വാങ്ങിത്തരാമോ? '

മകൾ കൊഞ്ചലോടെ അടുത്തു നിന്നപ്പോൾ അവളുടെ കണ്ണിൽ കത്തുന്ന ശുഭപ്രതീക്ഷയുടെ തിരിനാളങ്ങൾ കാണാതിരിക്കാനായില്ല. അല്ലെങ്കിൽ തന്നെ തനിക്കു മോനെക്കാളും മോളോടാണ് പ്രതി പത്തി കൂടുതലെന്ന് അവരുടെ അമ്മ പലപ്പോഴും പരാതി പറഞ്ഞിട്ടുള്ളതാണ്. വലതു കൈകൊണ്ടു ചുറ്റി അവളെ തന്നിലേക്കടുപ്പിച്ചു കൊണ്ടു ചോദിച്ചു.

'മോൾക്കെന്താ വേണ്ടതു?'

'എനിക്കു രണ്ടു പാദസരം വാങ്ങിത്തരുമൊ പപ്പാ. ഇപ്പൊ എല്ലാവരും പാദസരമിടും. സൂസനും വാങ്ങിയി

ട്ടുണ്ട്. '

'ശരി മോളെ.'

വെള്ളികൊണ്ടുള്ളതല്ലെ. കൂടിപ്പോയാൽ പത്തൊ അറുപതൊ രൂപയാകും. അതിനെക്കാൾ വലുതല്ലെ അവളുടെ സന്തോഷം ..

തുള്ളിച്ചാടി ലതമോൾ അകത്തേക്കു പോയപ്പോൾ ആശ്വസിച്ചു. കുട്ടികൾ രണ്ടുമാത്രമായതു ഭാഗ്യം. അല്ലെങ്കിൽ ഒന്നിനു പിറകെ ഒന്നായി എത്തിയേനെ. ശമ്പള പരിഷ്കരണത്തിന്റെ മറപിടിച്ച് ആവശ്യ ങ്ങളും ആഗ്രഹങ്ങളുമായി രാത്രി എല്ലാവരും സുഖമായി ഉറങ്ങിയിരിക്കണം. എന്നും തിരിഞ്ഞും മറിഞ്ഞും കിടക്കാറുള്ള സൂസമ്മ പോലും സുഖസുഷുപ്തിയിലായിരുന്നു. കഴുത്തിൽ തിളങ്ങാൻ പോകുന്ന ചുട്ടിയും ചെയ്നും സ്വപ്നം കണ്ടുകൊണ്ടുള്ള ഉറക്കം .

രാവിലെ ബാഗും കുടയും കയ്യിലെടുത്ത് ഓഫീസിലേക്കു പുറപ്പെടുമ്പോൾ ലതമോൾ പിറകിൽ നിന്നു വിളിച്ചുപറഞ്ഞുകൊണ്ടോടി അടുത്തു വന്നു,

'പപ്പാ വൈകുന്നേരം പാദസരം കൊണ്ടുവരണേ.'

പാവം കുട്ടി! ബാഗും കുടയും കക്ഷത്തിലാക്കി പാൻസും ഷർട്ടുമിട്ട് ടിപ്‌ടോപ്പിൽ ഓഫീസിൽ പോകുന്ന പപ്പായുടെ കൈയിൽ ഏതു സമയവും പത്തോ ഇരുപതോ നൂറിന്റെ നോട്ടുകൾ സ്റ്റോക്കുണ്ടാ വുമെന്നാവും അവളുടെ ധാരണ. എന്തിനു ആ കുഞ്ഞിനെ നിരാശപ്പെടുത്തണം.

'മോളെ പപ്പായുടെ കയ്യിൽ ഇന്നു കാശില്ല. കാശു കിട്ടട്ടെ. അപ്പോൾ വാങ്ങിത്തരാം. എന്താ?'

"പപ്പാക്കിന്നു ശമ്പളം കൂട്ടിക്കിട്ടുവേലെ?

പാവം മോൾ ശമ്പള പരിഷ്ക്കരണമെന്നു പത്രത്തിൽ വന്നതേയുള്ളൂ. അതിനി കാശായി കയ്യിലാ കാനെത്ര കാലം പിടിക്കുമെന്നവളെങ്ങനെയറിയാൻ.

'അതിന്നല്ല മോളെ. കുറെനാൾ കഴിയണം പപ്പാ പോട്ടെ. അല്ലെങ്കിൽ സമയം പോകും.'

പ്രഫുല്ലമായ മനസ്സോടെയാണ് ഓഫീസിന്റെ പടികൾ കടന്നത്. പിന്നിട്ട സമയമത്രയും കേട്ടതു ശമ്പള പരിഷ്ക്ക രണത്തെക്കുറിച്ചുള്ള സംസാരമായിരുന്നു. ബസ്സിലെ തിരക്കിനിടയിലും വഴിയിലെ കോലാഹലങ്ങളിലും ഓരോരുത്തർ അവനവന്റെ ഭാവനക്കനുസരിച്ച് കേട്ടറിഞ്ഞതും പറഞ്ഞറിഞ്ഞതും അങ്ങനെ ഓഫീസിനകത്തും വിഷയം മറ്റൊന്നുമല്ല. കൈനീട്ടി വാങ്ങാനുള്ള വൻതുകയെക്കുറിച്ചുള്ള മനക്കോട്ടകൾ. ചവിട്ടിക്കയറാനുള്ള പ്രമോഷൻ പടവുകളെക്കുറിച്ചു ള്ള ദിവാസ്വപ്നങ്ങൾ....

പക്ഷേ ആ സന്തോഷത്തിന്റെ തിരത്തള്ളൽ അല്പ സമയത്ത് മാത്രമെ നീണ്ടു നിന്നുള്ളു. പ്യൂൺ കുട്ടൻ പിള്ള കൊണ്ടുവന്നു വച്ച കത്തുകളുടെ ഇടയിൽ നിന്നു തന്റെ മേൽവിലാസമുള്ള വടിവില്ലാത്ത അക്ഷരത്തിൽ ജേഷ്ഠൻ എഴുതിയ കത്തു പൊട്ടിച്ചു വായിച്ചപ്പോൾ മനസ്സിൽ ഉദിച്ചുയർന്ന സൂര്യൻ അസ്തമിച്ചു പോയി. പകരം കനത്ത അന്ധകാരം പുതഞ്ഞതുപോലെ ദുഃഖം ഉറഞ്ഞു കൂടി.

അപ്പൻ മരിച്ചിട്ടു ഒരു വർഷം തികഞ്ഞതേയല്ലു. അമ്മയും അപ്പനെ അനുഗമിക്കാനുള്ള പുറപ്പാടാണോ?

'എന്താ സാർ വിശേഷം? കത്തു വായിച്ച് സാർ തരിച്ചിരുന്നു പോയല്ലോ.'

മുന്നിലിരുന്ന എൽ. ഡി ക്ളർക്കു തങ്കപ്പന്റെ വാക്കുകളാണു ചിന്തയിൽ നിന്നുണർത്തിയത്.

"ഒന്നുമില്ല. തങ്കപ്പാ! അമ്മയ്ക്കു നല്ല സുഖമില്ലെന്നു ചേട്ടന്റെ കത്താണ്. മെഡിക്കൽ കോളജിൽ കൊണ്ടു പൊയ്ക്കൊള്ളാൻ അവിടുത്തെ ഡോക്ടർ പറഞ്ഞിരിക്കുന്നത്രേ. എന്തസുഖമാണന്നെഴുതിയിട്ടില്ല. വേഗം പുറപ്പെടണം, കുറച്ചു കാശു കരുതിക്കൊള്ളണം, ഓപ്പറേഷൻ വേണ്ടി വന്നേക്കും എന്നു മാത്രം.'

'എങ്കിൽ പിന്നെ ലീവെടുത്തു പോകണം. സാർ.'

ജിജ്ഞാസയോടെ ശ്രദ്ധിച്ച് അടുത്തിരുന്ന ടൈപ്പിസ്റ്റിന്റെ വാക്കുകൾ,

'ലീവെടുക്കുന്നതിൽ പ്രശ്നമില്ല കമലാക്ഷി ഹാഫ് പേ ലീവ് ഉണ്ടല്ലോ. കമ്മ്യൂട്ട് ചെയ്യാം. ഇപ്പൊ പൈസക്കെന്തു ചെയ്യും. തീയതി ഇന്നു പതിനാലല്ലേ? ശമ്പളം കിട്ടണമെങ്കിൽ ഇനി പത്തുപതിനഞ്ചു ദിവസം കഴിയണ്ടേ? അതു കയ്യിൽ കിട്ടിയാൽ തന്നെ ഇക്കാര്യത്തിനു ചെലവഴിക്കാൻ സാധിക്കുമൊ?

'സാറെ കൈ നിറയെ അരിയേഴ്സല്ലെ വാങ്ങാൻ പോകുന്നത് ആ ചെട്ടിയാരോടു കുറച്ചു രൂപ കടം വാങ്ങണം.

തോമസ്സിന്റെ വാക്കുകൾ ഒരു പ്രകാശ രശ്മി പോലെ മനസ്സിനെ ലാഘവപ്പെടുത്തി.

പണം പലിശയ്ക്കു കൊടുത്തു കൊള്ള ലാഭമടിക്കുന്ന പാണ്ടിച്ചെട്ടിയാർ, ഓഫീസിനു തൊട്ടടുത്താണു താമസം. അയാളുടെ പണത്തോടുള്ള അത്യാർത്തി സംസാര വിഷയമാകാത്ത ഒരു ദിവസം പോലുമില്ല ഓഫീസിൽ. എന്തു ചെയ്യാം ആവശ്യക്കാരനായിപ്പോയില്ലേ? മറ്റു പോം വഴികളൊന്നും കാണാനുമില്ല. തങ്കപ്പൻ അർദ്ധപ്പട്ടിണിക്കാരനാണ്. ഒരു വലിയ കുടുംബത്തിലെ ഏക വരുമാനക്കാരൻ. തോമസ്സ് ഒറ്റത്തടിയാണ്. അതു കൊണ്ടു തന്നെ എന്നും കടം വാങ്ങലാണു പതിവ്. കമലാക്ഷിയുടെ സ്ഥിതിയും വലിയ മെച്ചമില്ല. കഴിഞ്ഞ ആഴ്ചയാണ് കൈയിൽ കിടന്ന രണ്ടു വളകൾ പണയം വച്ചത്. അടുത്ത ശമ്പളം കിട്ടുമ്പോൾ അതു തിരിച്ചെടുത്തെന്നും വരാം. ഇല്ലെന്നും വരാം. താമസിക്കു നിടത്താ ണെങ്കിലോ എല്ലാവരും തന്നെപ്പോലെ തന്നെ. ശമ്പളം കൊണ്ടു ഉപ്പ് തൊട്ട് കർപ്പൂരം വരെ വാങ്ങി ഉപജീ വനം കഴിക്കേണ്ട വാടക വീട്ടുകാർ.

പിന്നെ മറ്റൊന്നും ആലോചിക്കുവാനുണ്ടായിരുന്നില്ല.

ഒന്നൊന്നര മാസത്തെ ലീവാണ്. പറയാതെ പോകുന്നതു ശരിയല്ല. മനുഷ്യമനസ്സിന്റെ ചലനങ്ങളെ വിവേചിച്ചറിയാൻ കെൽപ്പുള്ള മേലധികാരി. അടുത്തു ചെന്നു പറയേണ്ട താമസം.

'ഒട്ടും താമസിക്കണ്ട മിസ്റ്റർ ജയിംസ്. ലീവെഴുതി പുറപ്പെട്ടോളു. വേണ്ടപ്പോൾ വേണ്ടതു ചെയ്താൽ മാനസികമായി അത്രയും സ്വസ്ഥതയുണ്ടാവും.'

പ്രായമായ അമ്മയെ തനിച്ചൊരു വീട്ടിൽ പാർപ്പിച്ചിട്ട് ഭാര്യയും കുഞ്ഞുങ്ങളുമായി ജോലി സ്ഥലത്തു കഴിയേണ്ടി വന്ന അദ്ദേഹം. വീട്ടിൽ പണിക്കു ചെല്ലുന്ന ആൾ പറഞ്ഞറിഞ്ഞ് ആരോ അടിച്ച കമ്പിസന്ദേശം കയ്യിൽ കിട്ടുമ്പോഴാണ് അമ്മ മരിച്ച വിവരം അദ്ദേഹം അറിയുന്നതു. അസുഖമായി ഒന്നു രണ്ടാഴ്ചയോളം കിടന്നിട്ടു ഒരു തുള്ളി വെള്ളം വായിലിറ്റിക്കാൻ, വേണ്ട ഒന്നു കാണാൻ കൂടി, കഴിയാതെ പോയ ഹതഭാഗ്യൻ. അന്നു മുതൽക്കുള്ള മനഃപ്രയാ സമാണദ്ദേഹത്തിനു വേണ്ടപ്പോൾ വേണ്ടപോലെ ചെയ്തില്ലല്ലൊ എന്ന്.

പറഞ്ഞ പലിശ സമ്മതിച്ച് കൊണ്ടു വന്ന കടലാസ്സിൽ ഒപ്പിട്ടു കൊടുത്തപ്പോൾ ചെട്ടിയാർക്കു തുക തരുന്നതിൽ ഒരു പ്രയാസമുണ്ടായിരുന്നില്ല. മാത്രമല്ല സർക്കാരാഫീസിൽ സ്ഥിരമായൊരു ജോലിയുള്ള ഒരാൾക്കായതു കൊണ്ടു തിരിച്ചു കിട്ടുകയില്ലെന്ന ഭയം തീർത്തും വേണ്ടല്ലൊ.

വീട്ടിൽ ചെന്നു വിവരമറിയിച്ചിട്ട് അവശ്യം വേണ്ടതൊക്കെ എടുത്തു ഉടൻ പുറപ്പെടുക യായിരുന്നു. ആവശ്യം വരുന്ന പക്ഷം അമ്മയും മക്കളും ഉടൻ അങ്ങെത്തിക്കൊള്ളണം എന്ന കരാറിൽ. കുട്ടികളുടെ പഠിത്തമുഴപ്പുന്നതു അഭികാമ്യമല്ലല്ലൊ.

മനസ്സിനും ശരീരത്തിനും ക്ഷതമേൽപ്പിച്ചുകൊണ്ടു ആശുപത്രി വരാന്തയിൽ ഉണ്ടും ഉണ്ണാതെയും ഉറങ്ങിയും ഉറങ്ങാതെയും കഴിച്ചു കൂട്ടിയ ദിനരാത്രങ്ങൾ. കീശയെ ശോഷിപ്പിച്ചുകൊണ്ട് പ്രധാന ഡോക്ടറുടേയും നഴ്സുമാരുടേയും വീട്ടു പടിക്കൽ കാത്തു കെട്ടി നിൽക്കേണ്ടി വന്ന നിമിഷങ്ങൾ. പണത്തിനൊ മനുഷ്യനൊ പിടിച്ചു നിർത്താൻ കഴിയാത്ത ഒന്നുണ്ടെന്ന യാഥാർത്ഥ്യം ഒരിക്കൽക്കൂടി വെളിപ്പെടുത്തിക്കൊണ്ടു കടന്നു പോയ നിമിഷങ്ങൾ.

മനസ്സ് നിറയെ നൊമ്പരവും മുഖം നിറയെ കുററി രോമങ്ങളുമായി തിരികെ ഓഫീസിന്റെ പടി കടന്നപ്പോൾ തങ്കപ്പന്റെയും കമലാക്ഷിയുടേയും തോമസ്സിന്റേയും പ്യൂൺ കുട്ടൻ പിള്ളയുടെ മുഖത്തുപോലും ദുഃഖഭാവം.

തന്റെ അമ്മ തന്നെ കൈവിട്ടു പോയതിൽ ഇവർ ഇത്ര ദുഃഖം പ്രകടിപ്പി ക്കുന്നതെന്തിന്? മനസ്സിൽ സ്വയം ചോദിച്ചു. കൈയിലിരുന്നെരിഞ്ഞിരുന്ന സിഗററ്റു കുത്തിക്കെടുത്തി ദൂരേക്കെറിഞ്ഞ് അകത്തു കടന്നു. ഓരോരുത്തരും മാറി മാറി വന്നു ദുഃഖം രേഖപെടുത്തുമ്പോൾ മന സ്സിലെ ദുഃഖം അണപൊട്ടി ഒഴുകാതിരിക്കാൻ പണിപ്പെട്ടു കുനിഞ്ഞിരുന്നു. തോളത്തു സ്പർശനമനുഭവ പ്പെട്ടു മുഖമുയർത്തുമ്പോൾ മുന്നിൽ സ്വാന്തനത്തിന്റെ കൈത്തിരിയുമായി മേലധികാരി.

'റേക് ഇററ് ഈസി മൈ ഡിയർ. ലുക്കററ് മീ. യു ആൻഡ് ഐ ഓൺ ദ സെയിം സേൽ നൗ. താങ്കളുടെ അമ്മ മരിച്ചതിൽ ഞാനും ദുഃഖിക്കുന്നു. പക്ഷെ അതിനെക്കാൾ വലിയൊരു ദുഃഖത്തെയാണു ഞാനിപ്പോൾ നേരിടേണ്ടി വന്നിരിക്കുന്നതു്. ജയിംസ് താങ്കളെപ്പോലെ കഴിവും മിഴിവും തികഞ്ഞ ഒരു സബോർഡിനേററിനെ എനിക്കു നഷ്ടപ്പെടുന്നതു എനിക്കു സങ്കടമാണ്,

അന്തം വിട്ടു നിന്നു പോയി. എന്താണീ കേൾക്കുന്നതു്. താൻ ആദ്ദേഹത്തിനു നഷ്ടപ്പെടുക യെന്നോ? അതിന്റെ അർത്ഥം തനിക്കു ജോലി നഷ്ടപ്പെടുകയെന്നൊ അതോ താനദ്ദേഹത്തിൽ നിന്നകലു ന്നുവെന്നോ?

കഥയറിയാതെ ആട്ടം കാണുന്ന ഒരു കൊച്ചു കുട്ടിയെപ്പോലെ അദ്ദേഹത്തിന്റെ മുഖത്തേക്കുററു നോക്കി. ആ മുഖം ദുഃഖനിമഗ്നമായിരുന്നു. ഒന്നും ഉരിയാടാനില്ലാത്തതുപോലെ അദ്ദേഹം സ്വന്തം മുറിയി ലേക്ക് കടന്നു. ചുറ്റും തളംകെട്ടി നിൽക്കുന്ന മൂകത. ഓരോ മുഖത്തും മാറി മാറി നോക്കി. ആർക്കും തന്നോടൊന്നും പറയാനില്ലേ? ആരെങ്കിലുമൊന്നു വിശദമാക്കിത്തന്നിരുന്നെങ്കിൽ...

'എന്താ തങ്കപ്പാ അദ്ദേഹം പറഞ്ഞതിന്റെ പൊരുൾ?

പറഞ്ഞറിയിക്കുന്നില്ലെങ്കിൽ ചോദിച്ചറിയുക തന്നെ. '

'സാറെ നമ്മുടെ ശമ്പള പരിഷ്ക്കരണത്തിന്റെ ഉത്തരവായിട്ടുണ്ട്, സാറിന്റെ സൂപ്പർവൈസറി പോസ്റ്റും അലവൻസും എടുത്തു കളഞ്ഞു. പകരം ഒരു ഹെഡ് ക്ലാർക്കു വരുന്നു. കൂടെ രണ്ടു എൽഡിസികളും. മേലാവീന്നു കടലാസു വന്നിട്ടുണ്ടു്. സാറിനു വടകരക്കാണു മാറ്റം. '

അപ്പോഴിതാണിവരുടെ മൂകതയ്ക്കു കാരണം.അവർക്കൊരു ജ്യേഷ്ഠ സഹോദരൻ നഷ്ടപ്പെടുന്നു. ഒരു കൊച്ചു കുടുംബത്തിലെ ഒരംഗത്തോടു വിട പറയേണ്ടിവരുന്ന വേദന.

ഇപ്പോഴാണെങ്കിൽ ഒരു ദിവസം മതി ഒന്നു വീട്ടിലററം പോയി വരാൻ. വടകരയിലാണെങ്കിലോ? കുഞ്ഞുങ്ങളുടെ പഠിത്തം. എല്ലാം വലിച്ചു പെറുക്കി ഉടനെ ഒരു മാററം. മനസ്സിൽ ഒരിടിവാളിന്റെ ആഘാ തമാണ്. എങ്കിലും ചങ്കുറപ്പു കാട്ടണം കാട്ടിയെ ഒക്കൂ.

'ആട്ടെ തങ്കപ്പാ നമുക്കു വല്ല ഗുണവുമുണ്ടോ? കെട്ടിപ്പെറുക്കി പോകാനുള്ള വക കിട്ടുമൊ?'

ആശുപത്രി വരാന്തയും പിന്നെ ഉൾനാട്ടിലെ കൊച്ചു വീടും പരിസരവുമായി കഴിച്ചു കൂട്ടിയപ്പോൾ പുതിയ ശമ്പളപരിഷ്ക്കരണത്തെപ്പറ്റി ഒന്നും അറിയാൻ കഴിഞ്ഞിരുന്നില്ല.

'സാറെ വലിയ മെച്ചമൊന്നും പറയാനില്ല. ഞങ്ങൾക്കൊക്കെ പത്തിരുപത്തഞ്ചു രൂപ വച്ചു കൂടിയിട്ടുണ്ട് സാറിനും അടുത്ത ഏപ്രിലായാലെ വല്ല ഗുണവുമുള്ളു'

അപ്പോൾ അരിയേഴ്സ് എന്ന മോഹന സ്വപ്നം തകർന്നു വീഴുന്നുവെന്നർത്ഥം. ഒപ്പം താവളം കണ്ടെത്തുക എന്ന ആഗ്രഹവും. അഥവാ എന്തെങ്കിലും കൈയിൽ കിട്ടിയിരുന്നാൽ തന്നെ വടകരയിലെ വാടകവീട്ടിലെത്തണമെങ്കിൽ കൈയിൽ നിന്നു എത്ര തുക വാരി വിതറേണ്ടിയിരിക്കുന്നു.

വീട്ടിൽ അമ്മ മരിച്ച ദുഃഖത്തിനിടയിലും ചുട്ടിയും ചെയിനും സ്വപ്നം കണ്ടു കഴിയുന്ന ഭാര്യ. സൈക്കിൾ സവാരിയുടെ സുഖവും അന്തസ്സും മനസ്സിൽ കണക്കു കൂട്ടി നടക്കുന്ന മകൻ. പാദസര ത്തിന്റെ കിലുക്കം കേൾക്കാൻ പടിവാതിൽക്കൽ കാതോർത്തു നിൽക്കുന്ന മകൾ, അവരെയൊക്കെ എന്തെങ്കിലും പറഞ്ഞു എങ്ങനെയും സമാധാനിപ്പിക്കാം, പക്ഷെ പാണ്ടിച്ചെട്ടിയാരൊടെന്തു പറയും?

ഒരിക്കലും ഈ ശമ്പള പരിഷ്കരണമെന്ന കാനൽ ജലം കടന്നു വരാതിരുന്നെങ്കിൽ.

19.മോഹം മോഹഭംഗം

കയ്യിലിരുന്ന സിഗരറ്റു കുറ്റി ആഷ്ട്രേയിൽ കുത്തിക്കെടുത്തി വേലക്കാരൻ പയ്യൻ കൊണ്ടുവന്നു വച്ച കത്തുകൾ പരിശോധിച്ചു. അതിശയിച്ചു പോയി. പണ്ടേ സാഹിത്യത്തോടു വെറുപ്പാണ് സാഹിത്യം മണ്ണാങ്കട്ട തൊഴിലൊന്നുമില്ലാത്ത ഒരു കൂട്ടം ആളുകൾക്ക് തോന്നിയതും തോന്നാത്തതും ഇനി തോന്നാനിരി ക്കുന്നതുമായ കുറെ വഷളത്തങ്ങൾ. ആര് എന്തെഴുതിയാലും പബ്ളിഷ് ചെയ്യാനിരിക്കുന്ന കുറെ പ്രസി ദ്ധീകരണക്കാരും.

തമാശയ്ക്കുപോലും ഒരു വാരിക മറിച്ചു നോക്കാത്ത തനിക്കു ആരാവും ഈ വീക്കിലി അയച്ചിരി ക്കുന്നത്? അഡ്രസ്സ് തെറ്റി വന്നതാവുമൊ? ശ്രദ്ധിച്ച് നോക്കി. ഇല്ല. വ്യക്തമായി വളരെ ശ്രദ്ധയോടെ തന്റെ മുഴുവൻ പേരും എഴുതിയിരിക്കുന്നു. സാധാരണഗതിയിൽ ഫേമിന്റെ മുഴുവൻ പേരും ആരും വയ്ക്കാ റില്ല. ഇതിലങ്ങനെയല്ല ആരൊ മനഃപൂർവ്വം തന്നെ ഉദ്ദേശിച്ചു തന്നെ അയച്ചിരിക്കുന്നതാണ്. ബുക്ക് പോസ്റ്റ് തിരിച്ചും മറിച്ചും നോക്കി, അയച്ച ആളിന്റെ അഡ്രസ്സ് കണ്ടുപിടിക്കാൻ. ഒരുരക്ഷയുമില്ല. പോസ്റ്റു ചെയ്ത സ്ഥലത്തിന്റെ മുദ്രണം മാത്രം ഉണ്ട്, വാരിക ഇറങ്ങുന്നതു അതേ സ്ഥലത്തു നിന്നു തന്നെ,

ഫ്ളാപ്പു പൊട്ടിച്ചു.

എന്തായിരിക്കും ഇതു തനിക്കയെക്കാൻ കാരണം?

ഓരോ പേജും വളരെ ശ്രദ്ധാപൂർവ്വം മറിച്ചു നോക്കി .

കണ്ണുകൾ ഒരു തലക്കെട്ടിൽ ഉടക്കി നിന്നു .

മോഹം മോഹഭംഗം . ചെറുകഥ. എഴുതിയിരിക്കുന്നത് സിൽവി മാത്യു.

സിൽവി മാത്യു എവിടെയൊ എന്നൊ കേട്ട് മറന്ന ഒരു പേര്. ഓർമ്മയുടെ ഏടുകൾ മറിച്ചു നോക്കി ആ പേരിനു വേണ്ടി, സിൽവി തോമസ്, സിൽവി ജോർജ്ജ്, സിൽവി, സിൽവി മാത്യു. ഏതാണ് ഏതായാലും സിൽവി എന്നായിരുന്നു പേര്. എട്ടു പത്തു വർഷം മുൻപുള്ള പരിചയമല്ലേ ദിനം പ്രതി എത്രയെത്ര മുഖങ്ങളുമായി പരിചയപ്പെടുന്നു. ഇടപഴകുന്ന എല്ലാവരേയും ഓർത്തിരിക്കാൻ എങ്ങനെ കഴിയും?

ഇത് അവൾ തന്നെയോ അവളാണെങ്കിൽ......... അവൾ കഥ എഴുതുമായിരുന്നോ?

വെറുതെ കഥയിലൂടെ കണ്ണോടിച്ചു വായിക്കുന്തോറും ജിജ്ഞാസ ഏറിവന്നു. പ്രേമമാണു കഥാതന്തു. മിക്കവാറും എല്ലാ എഴുത്തുകാരുടേയും കഥയുടെ കാതലും അതു തന്നെയാണല്ലോ. ഇതു പ്രേമത്തിനടിമപ്പെടുന്ന ഒരു പെൺകുട്ടിയുടെ കാത്തിരിപ്പിന്റെ കഥയെന്നു മാത്രം.

എന്ത്? തലക്കു ഒരടിയേററപോലെ. ഇതു മനപുർവ്വം അപമാനിക്കാൻ ചെയ്തിരിക്കുന്നതല്ലേ? അല്ലെങ്കിൽ അവളിത്ര പച്ചയായി എഴുതുമൊ? നായകന്റെ പേര് തന്റേത്. കഥയും. പഴയ ഓരോ സംഭവങ്ങളും അപ്പാടെ പകർത്തിയിരിക്കുന്നു.

ഗേൾ ഫ്രണ്ടിന്റെ ആവശ്യം അനിവാര്യമായി തോന്നിയപ്പോൾ മനഃപൂർവ്വം ഒരുക്കിയ ഒരു സ്കൂട്ടർ ആക്സിഡന്റ് അവൾ താമസിച്ചിരുന്ന വൈഡബ്ളിയു സി എയ്ക്കും കോളേജിനും ഇടക്കുള്ള വഴിയിൽ വച്ച്. പാവം അവൾ കരുതിയിരിക്കുന്നു. അതും ആകസ്മികമായി ഉണ്ടായതാണെന്നു, മറേറതൊരു കാമുകനേയും പോലെ താനും വാഗ്ദാനങ്ങൾ നൽകി ചക്കരവാക്കുകൾ മൊഴിഞ്ഞു. ബീച്ചിലും സിനിമാ ശാലകളിലും റസ്റ്റോറണ്ടുകളിലും കയറിയിറങ്ങി. എല്ലാം ഒന്നിനുവേണ്ടി മാത്രം പക്ഷെ ആ ഒന്നു വിവാഹ ശേഷം മാത്രമെ ലഭ്യമാകുകയുള്ളു എന്നു ബോദ്ധ്യപ്പെട്ടപ്പോൾ തന്ത്രപൂർവ്വം ഒഴിഞ്ഞു മാറി.

എല്ലാം എല്ലാം ഒന്നൊഴിയാതെ വരച്ചു കാണിച്ചിരിക്കുന്നു. ഇതു മനപൂർവ്വമുള്ള അവഹേളന മാണ്, വഞ്ചനയാണ്. ഉള്ളിൽ രോഷം പതഞ്ഞു പൊന്തി. മാനനഷ്ടക്കേസ് കൊടുത്താലെന്ത്? പക്ഷെ പെട്ടെന്നാ രോഷാഗ്നി കെട്ടടങ്ങി. വേണ്ട, ഇപ്പോൾ അവൾക്കും തനിക്കും മാത്രമെ ഇതറിയാവു. കേസിന് പോയാൽ ഈ ലോകം മുഴുവൻ അറിയും.

ജീവിതത്തിൽ ഇങ്ങനെ ഒന്നു സംഭവിച്ചതായിപോലും ഓർത്തിരുന്നില്ല. ഔന്നത്യത്തിൽ നിന്നും ഔന്നത്യത്തിലേക്കുള്ള കുതിപ്പിൽ സ്വയം മറക്കുകയായിരുന്നു. പണം, പദവി ഇതായിരുന്നു ലക്ഷ്യം, നാട്ടിൽ നിന്നാലതുണ്ടാവില്ലെന്ന് അറിഞ്ഞുകൊണ്ട് ആരുമറിയാതെ നാടുവിട്ടു. പല നാടും കണ്ടു. പല നഗരങ്ങളും കറങ്ങി. എവിടെയും ഭാഗ്യം തന്നേത്തേടി എത്തുകയായിരുന്നു. ഇന്നും നഗരത്തിലെ മാന്യനായ ഒരു വ്യക്തി നാട്ടിലേയും. മിക്കവാറും എല്ലാ സംസ്ഥാനങ്ങളിലും ബ്രാഞ്ചുകളുള്ള എണ്ണപ്പെട്ട ഒരു കമ്പനിയുടമ. കൊണ്ടു നടക്കാൻ തരതരത്തിൽ കാറുകൾ ഓഫീസ് യൂസിനും സ്വന്തമാവശ്യ ങ്ങൾക്കും വെവ്വേറെ. തന്റെ കീഴിൽ മാത്രം

ജോലിചെയ്യുന്ന ആയിരത്തിൽ പരം ജോലിക്കാർ. എവിടെയും കൂട്ടുകാർ. മദ്യവും മദിരാക്ഷിയും ഒഴിയാത്ത രാത്രികൾ....

വീക്കിലിയോടൊപ്പം വന്ന കത്തുകൾ എല്ലാം ആരാധകരുടേതു മാത്രം. മിസ്സിസ് ദേശ്മുഖ്, ലീനാ ചാറ്റർജി, പട്രീഷ്യ സോളി... ഒന്നും തുറന്നു നോക്കാൻ കൂടി തോന്നിയില്ല. വയ്യ. ഇന്നിനി ഒന്നും നേരെയാവില്ല. മൂഡ് ആകപ്പാടെ തെറ്റിയിരിക്കുന്നു. ഒന്നു കിടന്നേ പറ്റു.

ഡ്രസ്സിംഗ് റൂമിലെ നിലക്കണ്ണാടിയിൽ പ്രതിഫലിച്ച രൂപം. കഷണ്ടി കയറിയ തല. അവിടവിടെ നരക്കാൻ തുടങ്ങിയിരിക്കുന്നു. കണ്ണുകളിലെ പഴയ തിളക്കം എവിടെ? മുഖത്തെ ചുളിവുകൾ, ജീവിത ത്തിന്റെ വസന്തകാലം അണയാൻ പോകുന്നെന്നാ, എല്ലാം നേടിയെന്നഹങ്കരിച്ചിരുന്ന തനിക്കു എന്തൊ കൈയോ പോരായ്മകൾ ഉണ്ടെന്നോ? അപ്പുറത്തെ മാത്യുവും ഷീലയും കുഞ്ഞും എത്ര നല്ല സന്തുഷ്ട കുടുംബം, തനിക്കും അതുപോലെ ഒന്നു ആവശ്യമല്ലേ? അലങ്കോലപ്പെട്ടു കിടക്കുന്ന ഫ്ളാററും അലങ്കോ ലപ്പെട്ട തന്റെ ജീവിതവും നേരെയാക്കാൻ ഒരു പെൺകുട്ടിയുടെ സഹായം അനിവാര്യമല്ലേ?

പെട്ടന്നു   കഥയെക്കുറിച്ചോർത്തു. കഥയിലെഴുതിയിരിക്കുന്നപ്രകാരമാണെങ്കിൽ   അവൾ   തന്നെ പ്രതീക്ഷിക്കുന്നുണ്ടെന്നല്ലേ?   തനിക്കായി   കാത്തിരിക്കുന്നുവെന്നല്ലേ അനുമാനിക്കേണ്ടത് ? അപ്പോൾ ... അങ്ങനെയെങ്കിൽ....

പഴയ രോഷത്തിന്റെ പട്ടടയിൽ ഒരു പുതിയ നാമ്പു മുളച്ചു പൊന്തി.

'സർ !മിസ് മുക്കർജി വിളിക്കുന്നു. ഇന്നു രണ്ടരയ്ക്കു റെഡിയായിരിക്കുമെന്ന്.'

മുളച്ചു   വന്ന   പ്രത്യാശയുടെ   നാമ്പിനെ   മുളയിലെ നുള്ളിക്കളയാനെന്നോണം പയ്യൻ മുന്നിൽ നിന്നു.

'നീ തന്നെ വിളിച്ചു പറഞ്ഞേക്ക് ഞാൻ അത്യാവശ്യമായി ഒരു സ്ഥലം വരെ പോയിരിക്കുക യാണെന്നു, '

അവന്റെ നിഴൽ ഡോർക്കർട്ടനു പിന്നിലായപ്പോൾ വീണ്ടും ചിന്ത സിൽവി എന്ന പെൺകുട്ടിയി ലായി. വാസ്തവത്തിൽ സിൽവിയെ താൻ നേരത്തെ വിവാഹം കഴിക്കേണ്ടതായിരുന്നു. ആരോ പറഞ്ഞി ട്ടുള്ളതാണ് താൻ സ്നേഹിക്കുന്ന വ്യക്തിയേക്കാൾ തന്നെ സ്നേഹിക്കുന്ന

വ്യക്തിയെയാണ് ജീവിതപങ്കാ ളിയാക്കേണ്ടതെന്ന്, 'അന്നത്തെ ചാപല്യങ്ങൾ യുവത്വത്തിന്റേതു മാത്രമായി താൻ കണക്കു കൂട്ടി. പക്ഷെ അവൾ അതിനെ അങ്ങനെയല്ല വിവക്ഷിച്ചിരുന്നതെന്ന് വ്യക്തം, അപ്പോൾ .....

അങ്ങനെയെങ്കിൽ ഇനി വൈകരുത്. ഇപ്പോൾ തന്നെ ഏറെ വൈകിയിരിക്കുന്നു.

റിസീവറെടുത്ത് എയർപോർട്ടിലേക്ക് ഡയൽ ചെയ്തു. ഭാഗ്യം കുൽക്കർണ്ണി അവിടെയുണ്ട്. കൊച്ചിക്ക് ഫ്ളൈറ്റ് ബുക്ക് ചെയ്തു. എത്ര ബുദ്ധിമുട്ടാണെങ്കിലും കുൽക്കർണ്ണി അതു ചെയ്തു കൊള്ളും.

എക്സ്റ്റൻഷനിൽ വിളിച്ചു. മാനേജരോടു പറഞ്ഞു. രണ്ടാഴ്ചത്തേക്കാവശ്യമുള്ള പണത്തിനു ചെക്ക് ഒപ്പിട്ട് വാങ്ങിക്കൊള്ളണം. താൻ അത്യാവശ്യമായി ഒരു സ്ഥലം വരെ പോകുന്നു.

അരമണിക്കൂറിനുള്ളിൽ മാനേജരെത്തി. ചെക്ക് ഒപ്പിടുമ്പോൾ ഓർത്തു. വിവാഹം കഴിഞ്ഞാൽ മധുവിധുവും മറ്റുമായി കുറച്ചു സമയം കൂടി പോകില്ലേ? എക്സ്ട്രായായി രണ്ടു ലീഫുകൾ കൂടി ഒപ്പിട്ടു കൊടുത്തു. ആവശ്യം വന്നാൽ ഉപയോഗിക്കട്ടെ.

നഗരത്തിലെ ഏറ്റവും വലിയ ലേഡീസ് എംപോറിയത്തിന്റെ പ്രൊപ്രൈററർ രങ്കരാജുലു കൊടുത്തയച്ച പാഴ്സൽ വാങ്ങിവച്ചു. കൂടെയുള്ള ലിസ്റ്റു പരിശോധിച്ചു. താൻ വിളിച്ചു പറഞ്ഞ സാധനങ്ങൾ തന്നെയല്ലേ, വെഡ്ഡിംഗ് സാരി രണ്ട്, ഒന്ന് പള്ളിയിൽ ഉടുത്തു നൽക്കാനുള്ളതും. മറേത് വരൻ വധുവിനു നൽകാനുള്ളതും ഓർഡിനറി ഔട്ടിംഗിനായി പതിനഞ്ച് സാരികൾ. അവയ്ക്കല്ലാം ചേരുന്ന ബ്ളൗസ് പീസുകൾ. ഏറ്റവും പുതിയ ഫാഷനിലുള്ള ആഭരണങ്ങൾ, എല്ലാം ഉണ്ട് ഇനി പുറപ്പെടാം.

എറണാകളത്തെ ബ്രാഞ്ചു മാനേജർ ഇംപാലയുമായി കാത്തു നിന്നിരുന്നു. ഇത്രയും ബുദ്ധി മുട്ടില്ലാത്ത കാര്യങ്ങൾ. ഇനിയാണു പ്രശ്നം. സിൽവിയുടെ താമസസ്ഥലം എങ്ങനെയറിയും? മേൽവിലാസ മറിയാനെന്താണു മാർഗ്ഗം പെട്ടെന്നൊരു ബുദ്ധി തോന്നി. വാരിക ഇറങ്ങുന്നതും അതു ബുക്ക് പോസ്റ്റു ചെയ്തതും ഒരേ സ്ഥലത്തുനിന്നാണ്. അപ്പോൾ ആ വാരികയുടെ ഓഫീസിലന്വേഷിച്ചാൽ ഒരു പക്ഷേ അറിയാൻ സാധിച്ചേക്കും.

അവർ നൽകിയ അഡ്രസ്സ് ശരിയായിരുന്നു. ചെറുതെങ്കിലും വളരെ പുതിയ രീതിയിൽ പണികഴിപ്പിച്ച ഭംഗിയുള്ള വീട്

കോളിംഗ് ബെല്ലിൽ വിരലമർത്തി, അടുത്തു വരുന്ന പാദപതനം.

സിൽവി ആയിരിക്കുമോ? അതൊ മറ്റു വല്ലവരും... സിൽവിയാണെങ്കിൽ പഴയതുപോലെ തന്നെയായിരിക്കുമൊ? ചുരുണ്ടമുടി, തിളക്കമുള്ള നീണ്ട കണ്ണുകൾ, കവിളത്തെ നുണക്കുഴി....

മലർക്കെ തുറന്ന വാതിൽപ്പടിയിൽ സിൽവിയുടെ മുഖം. അത്ഭുതം കൊണ്ടു വികസിക്കുന്ന നേത്രങ്ങൾ. തന്നെ മനസ്സിലാക്കിയിരിക്കുന്നു,

ഇതാണോ താൻ പ്രതീക്ഷിച്ചത്? ഇങ്ങനെയൊരു സ്വീകരണമാണോ ആഗ്രഹിച്ചത്.

'സിൽവി എനിക്കുവേണ്ടി കാത്തിരിക്കുമെന്നു മനസ്സിലാക്കിക്കൊണ്ടാണ് ഞാൻ വന്നിരിക്കുന്നതു്. സിൽവിയെ എന്നോടൊത്തു കൊണ്ടുപോകാൻ.'

'ശരിയാണ് പീററർ. ഞാൻ നിങ്ങൾക്കായി വളരെക്കാലം കാത്തിരുന്നുവെന്നതു ശരിയാണ്, പക്ഷെ ഇപ്പോൾ ഞാൻ കാത്തിരിക്കുന്നത്. രണ്ടു കുഞ്ഞുങ്ങൾക്കും അവരുടെ പപ്പായ്ക്കും വേണ്ടിയാണ് . ആത്മാർത്ഥതയില്ലാത്ത ഒരു ഹൃദയത്തിന്റെ ഉടമസ്ഥനാണ് നിങ്ങളെന്നു കുറെ വൈകിയാണെങ്കിലും ഞാൻ മനസ്സിലാക്കി. '

അകത്തു ബഡ്റൂമിൽ ഉറങ്ങിക്കിടക്കുന്ന ഓമനത്തമുള്ള കുഞ്ഞുങ്ങൾ.

അങ്ങനെയെങ്കിൽ തന്റെ കണക്കു കൂട്ടലിൽ പാളിച്ചകൾ പററിയിരിക്കുന്നു. താൻ വളരെ വളരെ വൈകിയിരിക്കുന്നു.

'അപ്പോൾ ഇതിന്റെ അർത്ഥമെന്താണ് സിൽവി!' വാരികയിലെ കഥയുള്ള പേജ് എടുത്തു നീട്ടി കൊണ്ടാണു ചോദിച്ചത്.

സിൽവി അതു വാങ്ങി. വായിക്കുന്തോറും ആ മുഖത്തും ഭാവവ്യത്യാസങ്ങൾ പ്രകടമായിക്കൊ ണ്ടിരുന്നു. ഒടുവിൽ അവൾ പറഞ്ഞു .

'ഇല്ല പീററർ ഇതെഴുതിയതു ഞാനല്ല. ഇന്നേവരെ ഞാനൊരു കഥയും എഴുതിയിട്ടില്ല, ഇത് ആരോ മനഃപൂർവ്വം ചെയ്തതാണ് '

അവളാ ആഴ്ചപ്പതിപ്പിന്റെ പുറം ചട്ട മറിച്ചുനോക്കി.

'ഇതു ജോണിച്ചായന്റെ വാരികയാണ്, ഇനി ഒരു പക്ഷെ ജോണിച്ചായൻ.'

'ശരിയാണു സിൽവി. അതു ഞാൻ മനഃപൂർവ്വം ചെയ്തതാണ്.'

പുറത്തുനിന്നും കയറിവന്ന ചെറുപ്പക്കാരനെ കണ്ട് അത്മുത്തം കൂറി. ഈ മുഖം വാരികയുടെ ഓഫീസിൽ മിന്നിമറഞ്ഞിരുന്നോ എന്നൊരു തോന്നൽ, സിൽവി പറഞ്ഞതുപോലെയാണെങ്കിൽ കുഞ്ഞു ങ്ങളുടെ പപ്പായായിരിക്കും. എങ്കിൽ യാത്ര പറയുകയാവും ബുഡ്ഡി.

'വരു മിസ്റ്റർ പീററർ. ഇരിക്കൂ. സിൽവി എന്താ ആതിഥ്യ മര്യാദപോലും മറന്നു പോയൊ പോയി ചായയെടുത്തു കൊണ്ടു വരു, '

'പീററർ! ഇവളുടെ മനസ്സ് ഞാൻ പഠിച്ചെടുത്തു. താങ്കളെ അവൾ ഗാഢമായി സ്നേഹിച്ചിരുന്നു വെന്ന് ഞാൻ മനസ്സിലാക്കി. പക്ഷെ താങ്കൾക്കു തിരിച്ച് ആ ആത്മാർത ഉണ്ടായിരുന്നില്ല. താങ്കൾ അവള യച്ച കത്തുകൾക്ക് ഒരു മറുപടി പോലും അയച്ചില്ല,'

ശരിയാണു അവളുടെ കുറെ കത്തുകൾ തനിക്ക് കിട്ടിയിരുന്നു അന്നു മനഃപൂർവ്വം മറുപടി അയച്ചില്ല. പക്ഷെ ഇപ്പോഴിതൊക്കെ പറയുന്നതിന്റെ ആവശ്യം രണ്ടു കുഞ്ഞുങ്ങളുടെ അമ്മയാണവളിന്ന്.

'താങ്കളുടെ മനസ്സറിയാനാണ് ഞാനിങ്ങനെ ഒരു സംരംഭത്തിന് മുതിർന്നത്. ഇതു നിങ്ങളിൽ എന്തു പ്രത്യാഘാതം ഉണ്ടാകുമെന്നറിയാൻ ഞാനെന്റെ ഒരു സുഹൃത്തിനെ ഏൽപ്പിച്ചിട്ടുണ്ടായിരുന്നു. ഇനിയിപ്പോഴതിന്റെ ആവശ്യം വരുന്നില്ലല്ലോ?'

ഇതൊരു പുതിയ സമീപനമാണല്ലൊ. തന്റെ മനസ്സറിഞ്ഞിട്ടിനിയെന്തു നേടാനാണ്

'സൂസമ്മയോടുള്ള എന്റെ വാക്കു നിറവേററണമെങ്കിൽ അവളെ താങ്കളെ ഏൽപ്പിക്കണം.'

ഉള്ളം കുളിർപ്പിക്കുന്ന വാക്കുകൾ, അപ്പോൾ സംഗതികൾ താൻ ധരിച്ചതു പോലെ അല്ലെന്നോ? പക്ഷെ ആരാണീ സൂസമ്മ. സിൽവിയും ഇയാളും സൂസമ്മയും തമ്മിലുള്ള ബന്ധം? ഉത്തരത്തിനുവേണ്ടി മുറവിളികൂട്ടുന്ന ഒരായിരം ചോദ്യങ്ങൾ ഉള്ളിൽക്കിടന്നു നട്ടം തിരിഞ്ഞു

പുറത്തു ചാടാനുള്ള ആവേശ ത്തോടെ. എങ്ങനെ ചോദിക്കണം? എന്തു ചോദിക്കണം?

'എന്താ പീററർ ഒന്നും മിണ്ടാതിരിക്കുന്നത്. വിവാഹം നടത്തുന്ന കാര്യത്തിൽ വല്ല വൈഷമ്യവു മുണ്ടോ?'

എങ്കിൽ പിന്നെ താനിത്ര കാതം അകലെ നിന്നൊടിയെത്തുമായിരുന്നൊ? കാറിനകത്തു പെട്ടിക്കു ള്ളിൽ കരുതിയിരിക്കുന്ന സാധനങ്ങളെക്കുറിച്ചറിഞ്ഞിരുന്നെങ്കിൽ ഇപ്പോഴി ചോദ്യം ഉന്നയിക്കപ്പെടുമായി രുന്നോ?

'ഒന്നുമില്ല സിൽവിയെ എനിക്കിഷ്ടമാണ്. വിവാഹം കഴിക്കണം എന്ന ഉദ്ദേശത്തിൽ തന്നെയാണ് ഞാനിപ്പോഴിങ്ങോട്ടു വന്നതു. '

' പക്ഷെ എനിക്കാ ഉദ്ദേശമില്ല. '

ട്രേയിൽ ചായയും പലഹാരങ്ങളുമായി കടന്നു വന്ന സിൽവിയുടെ വാക്കുകൾ കേട്ട് ഇരുവരും പകച്ചിരുന്നു.

സിൽവി ട്രേ ടീപ്പോയിമേൽ വച്ച് അല്പം മാറി നിന്നു..

'എന്താ സിൽവി ഇത് ഇത്രയും കാലം നീ ആർക്കു വേണ്ടി കാത്തിരുന്നൊ ആ ആൾ നിന്നെ തേടി എത്തിയപ്പോൾ .'

'കാത്തിരുന്നു എന്നതു ശരിയാണ്. ജോണിച്ചായാ, പക്ഷെ ഇന്നല്ല. ആത്മാർത്ഥതയില്ലാത്ത ഒരാളെ വിവാഹം കഴിക്കാൻ ഞാനാഗ്രഹിക്കുന്നില്ല……ജോണിച്ചായാ! അപ്പനും അമ്മയും മരിച്ച് അനാഥയായ എന്നെ സൂസമ്മ ആരെ ഏൽപ്പിച്ചൊ ആ ആളോടൊപ്പം ജീവിത കാലം മുഴുവൻ കഴിയാനാണു ഞാനാഗ്ര ഹിക്കുന്നത്. അമ്മയില്ലാത്ത ഈ കുഞ്ഞുങ്ങൾക്കും എന്റെ ചേട്ടനും ഞാനെന്നും തണലായിരിക്കും. അതു കണ്ടു എന്റെ ചേച്ചിയുടെ ആത്മാവ് സന്തോഷിക്കും,'

ആ നിശ്ചയ ദാർഢ്യത്തിനു മുന്നിൽ കുനിഞ്ഞ ശിരസ്സുമായി പടിയിറങ്ങുമ്പോൾ മനസ്സ് 'മോഹം മോഹ ഭംഗം' എന്ന കഥയുടെ തലക്കെട്ടിനെ ചുററിപ്പററി നിന്നു. ഇപ്പോൾ ആർക്കാണു മോഹഭംഗം സംഭ വിച്ചിരിക്കുന്നത്, തന്നെ ഒരിക്കലും പ്രതീക്ഷിക്കാതിരുന്ന സിൽവിക്കൊ? അവളെപ്രതിമാത്രം ഓടിയെ ത്തിയ തനിക്കൊ? അതൊ അവളെ തന്നെ

ഏൽപ്പിച്ച് ഭാര്യയോടുള്ള വാഗ്ദാനം നിറവേറ്റാൻ കച്ചകെട്ടിയിറ ങ്ങിയ അവളുടെ ചേട്ടനൊ?

20.മംഗല്യസൂത്രം

കുളിക്കടവിൽ വച്ചാണവളതു ശ്രദ്ധിച്ചത്. അവളുടെ മംഗല്യസൂത്രം നഷ്ടപ്പെട്ടിരിക്കുന്നു. വേവ ലാതി പുണ്ട് അവൾ ചുററും പരതി. നിലത്തു മണലും ചരലുമാണ്, എണ്ണ പുരട്ടുമ്പോഴൊ കുളിച്ചു തുവർ ത്തുമ്പോഴോ ആണ് നഷ്ടപ്പെട്ടതെങ്കിൽ ഇവിടെ എവിടെയെങ്കിലും കാണും. കുളിച്ചു കൊണ്ടിരുന്നപ്പോഴാ ണെങ്കിൽ ഇനി അന്വേഷിച്ചിട്ടു കാര്യമില്ല.

കുളിപ്പിച്ച് കയറ്റി നിർത്തിയ വിജിയേയും വിനുവിനേയും തള്ളിമാററി അവൾ നിലത്തു കുത്തിയി രുന്നു. തലയ്ക്കു കയ്യും കൊടുത്ത് നിലത്തേയ്ക്കുററു നോക്കിയിരിക്കുന്ന അനുജത്തിയെക്കണ്ട് റോസമ്മ ചോദിച്ചു.

'എന്താടീ നിനക്കു പററീത്? കുളിച്ച് കയറിയ ഒപ്പം തലവേദന ഇളകിയൊ?'

അവൾക്കു പതിവുള്ള തലവേദന കൂടിയിരിക്കും എന്നാണവർ കരുതിയത്.

☐ 'എന്റെ ചേച്ചി എന്റെ മാലേലെ താലി കാണുന്നില്ല. എനിക്കറിയില്ലിനി എന്താ സംഭവിക്കുകയെന്ന്,

അവൾ കരച്ചിലിന്റെ വക്കോളമെത്തിയിരുന്നു.'

സഹോദരിയും മക്കളും അവളാടൊപ്പം ചേർന്ന് അവിടെയെല്ലാം തിരഞ്ഞു. വീടിന്റെ കോണും മൂലയും അടിച്ചു വാരി പരതി. മുററവും തൊടിയും ചെകഞ്ഞു പെറുക്കി അന്വേഷിച്ചു. പക്ഷെ ഫലമുണ്ടാ യില്ല.

'പോട്ടെന്റെ ലൈസാമ്മേ. നമുക്കൊരെണ്ണം വേറെ. ഉണ്ടാക്കിച്ചിടാം. വേണേൽ അച്ചനെക്കൊ ണ്ടൊന്നു. വാഴ്ത്തിക്കുകേം ചെയ്യാം.'

വല്ല്യേച്ചിയുടെ സാന്ത്വന വചനങ്ങൾക്ക് അവളിൽ സമാധാനത്തിന്റെ കണികപോലും വിതറാനാ യില്ല. കാരണം അവളതിനു അമിതമായ പ്രധാന്യം കൊടുത്തിരുന്നു. അവളുടെ മാറോടു ചേർന്നു കിടന്നി രുന്ന അതിനെ അവൾ ആത്മാർത്ഥമായി സ്നേഹിച്ചിരുന്നു. അവളതിനെ ഒരു മാർഗ്ഗ ദർശിയായി സങ്കൽ പിച്ചിരുന്നു. ഒരു യാഥാസ്ഥിതിക കുടുംബത്തിൽ പിറന്നുവളർന്നതു കൊണ്ടോ അയൽപക്കങ്ങളിലെ തല നരച്ച സ്ത്രീകളുടെ നാവിൽ നിന്നുതിർന്നു വീണ നുറുങ്ങുകൾ ഉൾക്കൊണ്ടിരുന്നതുകൊണ്ടോ,

ഒക്കെ യാവും അങ്ങനെയൊരു വിശ്വാസത്തിനു അവൾ അടിമപ്പെടാനിടയായത്. അവളുടെ ജീവിതത്തിലും അതിനുപോൽബലകമായ ഒന്നു രണ്ടു സംഭവങ്ങൾ ഉണ്ടാകയും ചെയ്തിരുന്നു.

ആദ്യമായി തന്റെ മംഗല്യ സൂത്രത്തിൽ നിന്നു രണ്ട് സ്വർണ്ണ മുത്തുകളടർന്നു പോയ സംഭവമവ ളോർത്തു.

വിവാഹം കഴിഞ്ഞ് അവൾ ഭർത്ത്യഗൃഹത്തിലായിരുന്നു ഏറെക്കാലം. ജോലി സ്ഥലത്തു വീട് തരപ്പെടാതിരുന്നതുകൊണ്ട് മാസത്തിലൊരിക്കലൊ രണ്ടു തവണയോ ഭർത്താവ് വന്നു പോയിരുന്നു. വീട്ടിൽ ഭർത്താവിന്റെ മാതാപിതാക്കളും ഒരനുജനും രണ്ടനുജത്തിമാരും പകൽ എല്ലാവരുമൊരുമിച്ചു ളളതു കൊണ്ട് സമയം പോകുന്നതറിയില്ല. സന്ധ്യയാകുമ്പോളവളുടെ മനം തേങ്ങും. കനത്ത ഏകാന്തത അനുഭവപ്പെടുന്നതപ്പോഴാണ്. പ്രിയതമന്റെ സാമീപ്യം കാംക്ഷിക്കുന്ന രാത്രികൾ ഒച്ചുകളെ പോലെ ഇഴഞ്ഞു നീങ്ങുകയായിരുന്നു, ആദ്യ രാത്രിയുടേയും അതിനടുത്ത രാത്രികളുടേയും മാധുര്യം നുണഞ്ഞു കൊണ്ടു തലയിണയെ പുൽകി അവൾ ഉറങ്ങാൻ കിടക്കും. പല ദിവസങ്ങളിലും നിദ്രാദേവി അവളെ ആലിംഗനം ചെയ്യാനറച്ചു നിൽക്കും. ആ മടുപ്പിക്കുന്ന ഏകാന്തത ഒഴിവാക്കാനാണ് അവൾ പുസ്തക ങ്ങളെ അഭയം പ്രാപിച്ചത്, അവളുടെ ഇംഗിതത്തിനൊത്ത് അടുത്തുള്ള ലൈബ്രറിയിൽ നിന്നും ഭർത്ത്യ സഹോദരൻ പസ്തകങ്ങളെടുത്തു കൊടുക്കും. അത്താഴമൂണിനു ശേഷം അനുജൻ അല്പസമയം അവളോടൊപ്പമിരുന്നു വായിക്കാറുള്ള പുസ്തകങ്ങളെ പററി ചർച്ച ചെയ്യുമായിരുന്നു. ആദ്യമൊക്കെ അമ്മയൊ അനുജത്തിമാരൊ സഭ കൂടാൻ കൂടെയുണ്ടാവും, പിന്നെ പിന്നെ അതില്ലാതായി. സംസാരിച്ചി രിക്കുമ്പോൾ അവളുടെ കണ്ണുകൾ അനുജന്റെ സുന്ദരമായ വദനത്തിലും ആരോഗ്യം ഉറഞ്ഞു കൂടി നിൽക്കുന്ന ശരീരത്തിലും തങ്ങി നിൽക്കാറുണ്ടായിരുന്നു.

അന്നും അവർ മാത്രമായിരുന്നു. സംസാരിച്ചിരിക്കെ ഏതൊ ഒരു ദുർബല നിമിഷത്തിൽ അവളറി യാതെ അവളുടെ കൈപ്പടം അനുജന്റെ കൈകളെ തന്റെ കൈയ്ക്കുള്ളിലൊതുക്കി. സ്വന്തം കൈയുടെ ചൂടും വിറയലും അവൾക്കു പോലും അവിശ്വസനീയമായി തോന്നി. അനുജൻ അവളെ തറപ്പിച്ചൊന്നു നോക്കി ഉറക്കം വരുന്നുവെന്നു പറഞ്ഞു അവന്റെ മുറിയിലേക്കു നടന്നു. അവൾ അറിയാതെ താൻ കാട്ടികൂട്ടിയ വിക്രിയകളോർത്തു കൈവിരൽ കടിച്ചു. പിറേന്നാണ് അവൾ തന്റെ താലിയിലുള്ള കുരിശട യാളത്തിന്റെ രണ്ടു സ്വർണ്ണ കുമിളകൾ അടർന്നുപോയിരിക്കുന്നതു ശ്രദ്ധിച്ചത്. അവളതു തന്നോടുള്ള ഒരു താക്കീതായി കണക്കിലെടുത്തു. അനുജൻ അങ്ങനെയൊരു സംഭവം

നടന്നതായി പുറമെ കാണിക്കാ തിരുന്നതുകൊണ്ടു ആരും അതറിഞ്ഞില്ല. അവൾ പിന്നൊരിക്കലും അതാവർത്തിച്ചില്ല.

മറെറാരിക്കൽ അവളുടെ മിന്നിൻ കുരിശു് അപ്പാടെ അടർന്നു കാണാതായി. അവൾ പലവുരു പല വിധത്തിൽ ചിന്തിച്ചു നോക്കി. പഴയതു പോലെ എന്തെങ്കിലും പാകപ്പിഴകൾ തന്നിൽ നിന്നുണ്ടായി ട്ടുണ്ടോ? ഒരിക്കലുമില്ല. പിന്നെങ്ങനെവരാൻ ? പിറെറന്നാണ് ഭർത്താവ് ഒരാക്സിഡന്റിൽ പെട്ട് ആശുപത്രി യിലാണെന്നെ ടെലഗ്രാം എത്തിയതും. ആധിപൂണ്ട അവളും അമ്മായപ്പനും അനുജനുമായി ഭർത്താവിന്റെ ജോലി സ്ഥലത്തേയ്ക്കു പോയതും. ആശുപത്രിയിൽ ഒരു മാസത്തോളം കിടക്കേണ്ടി വന്നു. പിന്നെ അവൾ നാട്ടിലേയ്ക്കു മടങ്ങിയില്ല. ഭർത്താവിനു പിന്നീടും പല വിധത്തിലുള്ള ചികിത്സയും ശുശ്രൂഷയും ആവശ്യമായിരുന്നു. ഒരു വിധത്തിലൊരു വാടകവീട് ശരിയാക്കിയെടുത്ത് അങ്ങോട്ട് മാറുകയായിരുന്നു. അസുഖം തീർത്തു മാറിയപ്പോൾ അവളുടെ നിരന്തര ശല്യം ഒന്നു കൊണ്ടു മാത്രം അയാളവളുടെ താലിക്കു വീണ്ടുമൊരു കുരിശു പതിപ്പിച്ചു കൊടുത്തു. അതിലൊന്നും വലിയ കഴമ്പില്ലെന്നായിരുന്നു അയാളുടെ പക്ഷം.

അവൾ മിന്നിനെ മാർഗ്ഗ ദർശിയായി സ്വീകരിക്കാൻ മറെറാരു കാരണവും ഉണ്ടായിരുന്നു. എപ്പോ ഴൊക്കെ അവളുടെ മാലയിൽ നിന്നും അതു താഴെ വീണിട്ടുണ്ടാ അന്നൊക്കെ നിസ്സാര കാരണങ്ങളാ ണെങ്കിൽ കൂടി അവളും ഭർത്താവും തമ്മിൽ വാക്കു തർക്കമുണ്ടാകാറുണ്ടായിരുന്നു.

അതുകൊണ്ടൊക്കെയാണ് അതു നഷ്ടപ്പെട്ടപ്പോൾ അവൾ അടി പതറിയത്. അന്നവൾ ഉണ്ടില്ല, ഉറങ്ങിയില്ല. കുഞ്ഞുങ്ങൾ എന്തു കഴിച്ചു എവിടുറങ്ങി എന്നു തിരക്കിയില്ല.

എന്താണു സംഭവിച്ചിരിക്കുക, അവൾ സ്വയം ചിന്തിച്ചു നോക്കി, തന്നിൽ അപഥ ചിന്തകളൊന്നും കടന്നുകൂടി യിട്ടില്ല. അന്നത്തേതിൽ പിന്നെ ഭർത്താവിനെയല്ലാതെ സ്മരിച്ചിട്ടില്ല. ഒപ്പമുള്ളപ്പോൾ അദ്ദേഹം ഉണ്ടല്ലാതെ അവൾ ഊണു കഴിക്കാറില്ല. അദ്ദേഹം ഉറങ്ങാൻ കിടക്കാതെ അവൾ ഉറങ്ങാറില്ല. വർഷങ്ങൾ കഴിയുന്നു ഒരുത്തമ ഭാര്യയായി. രണ്ടു കുട്ടികളുമായി. രണ്ടു പ്രസവത്തിനും അദ്ദേഹം നാട്ടിലയച്ചില്ല. ആളെ നിർത്തി ശുശ്രുഷിപ്പിച്ചു. അന്യനാട്ടിലെ പ്രസവ ശുശ്രൂഷ. അതുകൊണ്ടു തന്നെയാവണം പ്രായമധി കമാകാതിരുന്നിട്ടും പ്രായമേറെ തോന്നിപ്പിച്ചത്. തനിക്കോ കുഞ്ഞുങ്ങൾക്കോ യാതൊരസുഖവുമില്ല, ആപത്തുമില്ല. വഴക്കടിക്കാൻ അദ്ദേഹം അടുത്തുമില്ല. അപ്പോൾ പിന്നെ സംഭവിച്ചിരിക്കുന്നത് അദ്ദേഹ ത്തിനു തന്നെയാണ്. പഴയതുപോലെ ആക്ക സിഡന്റ് ,അസുഖമൊ..

ആ ചിന്ത കടന്നു കൂടിയപ്പോൾ അവൾക്കു പിന്നെ ഒന്നിനും ആവതില്ലെന്നായി, ചിറകുണ്ടായിരുന്നെങ്കിൽ അദ്ദേഹത്തിന്റെ അരികിൽ പറന്നെത്താമായിരുന്നു. അവളുടെ മനസ്സ് ആശിച്ചു.

'എനിക്കിന്നു തന്നെ പോകണം ചേച്ചീ.'

നേരം പരപരാ വെളുത്തപ്പോൾ ലൈസാമ്മയിൽനിന്നടർന്നു വീണ വാക്കുകൾ റോസമ്മയെ അത്ഭുതപ്പെടുത്തി. അനുജൻ മടങ്ങിപ്പോകാനൊരുങ്ങുമ്പോൾ പറഞ്ഞ വാക്കുകൾ അവർ ലൈസാമ്മയെ ഓർമ്മിപ്പിച്ചു. –

'ലൈസാമ്മയും കുഞ്ഞുങ്ങളും കുറച്ച് ദിവസം ഇവിടെ നിൽക്കട്ടെ. ഞാൻ വന്നു വിളിച്ചുകൊണ്ടു പൊയ്ക്കൊ ള്ളാം. ഒരുപാടു നാളായി അവൾ പറയുന്നു കുറെ ദിവസം ഇവിടെ വന്നു നിൽക്കണമെന്ന്

ശരിയാണ് റോസമ്മയുടെ ഓപ്പറേഷൻ സമയത്ത് താനടുത്തുണ്ടെങ്കിൽ ഭർത്താവില്ലാത്ത ചേച്ചിക്ക് ഒരു സഹായമായിരിക്കും എന്നാണു കരുതിയത്, ഭർത്താവിനോടു പറഞ്ഞതുമാണ്. പക്ഷെ കൊണ്ടു വന്നു വിടുന്നതു അവിടോം കഴിഞ്ഞു അമരോം കഴിഞ്ഞാണ്. അതും പോരാഞ്ഞ് ആവശ്യപ്പെടാതിരുന്ന അവസരത്തിൽ.

ഒരു ദിവസം ജോലികഴിഞ്ഞു വീട്ടിലെത്തിയപ്പോൾ ഭർത്താവു പറഞ്ഞു.

'ലൈസാമ്മ നാളെ വല്ല്യേച്ചിയുടെ അടുത്തു പോകാനൊരുങ്ങിക്കോളൂ . ഞാൻ രണ്ടു മൂന്നു ദിവസം അവധി എടുത്തിരിക്കയാണ്. നിന്നേം പിള്ളാരേം കൊണ്ടുവിട്ടിട്ട് ഞാനിങ്ങു പോരാം ഒന്നുരണ്ടു മാസം കഴിഞ്ഞ് ഞാൻ വന്നു കൊണ്ടുപോരാം,

വല്ല്യേച്ചിയോടൊപ്പം രണ്ടു മാസം കഴിയുക. ഒരു വശത്തു സന്തോഷം.. പക്ഷെ അദ്ദേഹത്തെ ഒററയ്ക്കാക്കിയിട്ട് പോകുന്നതോർത്തപ്പോൾ മറുവശത്തു ദുഃഖം,

'വേണ്ട ഞാൻ പോയാൽ ഇവിടെ ഒറ്റയ്ക്കാകും, ആഹാരമൊക്കെ ആരു വച്ചുതരും.'

ഉള്ളിലുള്ള തേങ്ങൽ ബഹിർസ്ഫുരിക്ക തന്നെ ചെയ്തു. പക്ഷെ അദ്ദേഹം ചിരിച്ചു തള്ളി.

ഓ, പിന്നെ നീ വരുന്നതിനു മുൻപ് ഞാനിവിടെങ്ങനരുന്നു, ഇവിടൊക്കെ നല്ല ഹോട്ടലുകളില്ലേ?

'എന്നാലും ഞാനില്ല ഇപ്പോഴവിടെ വലിയ ആവശ്യങ്ങളൊന്നുമില്ലല്ലൊ.'

'അതൊന്നും സാരമില്ല നിന്റെ മനസ്സിൽ നീ വളരെ നാളായി കൊണ്ടു നടക്കുന്ന ആഗ്രഹമാണ തെന്നെന്നിക്കറിയാം. ഒരു ഭാര്യയുടെ ആഗ്രഹം നിവർത്തിച്ചു കൊടുക്കേണ്ടതു ഭർത്താവിന്റെ കടമയല്ലേ. വേഗം ഒരുങ്ങിക്കൊ.നാളെ വൈകിട്ടുള്ള ട്രെയിനിനു പുറപ്പെടാം,'

പിന്നൊന്നും പറഞ്ഞില്ല. സന്തോഷമായി എത്തിച്ചേർന്നതുമാണ്. ഇന്നു രണ്ടാഴ്ചയാകുന്നതേയുള്ളു താനും. പക്ഷെ ഒരു നിമിഷം നേരത്തെ പുറപ്പെട്ട് എത്രയും വേഗം അവിടെ പറന്നെത്തണമെന്നാണു മനസ്സിൽ.

അനുജത്തിയുടെ നിർബന്ധം സഹിക്കാനാവാതെ വന്നപ്പോൾ റോസമ്മ ലൈസാമ്മയേയും കുട്ടികളേയും മകനെക്കൂട്ടി വൈകുന്നേരമുള്ള ട്രെയിനിൽ കയറി വിട്ടു. പിറേറന്നു ഞായറാഴ്ചയാണ്. അഥവാ ട്രെയിനല്പം താമസിച്ചാലും വീട്ടിൽ അനുജൻ ഉണ്ടായിരിക്കുമല്ലൊ, യാതൊരു മുന്നറിയിപ്പും കൂടാതെ കയറ്റി വിടുന്നതല്ലേ? കയറിച്ചെല്ലുന്നതല്ലേ?

ട്രെയിനിലുള്ള യാത്ര ആദ്യത്തെ അനുഭവമായതു കൊണ്ട് റോസമ്മയുടെ മകൻ ബൈജുവും വളരെ ഉല്ലാസമായിരുന്നു. അവൻ കൂടെയുള്ളതുകൊണ്ടു വിജിക്കും, വിനുവിനും. പുറത്തെ കണ്ക ളിർപ്പിക്കുന്ന കാഴ്ചക്ക് ഇരുട്ട് മൂടുപടമിട്ടപ്പോൾ ഓരോരുത്തരും അവിടവിടെ ചടഞ്ഞു കൂടി ഉറക്ക മായി. ലൈസാമ്മ മാത്രം ചിന്താഭാരത്താൽ ട്രെയി നിന്റെ വേഗത അല്പം കൂടി കൂട്ടിയിരുന്നെങ്കിലെ ന്നാശിച്ച് ലക്ഷ്യസ്ഥാനത്തെത്താൻ അക്ഷമയോടെ കാത്തിരുന്നു.

ബസ്സിലായാൽ താമസമാണെന്നു കരുതി റെയിൽവേസ്റ്റേഷനിൽ നിന്നും ടാക്സിയിലാണ് ലൈസാമ്മ വീടണഞ്ഞത്, വീടിനോടടുക്കുന്തോറും അവളുടെ ഉള്ളു പിടഞ്ഞു കൊണ്ടിരുന്നു.

ടാക്സിയിൽ നിന്നിറങ്ങി വീടിനെ ലക്ഷ്യമാക്കി നടക്കുമ്പോൾ സ്ട്രീററിന്റെ ഇരുവശത്തു നിന്നും കണ്ടു മാത്രം പരിചയമുള്ള പല മുഖങ്ങളും പൊന്തിവരുന്നതു കണ്ടു. ആംഗ്യഭാഷയിലൂടെയും അല്ലാതെയും അവർ പലതും സംസാരിക്കുന്നുണ്ടായിരുന്നു,

ഭാഗ്യം ആൾ സ്ഥലത്തുണ്ട്. പുറത്തു നിന്നും പൂട്ടിയിട്ടില്ല. കോളിംഗ് ബെല്ലിൽ വിരലമർത്തി കാത്തുനിൽക്കാനുള്ള ക്ഷമ കാണിക്കാതെ ലൈസാമ്മ കതകിൽ തള്ളി. അകത്തു നിന്നും തഴുതിട്ടിരി ക്കുന്നു, സാധാരണയിൽ കവിഞ്ഞ് സമയമെടുത്തു കതക് തുറക്കാനെന്നവൾക്കു തോന്നി. ആഗതരെ ക്കണ്ട് വീട്ടുകാരൻ അന്തിച്ച് നിന്നു.

'നീ.........'

അയാൾ എന്തോ പറയാനൊരുങ്ങി വന്നതു വേണ്ടെന്ന് വച്ച മട്ടിൽ സ്തബ്ധനായി അവർക്കിരു വർക്കുമിടയ്ക്കുള്ള കതകിന്റെ കട്ടിളപ്പടിമേൽ ഇരുകൈകളും അർപ്പിച്ചു നിലകൊണ്ടു. രണ്ടാഴ്ചയായി കാണാതിരുന്ന കുഞ്ഞുങ്ങളെ വാരിക്കോരിയെടുത്തുമ്മ വയേക്കണ്ട ആളാണു.പക്ഷേ......കുട്ടികൾ അതൊന്നും ശ്രദ്ധിക്കാതെ പപ്പായെ തട്ടിമാറ്റി അവർക്കു സ്ഥിരപരിചിതമായ അകത്തളങ്ങളിലേക്കു കടന്നു. ഒരു പോർട്ടിക്കോ, ഒരു ബഡ്റൂം , ഒരടുക്കള അതായിരുന്നു അവരുടെ സാമ്രാജ്യം . 'മമ്മീ ദേ ഇവിടൊരാന്റി,

അടുക്കള മൂലയിൽ നിന്നും വാരിച്ചുറ്റിയ വേഷവിധാനങ്ങളോടെ ഒരു ചെറുപ്പക്കാരിയെ അവർ പിടിച്ചു വലിച്ച് അവളുടെ മുന്നിൽ കൊണ്ടു വന്നു നിർത്തി. അവളാ വിളറി വെളുത്ത മുഖത്തേയ്ക്കുററു നോക്കി. ഒരിക്കൽ അയാളുടെ കമ്പനിയിൽ പുതുതായി വന്ന ലേഡി ടൈപ്പിസ്റ്റന്നു പറഞ്ഞു മാർക്കറ്റിൽ വച്ച് പരിചയപ്പെടുത്തിയ ആ മുഖം. അവൾ പെട്ടെന്നു തിരിച്ചറിഞ്ഞു. അവളുടെ കണ്ണുകൾ അയാളുടെ ശരീരത്തിലും മാറി മാറി പരതി. കറങ്ങി തിരിഞ്ഞു മിഴികൾ അകത്തെ അയക്കോലിൽ തൂങ്ങിക്കിടന്ന അവളുടേതല്ലാത്ത സാരികളിലും ഡ്രസ്സുകളിലും ഉടക്കി നിന്നു.

അപ്പോൾ........

തന്നെ നിർബന്ധിച്ചു സഹോദരിയുടെ വീട്ടിൽ കൊണ്ടു ചെന്നാക്കിയതിന്റേയും താൻ കടന്നു പോന്ന വഴിയിൽ ഭാഷയറിഞ്ഞുകൂടാതിരുന്നിട്ടും അവർ വളരെ താഴ്ന്ന ശബ്ദത്തിൽ കലപില വച്ച തിന്റേയും പൊരുൾ അവൾക്കു പിടി കിട്ടി. അവളുടെ സന്തത സഹചാരിയും മാർഗ്ഗദർശിയുമായിരുന്ന മംഗല്യസൂത്രം കാണാതായതിന്റെ രഹസ്യവും.

കൂടുതലൊന്നും ചിന്തിക്കാനവൾക്കായില്ല. ജാള്യത നിറഞ്ഞ മുഖവുമായി മുന്നിൽ നിന്ന ഭർത്താ വിന്റെ കാല്പാദത്തിൽ തണ്ടൊടിഞ്ഞ താമരത്തണ്ടുപോലെ അവൾ പ്രജ്ഞയറ്റു വീണു. കുഞ്ഞുങ്ങളു ടെയും ബൈജുവിന്റേയും കൂട്ടക്കരച്ചിലിനിടയിൽ ഒട്ടു നേരം എന്തു

ചെയ്യണമെന്നറിയാതെ കുഴങ്ങി നിന്ന അയാൾ പെട്ടെന്നു കുനിഞ്ഞ്‌ അവളുടെ ശരീരം കൈകളിൽ കോരിയെടുത്തു. അയാളവളുടെ കഴുത്തിൽ ചാർത്തിയ മംഗല്യസൂത്രം നഷ്ടപ്പെട്ടു പോയതറിയാതെ, അയാൾക്കവളെത്തന്നെ നഷ്ടപ്പെട്ടു കൊണ്ടിരിക്കുന്നതറിയാതെ.

21.സ്റ്റെനോ ഗ്രാഫർ

നീലിമ എന്ന പെൺകുട്ടി ഹാഫ് ഡോർ തുറന്ന് അകത്തു പ്രവേശിച്ചു. കറുത്തു തടിച്ച സ്വർണ്ണ ഫ്രെയിമുള്ള കണ്ണടക്കുള്ളിലൂടെ കനത്ത ഫയലിന്റെ താളുകളിൽ പരതി നടന്ന കണ്ണുകൾ കറുത്ത സ്ട്രാപ്പുള്ള ഹൈഹീൽഡ് സ്ലിപ്പേഴ്സിൽ ഒതുങ്ങുന്ന ഇളം റോസ് നിറമുള്ള പാദങ്ങളിൽ ചെന്നു തറച്ചു. പിന്നീട് അവ അല്പം ഉയർന്നപ്പോൾ ആകാശ നീലിമയിൽ കറുത്ത പുള്ളികളുള്ള ഏറ്റവും പുതിയ മോഡലിൽ ഉടുത്തിരിക്കുന്ന സാരിയിലെത്തി. കറുത്ത സ്ലീവ് ലസ്സ് ചോളി പുറകിൽ ഒരു നാടയിൽ ബന്ധിച്ചിരിക്കുന്നു. കറുത്ത ബ്രാസിയറിന്റെ സ്ട്രാപ്പിൽ ചോളിയുടെ നാട ലയിച്ചു ചേർന്നിരിക്കുന്നു. സാരിയുടെ നേർമ്മയിൽ ശരീരത്തിന്റെ വടിവുകൾ തെളിഞ്ഞു നിൽക്കുന്നു, ഒരു പളുങ്കുമാല വെണ്മയേറിയ കഴുത്തിനോട് പറ്റിച്ചേർന്നു കിടക്കുന്നു. റൂഷും ചുവന്ന ഫേസ് പൗഡറും കൊണ്ട് തുടു പിച്ച കവിളുകൾ. ചായം തേച്ച് ചുവപ്പിച്ച ചുണ്ടുകൾ. അകത്തും പുറത്തും മഷിയെഴുതി കറുപ്പിച്ച കണ്ണുകൾ. നീല നിറമുള്ള നാടകൊണ്ട് ഉയർത്തി കെട്ടിയിരിക്കുന്നു ചുരുണ്ട് തോളറ്റം കിടക്കുന്ന തലമുടി. അതു കുറച്ചു മുന്നിലും ബാക്കി പിന്നിലുമായി പകുത്തിട്ടിരിക്കുന്നു. ആരെയും ഹരം പിടിപ്പിക്കുന്ന മട്ടിൽ

നീലിമ, സ്റ്റെനോയുടെ പോസ്റ്റിൽ ഇൻർവ്യൂവിനെത്തിയ പെൺകുട്ടി. ദൃഷ്ടികളുടെ ഏറ്റുമുട്ടലിൽ മുഖം അരുണാഭമാകുമെന്നും കണ്ണുകൾ അർദ്ധ നിമീലിതങ്ങളാകുമെന്നും നാണത്താൽ ശിരസ്സു കുനിയുമെന്നും പ്രതി ക്ഷിച്ചു. പക്ഷേ ഒന്നും ഉണ്ടായില്ല. തലയുയർത്തിയ ആ നിൽപ്പിൽ അജയ്യമായ ഒരു ശക്തി അന്തർലീനമായി കിടക്കുന്നു വെന്നും തോന്നി.

' റേക്ക് യുവർ സീറ്റ്. '

ഘന ഗാംഭീര്യത്തിനു ഒട്ടും കോട്ടം വരാത്ത വിധത്തിലാണ് വാക്കുകൾ പുറത്തേക്കു വിട്ടത്.

കാഴ്ചയിൽ തന്നെ അവൾ ജോലിക്കർഹയാണെന്നു തോന്നി. കാരണം ഫേമിന്റെ ഉയർച്ചയ്ക്കു നീലിമയെ പോലെ കൊഴുപ്പും മെഴുപ്പും ഉള്ളവർ ആവശ്യമാണന്നറിയാമായിരുന്നു. കസ്റ്റമേഴ്സിനെ ആകർഷിക്കാൻ അവർക്കേ കഴിയൂ എന്ന ബിസിനസ്സ് തത്വം ആദ്യം തന്നെ പഠിച്ചിരുന്നു. ഇൻർർവ്യൂ എന്ന പേരിനു വേണ്ടി മാത്രം ചോദ്യങ്ങൾ ചോദിച്ചു.

' ഒ. കെ. കം ആൻറ് റ്റേക്ക് ഓവർ യുവർ വർക്ക്. (ശരി വന്നു നിങ്ങൾക്കുള്ള ജോലി ഏറ്റെടുക്കുക.)

അവൾക്കിരിക്കാനുള്ള   ഇരിപ്പിടം   ചൂണ്ടിക്കാട്ടി   പറഞ്ഞു.
അവിടേക്കു നീങ്ങുമ്പോൾ ആ മുഖം ശ്രദ്ധിച്ചു. ഒരു സാമ്രാജ്യം പിടിച്ചടക്കിയ
മട്ടുണ്ടാ മുഖത്ത്.

രണ്ടേ രണ്ട്   ദിവസം മാത്രം.   നീലിമ എന്ന സ്റ്റെനോ ഫേമിലെ
എല്ലാവരിലും   ചലനം   സൃഷ്ടിച്ചു   കഴിഞ്ഞിരിക്കുന്നു.   പൂവാലന്മാരുടെ
കണ്ണുനകൾ   അവളെ   ചുറ്റിപ്പറ്റിനിന്നു.   സ്ത്രീകളുടെയിടയിലും   അവൾ
പ്രതിപാദ്യവിഷയമായി. ദിനം പ്രതി മാറി വരുന്ന അവളുടെ വേഷം. അവളുടെ
സംസാര രീതി, പെരുമാററം എല്ലാം അവളെ ഒരു മോസ്റ്റ് മോഡേൺ ഗേളാക്കി
മാററി.

മൂന്നാം ദിവസം ഫയലുകളുടെ ചുഴിയിൽപ്പെട്ട് നട്ടം തിരിയുമ്പോൾ
മുന്നിലൊരു കാൽപ്പെരു മാററം. നീലിമ.

'സർ! ഇന്നെനിക്കൊരുപകാരം ചെയ്യണം.'

'ഉം . എന്തുവേണം?'

' ഇന്നു ഈവനിംഗിൽ ഞങ്ങൾക്കു ബസ്സുണ്ടാവില്ല. എന്നെ എന്റെ
വീട്ടിലേക്കൊന്നു ഡ്രോപ്പ് ചെയ്താൽ . . . ' ഓ അതിനെന്താ പോന്നോളൂ'

ഫ്രണ്ട് സീററിൽ തന്റെയൊപ്പം കയറാൻ മടി കാണിക്കാത്തപ്പോൾ
അത്ഭുതവും കൂടെ അസ്വസ്ഥതയും തോന്നി. അവൾ ഡയറക്ട് ചെയ്ത
റൂട്ടിൽ   കാറോടിച്ചപ്പോൾ   അവളുടെ   തോരാത്ത   സംസാരവും
കടക്കണ്ണുകളുടെ ഒളിയമ്പുക ളും കണ്ടില്ലെന്നു നടിച്ചു.

ഇതാ, ഇതാണു വീട്

'ഒ. കെ'

കൈയുയർത്തി വിട പറയാൻ തുടങ്ങുമ്പോൾ അവൾ കൈയ്ക്കു
കടന്നു പിടിച്ചു.

' അതു പറ്റില്ല സാർ ഇത്രയും വന്നിട്ടു എന്റെ വീട്ടിൽ കയറാതെ
പോകുന്നതു ശരിയല്ല. വരൂ.'

കാറിന്റെ ശബ്ദം കേട്ടിട്ടാകണം പോർട്ടിക്കോവിൽ ഒരു മുഖം
പ്രത്യക്ഷപ്പെട്ടു.

' മമ്മീ ! ഇതാണെന്റെ ബോസ്, പ്രവീൺ കുമാർ,'

മുന്നിൽ നിൽക്കുന്നതു അമ്മയോ മകളോ എന്ന സംശയത്തിൽ മാറി മാറി നോക്കി.

'മമ്മി നമ്മുടെ വീട്ടിൽ ആദ്യമായി വരുകയല്ലേ? നല്ലതുപോലെ സൽക്കരിച്ചുവേണ്ടേ അയക്കാൻ. '

അമ്മക്കു നിർദ്ദേശം കൊടുത്തിട്ടു മകൾ അകത്തേക്കോടി.

വരൂ പ്രവീൺ

നീലിമയുടെ അമ്മ മുന്നിൽ നടന്നു.

'ഇരിക്കൂ,'

ഡ്രോയിംഗ് റൂമിലെ പതുപതുത്ത സെററിയിൽ പിടിച്ചിരുത്തിക്കൊണ്ടാണ് അവർ പറഞ്ഞത്, ടീപ്പോയിയിൽ ആരെയോ പ്രതീക്ഷിച്ചെന്നപോലെ വിവിധ പലഹാരങ്ങൾ നിരത്തിയിരിക്കുന്നു.

''ഇതാ, ഇതു കുടിക്കൂ'

തിളങ്ങുന്ന ഗ്ലാസ്സിൽ പതഞ്ഞുയരുന്ന വീഞ്ഞു പകർന്നുകൊണ്ട് അവർ പറഞ്ഞു. ക്രീം ബിസ്ക്കറ്റ് നുണഞ്ഞു കൊണ്ടിരിക്കുമ്പോൾ നീലിമ ഓടിയെത്തി സെററിയിൽ അടുത്തിരുന്നു. വികാര സമുദ്രത്തിൽ അലകളുതിർക്കുന്ന വേഷം,

'നിമാ! അദ്ദേഹത്തെ ഒന്ന് എന്റർറ്റെയ്ൻ ചെയ്യു.

അമ്മയുടെ നിർദ്ദേശം കേൾക്കാത്ത താമസം മകൾ ചാടിയെണീറ്റു. ടേപ്പ് റിക്കാർഡറിന്റെ സൂചി ചലിച്ചു. അ തിൽ നിന്നുയർന്ന ഇംഗ്ലീഷ് ട്യൂണിനൊത്ത് നീലിമയുടെ ചുവടുകളും ചലിച്ചു.

മുന്നിൽ മധുചഷകവുമായി നിൽക്കുന്ന മദാലസയായ അമ്മ. താളത്തിനൊത്ത് അംഗങ്ങൾ ചലിപ്പിച്ച് നൃത്തം ചവിട്ടുന്ന സുന്ദരിയായ മകൾ, രണ്ടുപേർക്കുമിടയിൽ മധുനുകർന്ന് ഒരു ഗാനഗന്ധർവ്വനായി പ്രവീൺ നിന്നു, ഒരു മായാലോകത്തിലെന്ന പോലെ.

നിലത്തുറക്കാത്ത കാലുകൾ മെല്ലെ നൃത്തം വയ്ക്കുന്ന നീലിമയോടടുത്തു. മദ്യത്തിന്റെ ലഹരി ഒരു നിമിഷം

കൈകൾ നീലിമയെ വളഞ്ഞു. കവിളുകൾ ഉരസി. ചുണ്ടുകൾ പരസ്പരം കഥ പറഞ്ഞു. ആ അനുഭൂതിയിൽ ആ മധുരിമയിൽ എന്തൊക്കെ കാട്ടിക്കൂട്ടിയെന്നറിഞ്ഞില്ല.

മയക്കത്തിൽ നിന്നുണർന്നപ്പോൾ പതു പതുത്ത മെത്തയിൽ തരിവളകളണിഞ്ഞ ഒരു കൈ അരക്കെട്ടിനെ ചുറ്റിയിരിക്കുന്നു.

കഷ്ടം ! താൻ വളർത്തിയെടുത്ത തന്റെ പ്രസ്റ്റീജ്, ഇനി നാട്ടുകാരുടേയും വീട്ടുകാരുടേയും മുഖത്തെങ്ങനെ നോക്കും. ഹൊ ! തലക്കടിച്ചു ചാടിയെഴുന്നേൽക്കാതിരിക്കാൻ കഴിഞ്ഞില്ല.

'എന്തായിത്. എന്തുണ്ടായി? '

മറിഞ്ഞു വീണ കസേര നേരെയാക്കിക്കൊണ്ടു മുന്നിൽ ഭാര്യ ശാലിനി.

'ഓ ഒന്നുമില്ല. എന്തോ ചിന്തിച്ചിരുന്നുപോയി,'

ഓർത്തപ്പോൾ ലജ്ജ തോന്നി. ഷേവിംഗ് കഴിഞ്ഞിരുന്ന ഇരുപ്പാണ്, യാതൊന്നും ചെയ്തിട്ടില്ല.

'ഇന്നാഫീസിൽ പോകണ്ടേ ? നേരം വളരെയായി. എഴുന്നേറ്റു ഡ്രസ്സ് ചെയ്യൂ.

പോർച്ചിൽ നിന്നും കാറിറക്കുമ്പോൾ ശാലിനി ഓർമ്മിപ്പിച്ചു.

'ഇന്നല്ലേ സ്റ്റെനോയുടെ ഇൻററ്വ്യൂ – വിഷ് യു ബസ്റ്റ് ഓഫ് ലക്ക് '

ഓഫീസിലേക്കുള്ള വഴിത്തിരിവിൽ സ്റ്റിയറിംഗ് തിരിക്കുമ്പോൾ മനസ്സ് ഇൻർവ്യു ലിസ്റ്റിൽ നീലിമ എന്ന പേരിന്റെ ഉടമസ്ഥയെ ചുറ്റിപ്പറ്റിയായിരുന്നു.

22.കലങ്ങിത്തെളിഞ്ഞ പുഴ

അച്ഛനിപ്പോഴെത്തും തന്റെ തീരുമാനമറിയാൻ. എന്താണു തീരുമാനിക്കേണ്ടത്? ഒരെത്തും പിടിയും കിട്ടുന്നില്ല. അല്ലെങ്കിൽ ഇനിയെന്തു തീരുമാനിക്കാൻ. വർഷങ്ങൾക്കു മുൻപൊരു തീരുമാനമെടുത്തതല്ലെ. അതിനു വളവും ജലവും നൽകിയതല്ലാതെ നുള്ളിക്കളയാൻ ശ്രമിച്ചിട്ടില്ല. അതല്ലല്ലോ ഇപ്പോഴാലോചിക്കുവാനുള്ളത്, തീരുമാനം കഴിഞ്ഞാലുള്ള തന്റെ സ്ഥിതിയെപ്പററി ഹൊ വയ്യ. തലയ്ക്കകം മുഴുവൻ ചിന്തകൾ കൊണ്ടു വിങ്ങുകയാണ്.

ഇന്ദിര ജനലഴികളിൽ പിടിച്ച് പുറത്തേക്കു നോക്കി അല്പം മുൻപുവരെ കുത്തിയൊലിച്ച് കലങ്ങിമറിഞ്ഞൊഴു കിയിരുന്ന മഴവെള്ളം തികച്ചും ശാന്തമായാണിപ്പോൾ ഒഴുകുന്നത് . ഹാ! അതു പോലെ തന്റെ മനസ്സും ഒന്നു തെളി ഞ്ഞിരുന്നുവെങ്കിൽ. ചൂട്പിടിച്ച മസ്തിഷ്കം ഒന്നു തണുത്തിരു ന്നങ്കിൽ

അച്ഛനും അമ്മയ്ക്കും ചേച്ചിക്കുമെല്ലാം ഒന്നു മാത്രമെ പറയാനുള്ളു, മൂന്നാലു വർഷങ്ങളായി ഇതനുവദി ക്കാതിരുന്ന ചന്ദ്രന്റെ വീട്ടുകാർ ഇപ്പോൾ സമ്മതം മൂളിയിരിക്കുകയാണ്, മകനോടുള്ള സ്നേഹം കൊണ്ടു സമ്മതിച്ച താവാം അപ്പോൾ പിന്നെ വിവാഹം കഴിഞ്ഞാൽ തന്റെ അവിടുത്തെ ജീവിതം. തന്നെ ഇഷ്ടപ്പെടാത്ത അമ്മായിയും തന്നേക്കാൾ പ്രായമുള്ള ആറേഴു നാത്തുന്മാരും. പോരാഞ്ഞ് നേവിയിൽ ജോലിയുള്ള ചന്ദ്രന് തന്നെ കൂട്ടിക്കൊണ്ടു പോകാൻ കഴിയുകയുമില്ല. എത്ര എത്ര ഉദാഹരണങ്ങളാണ് അവർക്കു തന്നെ ചൂണ്ടിക്കാണിക്കുവാനുള്ളതു പാറത്തോട്ടിലെ മറിയാമ്മ ടീച്ചർ, കണ്ടത്തിലെ സൂസി ഇവരൊക്കെ ജോലിയുള്ളവരാണ്. എന്നിട്ട് കൂടി എന്തെല്ലാം യാതന കളാണ് അനുഭവിക്കുന്നത്, അപ്പോൾ ജോലിയൊന്നുമില്ലാതെ വീട്ടിൽ നിൽക്കേണ്ടി വരുന്ന തന്റെ സ്ഥിതിയോ? ചേച്ചി തന്നെ ഒരു ഉദാഹരണമാണ്. വീട്ടുകാർ ആലോചിച്ചുറച്ച കല്യാണമായിരുന്നു ചേച്ചിയുടേത്. എന്നിട്ടും മാസത്തിൽ രണ്ടും മൂന്നും തവണ ചേച്ചി വീട്ടിൽ വന്നു നിൽക്കാറുണ്ട്. ചേച്ചിയുടെ വീട്ടിൽ ചെല്ലുമ്പോൾ പലപ്പോഴും താൻ കണ്ടിട്ടുണ്ട് കിഴക്കേ മുററത്തെ പുളിമരത്തിന്റെ ചുവട്ടിൽ ഈറൻ കണ്ണുകളുമായി നിൽക്കാറുള്ള ചേച്ചിയെ,

സാധ്യമല്ല. എന്തൊക്കെ അനുഭവിക്കേണ്ടി വന്നാലും ചന്ദ്രനെയല്ലാതെ മറെറാരാളെ വിവാഹം കഴിക്കുവാൻ സാധ്യമല്ല. ചന്ദ്രനല്ലാതെ മറെറാരാൾക്കും ഇനി തന്റെ ഹൃദയത്തിൽ പ്രവേശിക്കുവാൻ കഴിയുകയില്ല. തന്നെ മാത്രം ചിന്തിച്ചു കഴിയുന്ന ചന്ദ്രൻ. ചന്ദ്രനല്ലാതെ മറെറാരാളായിരുന്നെങ്കിൽ എത്ര നേരത്തെ മറെറാരു വിവാഹത്തിന്

തയ്യാറായേനെ. ഹാ ! അദ്ദേഹത്തെ കണ്ടുമുട്ടാതിരുന്നെങ്കിൽ, ഇല്ല. ഇനി ചിന്തിച്ചിട്ടു കാര്യമില്ല. സംഭവിക്കാനുള്ളതെല്ലാം സംഭവിച്ചു പോയി. കണ്ടുമുട്ടി. പരസ്പരം മറക്കുവാനൊ വേർതിരിയുവാനൊ ആകാതെ അടുക്കുകയും ചെയ്തു. തന്നെയല്ലാതെ മറെറാരാളെ അദ്ദേഹം വിവാഹം കഴിക്കുകയില്ല. അങ്ങനെയുള്ള ചന്ദ്രനെ വഞ്ചിക്കുകയൊ? അതിൽ ഭേദം മരണമാണ്. അച്ഛൻ വിളിച്ചു ചോദിച്ചപ്പോൾ ഉറച്ചു നിന്നു തന്നെ തീരുമാനമറിയിച്ചു. അമ്മയുടേയും ചേച്ചിയുടേയും നാവിറങ്ങിപ്പോയതുപോലെ തോന്നി. ഇത്രയൊക്കെ ഉപദേശിച്ചിട്ടും എന്തെല്ലാം സംഭവങ്ങൾ വിവരിച്ചിട്ടും ഇവൾക്കെന്തു പറഞ്ഞെന്നാവാം. അച്ഛൻ മാത്രം ഒന്നും പറഞ്ഞില്ല. പിറേറന്നു വേണ്ടപ്പെട്ടവരെ കൂട്ടി ചന്ദ്രന്റെ വീട്ടിലേക്കു പോകാൻ വേണ്ട ഏർപ്പാടുകൾ ചെയ്തു. ഒരാഴ്ച കൂടിയെ ഉള്ളു ചന്ദ്രനു ലീവ്. അതിനു മുൻപ് എല്ലാം നടക്കണമത്രെ.

തന്റെ തീരുമാനം തന്നെ ഒടുവിൽ നടക്കാൻ പോകുന്നു. ഇനി ഏതാനും മണിക്കൂറുകൾ മാത്രം. പരിശുദ്ധമായ പ്രേമം സാഫല്യമടയാനുള്ള ശുഭ മുഹൂർത്തം അടുത്തു വരുന്നു. ചന്ദ്രനും താനും ഒന്നാകുന്ന സമയം, തന്റെ എല്ലാ മായ ചന്ദ്രന്റെ വിരിമാറിൽ മുഖം ഒളിപ്പിച്ചു വ്രീളാ വിവശയായി നിൽക്കാനുള്ള സമയം. എത്ര സന്തോഷിക്കണ്ടതാണ്. പക്ഷെ, ഒരുന്മേഷവും തോന്നുന്നില്ല. ഊണിലും ഉറക്കത്തിലും ഇപ്പോൾ ഒന്നുമാത്രമെ ചിന്തയുള്ളൂ വിവാഹം കഴി ഞ്ഞാൽ തന്റെ ആ വീട്ടിലെ ജീവിതം. എന്തിലും കുററം കാണുന്ന അമ്മായിയമ്മ. കുശുകുശുക്കലും കുത്തുവാക്കു കളും കൊണ്ടു പൊറുതിമുട്ടിക്കുന്ന നാത്തൂന്മാർ. പരിഭവം പറയുവാനൊ സാന്ത്വനപ്പെടുത്തുവാനോ ആരുമില്ലാതെ എരിതീയിൽ കഴിയേണ്ടി വരുന്ന അവസ്ഥ. ഹെ! അതോർക്കാൻ കൂടി കഴിയുന്നില്ല, വേണ്ടായിരുന്നു. ഈ വിവാഹം നടക്കരുതായിരുന്നു. താനിതിന് സമ്മതിക്കരുതായിരുന്നു. അച്ഛൻ കൊണ്ടുവരുന്ന ആരെയെങ്കിലും വിവാഹം കഴിച്ച് കഴിഞ്ഞതെല്ലാം മറന്നു ജീവിച്ചാൽ മതിയായിരുന്നു. ഛെ ! താനെന്തൊക്കെയൊണ് ചിന്തിച്ചത്. വളരെ നാളുകളായി ചന്ദ്രനെ അടുത്തറിയാവുന്ന തനിക്കെങ്ങനെ ഇതൊക്കെ ചിന്തിക്കുവാൻ കഴിഞ്ഞു. തന്റെ ചന്ദ്രനെ തീരാദുഃഖത്തിലാഴ്ത്തിയിട്ട് മറെറാരു വിവാഹത്തിനു സമ്മതിക്കുകയൊ? ഇല്ല. ഒരിക്കലും പാടില്ല.

'ഇന്ദിരേ!

ഉച്ചത്തിലുള്ള വിളിയാണ് ചിന്തയിൽ നിന്നുണർത്തിയത്. മാലതിയും കൂട്ടരുമാണ്. തന്റെ ഏറ്റവും അടുത്ത കൂട്ടുകാരികൾ, ചന്ദ്രന്റെയും തന്റെയും സ്വകാര്യങ്ങളറിയാവുന്നവർ. കളിയാക്കാനുള്ള പുറപ്പാടാണ്. ഇപ്പോൾ തു ടങ്ങും. ഇരുന്നുകൊടുക്കുകയല്ലാതെ നിവർത്തിയില്ല. മനസ്സിലൊരു പുകയുന്ന അഗ്നിപർവ്വതമുണ്ടെന്ന് ഇവർക്കാർക്കെങ്കിലും മനസ്സിലാവുമൊ? ഒന്നു അറിയിക്കാതിരിക്കുന്നതാ

ണുത്തമം. അവർ പലതും പറഞ്ഞു കളിയാക്കി. മണിയറയിലേക്കു പ്രവേശിക്കാൻ പോകുന്ന കന്യകയോട് അവർക്കു പലതും പറയുവാനുണ്ടായിരുന്നു. അവരുടെ സന്തോഷത്തിൽ അവളും പങ്കു കൂടി. അപ്പോഴും അവളുടെ മനസ്സ് പലതും ആസൂത്രണം ചെയ്യുന്നുണ്ടായിരുന്നു,ആ കണ്ണുകളിൽ ഒളിച്ചു കിടന്ന നിശ്ചയദാർഢ്യം അവർ മനസ്സിലാക്കിയില്ല. ആരൊ വന്നു പറഞ്ഞു ഒരുങ്ങുവാനുള്ള സമയമാ യെന്ന്.കൂട്ടുകാരികൾ വേണ്ടവിധത്തിലൊരുക്കി. അതൊന്നും പോരാ എന്നവൾക്കു തോന്നി. മുൻപെങ്ങും ഒരുങ്ങിയിട്ടില്ലാത്ത വിധം അവൾ ഒരുങ്ങി. കണ്ണാടിയിൽ സ്വന്തം പ്രതിഛായായ അവൾ നോക്കിക്കണ്ടു. ജീവിതത്തിൽ ഒരിക്കലും താനിത്ര സുന്ദരിയായിട്ടില്ലെന്നു തോന്നി.

മുഹൂർത്തമായി. ഇടതു വശത്തായി തൊട്ടുരുമ്മിയിരിക്കുന്ന ചന്ദ്രനെ അവൾ ഒളികണ്ണിട്ട് നോക്കി. തികച്ചും സന്തോഷവാനാണ് സംതൃപ്തി ഓളം വെട്ടുന്ന മുഖം, തനിക്കതു മാത്രം മതി. ഇനി വിഷമിക്കാ നില്ല, വിചാരിച്ചുറച്ച കാര്യം നടപ്പാക്കണം, അത്രമാത്രം. ചിന്തകൾക്കിടയിൽ മാലയിടിലും കൈപിടിച്ച് വലത്തു വയ്ക്കലും കഴിഞ്ഞു. കാറിൽ കയറുമ്പോഴും ഒന്നേ ചിന്തിക്കുവാനുണ്ടായിരുന്നുള്ളു എല്ലാം വേണ്ടവണ്ണം തീരുമാനിച്ചുറച്ചിട്ടുള്ളതാണല്ലൊ, കാറിൽ നിന്നിറങ്ങുമ്പോൾ ആരോ തന്നെ ചന്ദ്രന്റെ അമ്മ നിൽക്കുന്നിടത്തേക്കു കൊണ്ടു പോയി. ആരും പറഞ്ഞു തന്നില്ല, കാലിൽ തൊട്ട് വന്ദിക്കുവാൻ. ഇനി തനിക്കൊന്നും പേടിക്കാനില്ലല്ലൊ. എല്ലാം തീരുമാനിച്ചു കഴിഞ്ഞതല്ലേ? അവർക്കു തന്നെ ഇഷ്ടമായാലെന്താ ഇല്ലെങ്കിലെന്താ. താൻ നിശ്ചയിച്ച കാര്യം നടത്തും. ഒരു പക്ഷെ ചന്ദ്രൻ അല്പം വേദനി ച്ചേക്കും. കാലം ആ വേദന മായിച്ചുകൊള്ളും. അമ്മയുടെ കാലിൽ തൊട്ട് വന്ദിച്ചു, എഴുന്നേൽക്കുമ്പോൾ അമ്മയുടെ കൈകൾ തന്നെ ചുററിയിരിക്കുന്നതായി തോന്നി, തോളിൽ പളുങ്കുമണികൾ വീണ ജാക്കറ്റു നനഞ്ഞു. ആ മുഖത്തേക്കു നോക്കാനായില്ല, തേങ്ങലിനിടയിൽ അവർ പറഞ്ഞൊപ്പിച്ചു.

'മോൾ വളരെ വിഷമിച്ചു അല്ലേ? സാരമില്ല. എല്ലാം എന്റെ കുററമാണ്. എന്റെ ആങ്ങളയുടെ മോളെക്കൊണ്ടു എന്റെ മോനെ കല്യാണം കഴിപ്പിക്കണമെന്നായിരുന്നു ഞങ്ങളുടെ ആഗ്രഹം. പക്ഷേ അവന് മോളെയായിരുന്നു ഇഷ്ടം. ഇനിയിതു മോളുടെ വീടാണ്. വേണ്ടതുപോലെ നോക്കി നടത്തി ക്കൊള്ളണം.

ഹ ! ചിന്തിച്ചിരുന്നതിനെല്ലാം വിപരീതമായ അനുഭവം ,

ചന്ദ്രന്റെ പുറകെ നടന്നുപോകുമ്പോൾ അകത്തെ മുറിയിൽ സംസാരം.

'കണ്ടോ ആരും പറയാതെ എന്റെ കാലിൽ തൊട്ട് വന്ദിച്ചത്. കഷ്ടം !
ഈ കുട്ടിയെയാണല്ലോ ഇത്ര നാളും നമ്മൾ വേദനിപ്പിച്ചത്'

മനസ്സ് കുളിർത്തു. സങ്കല്പങ്ങളൊക്കെ
മാറ്റിയെഴുതേണ്ടിയിരിക്കുന്നു.

'ഇവിടിരിക്കൂ ഇന്ദു. ഞാനിപ്പോൾ വന്നേക്കാം.' ചന്ദ്രൻ പുറത്തു
കൂട്ടുകാരുടെ അടുത്തേക്കു നീങ്ങി. അവൾ ആകമാനം ആ മുറിയിൽ
കണ്ണോടിച്ചു. എല്ലാം വെടിപ്പായും ഭംഗിയായും വച്ചിരിക്കുന്നു, മേശക്കും
കുഷ്യനുമെല്ലാം ഭംഗിയുള്ള പൂക്കൾ തുന്നിപ്പിടിപ്പിച്ച് കവറുകൾ,
റേഡിയോയിക്കുമുണ്ടു്. എല്ലാം കണ്ടാസ്വദിക്കുന്നതിനിടയിൽ
അദ്ദേഹത്തിന്റെ ചേച്ചിമാർ ഓടിയത്തി. സ്നേഹ പ്രകടനങ്ങൾ കൊണ്ടവർ
അവളെ വീർപ്പുമുട്ടിച്ചു. ഇന്ദിരയുടെ കണ്ണുകളിൽ ആനന്ദാശ്രുക്കൾ മിന്നി.
ഹാ! എന്തോരാനന്ദം. ഇനി തനിക്കൊന്നിനെപ്പറ്റിയും വിഷമിക്കാനില്ല. അവൾ
തന്നെ എത്ര മാത്രം ഇഷ്ടപ്പെടുന്നു. ഇനി ഇതിന്റെ ആവ ശ്യമില്ല. അവൾ
ജാക്കറിനടിയിൽ ഒളിച്ചുവച്ചിരുന്ന പൊതിയെടുത്തു ആരും കാണാതെ
പുറത്തേ ക്കെറിഞ്ഞു.

അന്നത്തെ സന്ധ്യ അവൾക്കേറ്റവും ഇഷ്ടപ്പെട്ട ഒന്നായിരുന്നു.
മഴക്കാറില്ലാത്ത ആകാശം പോലെ അവളുടെ മനസ്സ് തെളിഞ്ഞിരുന്നു.
അതിൽ നേരത്തെ ഉണ്ടായിരുന്ന അശുഭചിന്തകളുടെ നേരിയ
ലാഞ്ചനപോലും ഉണ്ടായിരുന്നില്ല. വരാനിരിക്കുന്ന രാത്രിയെക്കുറിച്ചുള്ള
മധുരിക്കുന്ന ചിന്തകളല്ലാതെ. പിറേറന്നു അടിച്ചു വാരിയിട്ട
കുപ്പത്തൊട്ടിയിൽ ആ ഒരു പൊതി ഉറക്ക ഗുളികകൾ കൂടി വീണതു്
ആരുടേയും ശ്രദ്ധയിൽ പെട്ടില്ല.

••

www.ingramcontent.com/pod-product-compliance
Lightning Source LLC
Chambersburg PA
CBHW040800120726
48005CB00012B/1249